chuyện bao đồng

Gởi Cát Vân

CHUYỆN BAO ĐỒNG
khánh trường

bìa tác giả
chân dung tác giả đinh cường
dàn trang nguyễn thành

ISBN: 9781989924686

khánh trường

CHUYỆN BAO ĐỒNG

MỞ NGUỒN

Chuyện bao đồng

Đúng như nhan đề, cuốn sách là tập hợp nhiều chuyện bao đồng, từ đùa cợt đến nghiêm trang, từ chữ nghĩa, vẽ vời đến báo bổ, bạn bè văn nghệ. Không có một chủ đề xuyên suốt như hầu hết mọi tác phẩm khác.

Sau tai biến mạch máu não (stroke) hai mươi năm trước, tôi phải ngồi xe lăn, tay chỉ hoạt động được 30%, có nghĩa là tôi viết rất khó khăn, dù bằng bàn phím. Nói cách khác, do điều kiện giới hạn của thể chất, tôi không thể viết dài, nhưng lại muốn viết. Cuốn sách là tập hợp những đoản văn tôi đã post lên facebook, một hình thức vậy lý trị liệu theo lời khuyên của bác sĩ, đồng thời cũng để thỏa mãn nhu cầu được viết.

Cuốn sách cũng gồm vài bài phỏng vấn, tạp luận thời kỳ tai biến. Đó là khoảng thời gian bỗng dưng tôi chán ngán tất cả. Phải chăng linh tính báo hiệu những đổi thay - từ thể xác đến tâm hồn - sắp xảy ra?

Độc giả hãy đón nhận cuốn sách bằng một tâm thái thật nhẹ nhàng: vui thôi mà.

Như tôi, khi thu tập để in, cũng chỉ với duy nhất một mục đích: vui thôi mà.

khánh trường

bắn ruồi?

Càng sống lâu càng thấy mọi chuyện trong cõi trần ai này thực chẳng ra làm sao. Có những chuyện nhảm nhí buồn cười. Có những chuyện như diễu. Có những chuyện nhân danh cái này cái nọ, đao to búa lớn, nhưng thực chất chỉ là chuyện của anh nhà giàu nặn ra để có cớ bóp cổ anh nhà nghèo…

Từ lâu chúng ta đã nghe, đã đọc hàng nghìn mẫu tin liên quan đến chuyện bảo vệ súc vật, kể cả động vật hoang dã. Nào là phản đối, tẩy chay quần áo, giày mũ, xách tay, thắt lưng… làm bằng lông da động vật. Nhiều cuộc biểu tình mà người tham gia đều tòng ngồng, chỉ mặc độc nhất bộ đồ của Adam, Eva, ra cái điều thà ở lỗ chứ nhất định không ok chuyện dã man vô nhân đạo là cạo lông cừu, giết cá sấu hùm beo lấy lông, da.

Thứ Sáu tuần trước nằm lọc máu ở clicnic, để giết thì giờ tôi mở TV xem tin tức. Một bản tin làm tôi… hết biết: Thụy sĩ vừa ban hành một đạo luật đầy tính nhân văn: mọi nhà hàng, quán xá sẽ bị phạt nếu không… gây mê tôm hùm trước khi hóa sinh, lý do: tộm hùm là loài giáp xác, sẽ chết hơi lâu , do đó sẽ rất đau đớn, nếu bị trụng nước sôi mà chưa gây mê! Chúng ta, nhất là các bà nội trợ, đều rành sáu câu rằng thì là sea food sẽ ngon hơn, thịt sẽ dai, ngọt hơn nếu tôm cua, cá, mực… đều còn sống trước khi chế biến. Ấy, chỉ vì ngon miệng, nỡ nào!

Cũng tuần trước, một bản tin khác: Hai anh thanh niên bị bắt, sắp ra hầu tòa vì đã câu được một con cá mập, thay vì mang lên thuyền, hai chàng chơi ngông, vẫn để con vật đáng thương mắc câu, xả máy cho thuyền kéo chạy trong nước. Vô nhân đạo đến thế là cùng!

Nửa năm trước, cậu con rể nhà tôi dẫn chó dạo chơi công viện, chú cún mắc tè, chơi ngay một bãi giữa lối đi bộ, cậu con rễ nhìn quanh, nhặt một nhánh cây nhỏ bằng ngón tay, gọi chú cún lại, nhịp nhịp roi, răn đe tự hậu không được tè bậy như rứa. Chẳng may một anh cảnh sát ngang qua, đòi bắt cậu con rể vì tội, có biểu hiện… hành hạ súc vật!

Ui cha, lòng nhân của con người văn minh quả thực trời biển!

Có điều làm tôi nghĩ mãi vẫn không thông là hàng ngày trên trái đất có hàng triệu lò sát sinh, hàng tỉ gà vịt bò heo dê cừu, kể cả chó, bị giết, bằng mọi kiểu cách. Tôi đã xem một clip, trước khi trụng nước sôi, cắt tiết, nhổ lông, mổ bụng… (tất cả làm bằng dây chuyền tự động), bọn vịt xấu số bị treo ngược, cho chạy qua một lưỡi kéo để vạt mỏ, cho chừa cái thói cạp cạp đinh tai. Và cũng đã xem những clip quay hình hàng nghìn bò, heo bị dí điện trước khi “được” phanh thây làm thực phẩm bày bán tràn lan ngoài chợ. Lối giết súc vật có vẻ văn minh này là ở phương tây, các nước á châu nhiều nơi vẫn còn dùng búa đập đầu con vật cho đến chết, dùng roi đánh các chú dê trót “sinh lầm thế kỷ”, cho đổ mồ hôi, bớt hôi dê, trước khi mần thịt. Thế nhưng lại chả có hội bảo vệ súc vật nào lên tiếng, biểu tình.

Rộng hơn, và mỉa mai đến lạ lùng, là tôi đọc được bản tin, năm vừa rồi Mỹ đã bán được mười một tỷ mỹ kim tiền vũ khí, theo sau là Nga, bảy tỷ, và Trung Quốc, Ấn Độ, Anh, Pháp, Đức, Do Thái… nước nào cũng thâu về bạc tỷ. Thế nhưng báo chí, sách vở, truyền thanh, truyền hình… ở mọi nơi trên khắp thế giới vẫn hàng ngày hàng giờ ra rả rao truyền lòng nhân đạo, tính nhân văn… Ui chao, cao đẹp làm sao!

Thế hàng núi vũ khí được sản xuất không ngừng, càng ngày càng tinh xảo, khả năng sát thương càng nhiều và hiệu quả, chỉ để… bắn ruồi à?

bức tranh không bao giờ vẽ

Gửi Rừng

Mặt trời như chiếc nong đỏ ối sắp chạm mái ngói phủ rêu của dãy phố cổ. Bức tường bên trái loang lổ, tróc lở, chồng chéo những dòng chữ thô tục cạnh các bộ phận sinh dục nam nữ đủ cỡ đủ kiểu vẽ bằng than hoặc mảnh gạch vỡ. Bức tường thấp, có chiếc cổng gỗ đã mất hẳn màu sơn, xiêu vẹo, quanh năm nằm trong vị thế mở ngỏ. Chiếc cổng dẫn vào ngôi miếu nhỏ. Bên trong miếu, trên bệ thờ bằng xi măng hai ba bài vị chẳng hiểu viết gì, chẳng biết thờ ai. Trước bài vị, lư hương chỉ toàn chân nhang. Từ lâu không còn ai đến đây hương khói, ngôi miếu đã biến thành giang sơn riêng của dơi, chuột cùng các loại côn trùng. Cạnh ngôi miếu, một tàng cổ thụ rậm lá với những rễ phụ chảy thõng thượt, bò ngoằng ngoèo trên mặt đất. Con lộ hẹp nằm giữa dãy phố cổ và bức tường thấp dẫn xuống bến đò, nơi có cây cầu gỗ ẩm mục mấp mé dòng nước lấp lánh ánh bạc. Đâu đó trong vòm tối của tàng cổ thụ, tiếng cu rúc dài. Phố vắng. Một con chó ốm từ ngôi nhà cổ mái hiên thấp tè chậm chạp băng qua đường. Con chó dừng lại trước chiếc cổng xiêu vẹo dẫn vào ngôi miếu, ngước mõm nhìn về hướng bến sông, đôi mắt đục nhờ, ngơ ngác.

Góc phố thoi thóp trong màu chiều nhá nhem.

Khung cảnh dù nhìn thấy đã mấy mươi năm, nhưng ấn tượng luôn đậm nét trong ký ức tôi, và mỗi lần cầm cây cọ, đứng trước khung bố, vẫn hiện về mồn một những dòng chữ thô tục, những bộ phận sinh dục ngây ngô, những viên gạch nâu xỉn lộ ra sau lớp vữa tróc, những bài vị, các chân nhang, mái ngói rêu cũ, mặt trời nhuộm đỏ chân mây...

Mấy mươi năm, đã vài trăm bức tranh được vẽ, đã gấp đôi gấp ba số tranh ấy là những phác thảo, về đủ mọi đề tài. Thế nhưng, cái góc phố già nua hấp hối kia chưa một lần tôi thử tái hiện, thậm chí chỉ bằng vài nét chì tìm kiếm bố cục. Tại sao? Tôi vẫn tự hỏi. Vẽ một góc phố hoang tịch trong màu chiều với các chi tiết đặc thù như thế nào khó khăn gì, nhất là đề tài từng bám rễ trong đầu suốt thời gian dài, đến thuộc lòng, đến có thể đưa lên khung bố từng nhát màu, ở từng vị trí mà không cần nhiều đắn đo, cân nhắc.

Những cái chưa vẽ, hoặc sẽ không bao giờ vẽ, vẫn mãi mãi là nỗi ám ảnh triền miên trong đầu của mỗi họa sĩ. Nó là phần sâu kín nằm dưới đáy tiêm thức, dù đã được biểu hiện cụ thể qua vài hình ảnh nào đó.

Sự thật, điều tôi muốn vẽ không phải góc phố kia. Mà là qua biểu hiện đó, làm sao tôi có thể chuyên chở được hàng bao thế kỷ đã đi qua, đã để lại những vết tích mơ hồ trong từng viên gạch, từng mảng rêu, từng ánh bạc lấp lánh trên dòng sông nhá nhem chiều tà. Làm sao chỉ qua hình ảnh thoi thóp ấy tôi lột tả được sự trì trệ của cả một dân tộc luôn triền miên trong chiến tranh, đói nghèo và thù hận, nhưng đồng thời vẫn bật lên vẻ đẹp của cam chịu, kiên trì và vượt thắng để tồn tại? Cái phần không thể diễn đạt được bằng màu sắc đó là lãnh vực rất hội họa, của hội họa. Chẳng phải cứ ghi lại được một cách trung thực sự cũ kỹ, già nua ấy là xong, là hoàn tất nhiệm vụ của người cầm cọ.

Nghệ thuật đâu giản dị đến vậy. Kỹ thuật nhiếp ảnh hiện đại thừa khả năng ghi chép bất cứ bối cảnh nào nó muốn. Nhưng những cái nó ghi lại chỉ là "bề mặt" của sự vật. Ngược lại, cái "chiều sâu", cái phần bất khả tư nghị trong một bức tranh thì cần vô cùng đến yếu tố nội tâm, công phu hàm dưỡng, bề dày kiến thức, độ rung nhạy bén của trái tim, cùng óc sáng tạo mãnh liệt.

Mỗi sáng tôi vẫn pha và uống cà phê trong chiếc tách sứ men ngà có một miếng mẻ trên vành tách. Vẽ chiếc tách, dễ quá, nhưng làm sao tôi vẽ được những điều đang xảy ra trong đầu mỗi lân nâng chiếc tách lên môi? Làm sao tôi vẽ được nỗi chán chường của một ngày nữa sẽ đến, với bao nhiêu công việc đa đoan: bài vở cho số báo kế tiếp chưa lo xong. Kết cấu cái truyện ngắn đang viết dang dở chưa biết phải giải quyết thế nào. Chồng thư độc giả dày cộm phải trả lời. Cái hẹn với người bạn trưa nay để giải quyết một số công việc. Cô ca sĩ A cần một cái poster thật "Mỹ" cho cuốn băng sắp phát hành. Nhà xuất bản B muốn một cái bìa "nghiêm chỉnh" cho cuốn khảo luận chuẩn bị in. Không kể bảo hiểm xe vừa hết hạn, bill điện thoại chưa thanh toán, thư đứa em trai "giúp em vài... nghìn đô làm vốn buôn bán" nhận ngót nửa tháng rồi vẫn không biết phải giải thích cách nào để cậu ta tin chưa bao giờ "thằng anh" có được một số tiền... lớn như thế trong trương mục kể từ ngày đặt chân đến đất Mỹ?

Làm sao tôi vẽ được cái "động" của một tĩnh vật? Làm sao tôi thể hiện được nỗi buồn bã đang cấu xé trong lòng khi đứng trước khung bố, đối diện với cái vật thể vô tri chứa đựng bên trong chất nước màu nâu nhạt có vị đắng, quen thuộc hàng ngày? Làm sao tôi thu gọn được giữa lòng tách cả đại dương cuộn sóng là tâm hồn tôi vào những tháng năm sắp đi vào bóng xế một đời người? Làm sao. Làm sao. Những cái "làm sao" luôn luôn là nan đề cho bất cứ nghệ sĩ nào.

Để giải quyết nan đề này, tôi vẽ. Tôi vẽ, một cách chứng

minh sự tồn tại của tôi trong cuộc đời. Tôi vẽ, cũng có nghĩa tôi cố vẽ cái tôi đang sống. Hay tôi sống để vẽ những điều muốn vẽ. Hay nói một cách... văn vẻ hơn: tôi chuyên chở trong những tảng màu, những đường nét thuần túy kỹ thuật kia hơi thở của đời sống. Hơi thở của đời sống. Đưa được nó vào trong tranh là phần nào làm tròn chức năng nghệ thuật. Đến tuổi nào đó, vào giai đoạn nào đó trong cuộc đời một nghệ sĩ, hình như tiếng tăm, tiền bạc không còn làm hắn bận tâm thái quá. Thêm hay bớt vài người biết đến tên tuổi chắc chắn chẳng làm hắn gầy đi hoặc béo ra. Và nếu hắn đã khai sinh trần truồng, thì dẫu có xuôi tay không mảnh vải che thân, âu cũng chuyện bình thường. Nào sá gì ngôi nhà lớn, chiếc xe đẹp, xấp tiền dày hơn trong trương mục! Vậy điều gì là nỗi băn khoăn lớn nhất của hắn? Có chủ quan lắm không nếu tôi nói: hắn đã khổ sở, và còn khổ sở ngày đêm vì khát vọng thành tựu một bức tranh "để đời" vẫn nằm hoài trong dự tính!

Lại trở về với câu hỏi: Làm sao vẽ được điều muốn vẽ?

Rốt cuộc, bức tranh chưa vẽ hoặc sẽ không bao giờ vẽ mãi mãi là niềm khát vọng khôn nguôi. Và bởi trót mang lấy nghiệp vào thân, hắn không ngừng tìm cách lấp đầy khát vọng đó bằng hành động đày ải chính mình giữa một vòng tròn khép: vẽ, tìm kiếm - tìm kiếm, vẽ - vẽ, tìm kiếm... cứ thế, từ buổi đầu chập chững "vọc sơn" cho đến lúc tay run mắt mờ, hắn không thể không nhận ra sự thật buồn bã này: những cái hắn vẽ chỉ là những bản nháp, những phác thảo cho một tác phẩm nào đó của tương lai.

Ai cũng hiểu con đường sáng tạo là sạn đạo gian nan, dẫn đến miền xứ nào đó không bao giờ người nghệ sĩ đủ tự tin để ngạo nghễ tuyên bố mình đã dẫm chân tới. Góc phố tầm thường kia, chiếc tách sứ mẻ miệng nọ cũng giống như tình yêu, thù hận, khổ đau, sung sướng... được nhìn thấy, được ghi chép, được thể hiện hàng triệu lần, qua bao thời đại, trong văn chương, thi ca, âm nhạc... bằng đủ mọi kiểu cách. Thế nhưng cho đến hôm nay, và mãi mãi trong tương tai, người ta sẽ, vẫn còn nhắc đến. Trên căn bản, tất cả những tình cảm vừa nêu đều giống nhau, nhưng có ai dám bảo niềm vui, nỗi khổ của "tôi" giống ông A bà B anh C nào đó? Sự khác biệt là đầu mối của mọi sáng tạo, là tiền đề cơ bản của nghệ thuật, là chiều sâu, bề rộng của tư duy nhân loại.

Từ vị trí độc lập của mỗi cá nhân, xét trên bình diện con người, tôi vẽ một bức tranh, là tôi ghi lại chân dung mình, qua một cái cớ nào đó nằm bên ngoài tôi. Hay nói cách khác: ngoại vật chỉ là cơ duyên để mỗi nghệ sĩ tái hiện cái tôi của mình dưới góc cạnh nào đó. Những đóa hoa hướng dương, chiếc ghế cũ, đôi giày rách, căn phòng ngủ nghèo nàn bừa bộn, cây bạch dương vút cao ven đường làng, những ngôi sao cuộn xoáy trên bầu trời vần vũ mây... chắc chắn chúng ta đã nhìn thấy nhiều lần trong đời, nhưng phải đợi đến lúc Van Gogh đưa chúng lên khung bố, phả vào chúng hơi thở của đời sống ông, những tĩnh vật vô tri kia mới bừng sống dậy, và thét lên tiếng kêu quằn quại đau thương. Nhân loại đã nói quá nhiều đến dòng chảy dững dưng của thời gian, đến thế giới tiềm thức đầy biến áo dị kỳ, nhưng để vẽ được bước chân vô hình dững dưng đó, để mở rộng cánh cửa dẫn vào cái thăm thẳm nằm dưới tầng sâu của ý thức kia, có lẽ không tìm ra hình ảnh nào sinh động hơn chiếc đồng hồ chảy nhão trên mặt bàn giữa một bối cảnh âm u lạnh lẽo, hoặc những khối hình như đá tảng, như san hô chồng chéo lên nhau và mọc ra, vươn dài, chới với, những cánh tay, những bàn chân, những khuôn mặt méo mó dị dạng, những hàm răng trắng nhởn, những đôi vú nổi gai, những khoang bụng có cầu thang xoắn ốc... trong tranh Salvador Dali.

Tiếp cận với chúng ta hơn: bao người từng dè bỉu sự "nông cạn" của hội họa hiện đại, chỉ thuần có tính kỹ thuật, hoặc cố tình lập dị, quá đà, thiếu công phu tập luyện, thiếu tài hoa trí tuệ. Nhưng mới tuần trước, khi đứng trước công trình hội họa của một họa sĩ Mỹ tại một viện đại học, được cấu tạo từ những miếng kẽm, những thanh gỗ, những bánh xe răng cưa, những sợi xích sắt chuyển động do một "môtơ" giấu đâu đó, phát ra tiếng kêu kèn kẹt, đều và khô, như tiếng nghiến răng, như âm thanh miếng chai cọ xát, cùng đủ loại dây nhợ ốc vít kiềm búa chồng chéo, chàng chịt, tôi đã sững người khi liên tưởng đến cái lạnh lẽo vô tâm của đời sống máy móc đang vây bọc quanh ta.

Từ các ví dụ vừa nêu tôi có thể khẳng định: trong nghệ thuật, cái tôi của mỗi nghệ sĩ là một mảng sống sinh động. Từ mảng sống rất riêng, rất chủ quan đó, phóng chiếu ra, chúng ta sẽ thấy được cái toàn cảnh. Rõ hơn và cụ thể hơn: xuyên qua những nghệ sĩ, cuộc đời đã được ghi lại một cách trung thực nhất bằng thứ ngôn ngữ vượt ngôn ngữ: ngôn ngữ sáng tạo.

Và ngôn ngữ sáng tạo hẳn nhiên không là sự chụp bắt sự vật qua võng mô. Nó phải được gạn lọc, tinh luyện, hóa thân xuyên qua sự tinh nhạy của bộ óc và nhịp đập của trái tim.

Từ đó, có chủ quan quá chăng nếu tôi bảo: bức tranh dự định sẽ vẽ về góc phố già nua kia có thể tôi từng vẽ, rất nhiều lần, trong suốt cuộc đời cầm cọ của tôi, duy có điều nó đã được vẽ ra dưới nhiều dạng thái khác. Sẽ không tìm thấy bức tường loang lổ lở tróc, sẽ không xuất hiện đâu đó mái ngói rêu cũ, dòng sông lấp lánh ánh bạc, bục thờ nhện giăng chỏng chơ những chân nhang lạnh... Tất cả mọi hình ảnh cụ thể kia đã biến thể, đã lẫn vào máu huyết và tư duy tôi, để hóa sinh thành những ký hiệu khác. Những ký hiệu tạo nên bản sắc của tôi, dấu ấn của tôi. Cái bản sắc và dấu ấn khởi nguồn từ góc phố đìu hiu chập chờn trong trí nhớ.

Đến đây, chúng ta đi vào một khía cạnh khác của hội họa.

Nhìn vấn đề qua lăng kính nhân chủng học, chúng ta có

thể kết luận: dấu ấn, bản sắc tổng quát kia (xin phân biệt với style của từng họa sĩ) là một loại căn cước, một thứ giấy khai sinh chứng minh nguồn cội di truyền trong mỗi con người sáng tạo, mà chúng ta thường gọi một cách giản dị là "dân tộc tính".

Một kẻ nào đó đang sống bên ngoài biên giới quốc gia và được đào tạo ở các trường ốc không phải bản địa quê hương, hẳn nhiên xét mặt tổng quát, kinh nghiệm của anh (bà) ta về kiến thức và kỹ thuật hầu như đã được định đặt bởi những điều anh (bà) ta từng thu tập được trong quá trình học hỏi. Nhưng tôi có thể khẳng quyết: nếu dòng máu đang chảy trong cơ thể anh (bà) ta đã khởi nguồn từ chốn chôn nhau, thì rồi sớm muộn gì trong tác phẩm của người nghệ sĩ này cái phần "nguồn cội" sẽ có lúc tỏ hiện. Tôi đã xem tranh của nhiều, rất nhiều họa sĩ Đông Tây kim cổ, trừ các dân tộc có chung một nền móng văn hóa, sự khác biệt tuy có nhưng không nhiều lắm. Riêng các quốc gia thuộc dòng văn hóa phương Đông như Trung Hoa, Nhật Bản, Ấn Độ, Đại Hàn... thì bản sắc, dấu ấn kia rất rõ trong từng tác phẩm của họ. Điều này không loại trừ những công trình nghệ thuật hiện đại, hoàn toàn dùng chất liệu, kinh nghiệm và tư duy tạo hình phương Tây. Gần gũi hơn, qua vài họa sĩ Việt Nam mà tên tuổi đã thuộc về gia tài chung của mọi chủng tộc. Điển hình như họa sĩ Lê Bá Đảng. Tranh ông, nếu nói đến "tính hiện đại" thì rõ ràng đã vượt ra ngoài mọi khuôn khổ từng có từ trước đến nay, kể cả Đông lẫn Tây phương, nhưng mỗi lần đối diện với những tác phẩm của người nghệ sĩ tài hoa này, dù cố gắng loại trừ tình cảm chủ quan, tôi vẫn thấy cái phần Việt Nam bàng bạc trong màu sắc, đường nét, phong cách tạo hình. Màu xanh rêu u trầm, màu đỏ son và trắng điệp phảng phất mộc bản dân gian. Những đường cong, uốn lượn, gấp khúc hết sức tân kỳ nhưng vẫn tiềm tàng cấu trúc của hoa văn trên trống đồng, trên đầu hồi các mái chùa, mái đình hay lăng tẩm Việt Nam. Một người nữa, họa sĩ Võ Đình. Chúng ta đều biết Võ Đình rời quê hương vào những năm còn rất trẻ - ngày nay ông đã xấp xỉ tuổi cổ lai hy - và hoàn toàn được đào tạo tại các quốc gia phương Tây, thế nhưng, nếu không phải là người Việt Nam, nếu không mang trong người một vốn liếng kiến thức đặc thù của phương Đông, thì tranh ông chắc chắn không có được cái vẻ đẹp tâm linh trầm tịch, bát ngát và hài hòa với tạo vật - bắt ngồn từ các nền triết học lớn Đông phương: Phật Giáo, Lão giáo... - như ngày nay chúng ta được chiêm ngưỡng thông qua mọi sáng tạo của ông, mà gần nhất là bốn mươi họa phẩm vừa được trưng bày tại Montréal năm 1992. Những dấu ấn Việt Nam rõ rệt đó có thể do các họa sĩ dụng tâm, nhưng cũng rất có thể - như tôi vừa trình bày - đã có sẵn trong máu huyết họ.

Đã có một thời vì choáng ngợp trước những cái mới, tôi từng cho rằng một nghệ sĩ lớn là kẻ vượt thoát được sợi dây ràng buộc chủng tộc. Đối với họ biên giới quốc gia trở nên vô nghĩa. Nhưng ngày nay, sau khi đã chán chê với hàng nghìn tác phẩm trong các viện bảo tàng, các phòng trưng bày, từ cổ điển đến hiện đại, từ Âu Châu đến Mỹ Châu, Á Châu, tôi dần nhân ra dấu ấn chủng tộc và môi trường sinh thành bao giờ cũng là yếu tố quan trọng, cực quan trọng, góp phần tạo nên bản sắc đặc thù của mỗi họa sĩ.

Ở đây rất cần lưu ý: không nên hiểu bản sắc dân tộc qua một vài biểu thị đã trở thành công thức thô thiển. Lại lấy Việt Nam làm ví dụ: chúng ta không thể cho rằng một họa sĩ Việt Nam, nếu muốn bảo tồn bản sắc dân tộc, thì trong tranh ông (bà) ta phải luôn thấp thoáng bóng dáng những mái tóc thề, những tà áo dài, hoặc cái cày, con trâu, lũy tre, mái tranh với khói lam chiều, hoặc "cổ điển" hơn: khăn mỏ quạ, áo tứ thân, nón quai thao, quần lãnh tía, tóc trái đào... (dù có thể ông (bà) ta đã tạo hình bằng các phương tiện hiện đại từ kỹ thuật đến cấu trúc). Những "ký hiệu" đó, tuy rất "đại biểu", nhưng giả. Nó chỉ có tác dụng với cái đám đông quần chúng dễ dãi, xem tranh như xem những tấm hình trong các cuốn album gia đình, chỉ thể hiện một thứ tình cảm nhỏ, có tích cục bộ, chứ không thể nào và không bao giờ có được cái bát ngát, bao la của một chân trời nghệ thuật hoành tráng. Cách sáng tác và thưởng ngoạn ấy níu nghệ thuật xuống thấp, nó tạo cho người thưởng ngoạn thói quen lười suy nghi, lười tham dự, và do đó, lười khai phá. Cần dứt khoát khai trừ mọi vẻ đẹp đã được đóng khung.

Tóm lại, nghệ thuật trước tiên và mãi mãi là chuyến tàu tốc hành vun vút tiến về tương lai, chạy xuyên qua nhiều cảnh thổ, nhưng luôn luôn được định hướng bởi hai đường "ray" là mạch ngầm chảy trong cơ thể. Mạch ngầm đó. dòng chảy đó, cũng giống như mọi dòng chảy khác, tất nhiên phải phát khởi từ một nguồn cội. Đối với chúng ta, nguồn cội kia chẳng phải nơi chốn nào xa lạ: Việt Nam.

Và Việt Nam, dưới mắt nhìn tôi, là hình ảnh bức tường loang lở chằng chịt những dòng chữ nguệch ngoạc thô tục, những bộ phận sinh dục nam nữ ngô nghê, những chân nhang lạnh, những mái ngói phủ rêu. Và vầng mặt trời đỏ ối trên lấp lánh dòng sông mù mịt bến bờ. Và con chó ốm ngơ ngác băng qua đường với đôi mắt đục nhờ ngơ ngác trong hoang vắng chiều tà. Và tiếng cu rúc vang âm trong vòm tối của tàng cổ thụ rì rào tiếng gió... Chẳng có gì đáng tự hào, càng không có gì để hãnh diện, nhưng từ vị trí đó, tôi vẽ, tôi sáng tạo, tôi lặp lại trong tranh tôi cái thô tục, cái ngô nghê, cái hoang lạnh buồn bã đó một cách không mỏi mệt chừng nào tôi còn cầm nổi cây cọ.

Nhưng có mâu thuẫn chăng nếu tôi nói: mãi mãi cái góc phố nọ sẽ chẳng bao giờ có mặt trên khung bố?

Không, chẳng mâu thuẫn đâu. Vì mọi hình ảnh kia đã nằm trong đầu tôi, trong tim tôi từ lúc mở mắt chào đời. Nó là dòng máu đang luân chuyển trong huyết quản tôi. Nó là Việt Nam trong một thân xác Việt Nam. Nó có thể hóa sinh, thoát kiếp, thăng hoa hay trầm luân đâu đó giữa các vũng màu, trên từng đường cọ, bằng đủ mọi phương tiện: gỗ, đá, sắt, thép, tôn, kẽm, nhựa dẻo, giây bồi, thạch cao. Bằng đủ mọi tên gọi: biểu hiện, ấn tượng, siêu thực, lập thể, trừu tượng, dã thú... hay gì gì đó. Chẳng qua tất cả chỉ là một cách để định danh, để gọi tên, để sắp xếp. Những cái "để" rồi sẽ đổi thay, sẽ được vượt qua hay sẽ bị vượt qua, duy một điều độc nhất không thể vượt qua: tôi là một họa sĩ Việt Nam, vẽ với sự rung động của một trái tim Việt Nam, bằng trùng trùng những kỷ niệm phát sinh từ một đất nước mang tên Việt Nam.

Trừ phi, giả dụ một sáng nào đó thức dậy, tôi không còn là tôi của hiện tại. Không còn màu da vàng, không còn tiếng nói Việt Nam, không còn lưu giữ bất cứ kỷ niệm nào về vùng đất từng sinh ra tôi, nuôi tôi lớn lên. Và như thế, chắc chắn dưới những bức tranh, cũng sẽ không bao giờ xuất hiện chữ ký có các mẫu tự ghép thành hai chữ: Khánh Trường.

bùi xuân phái

Như hầu hết bọn văn nghệ sĩ của miền Nam sau tháng 4/1975, tôi đói. Thấy mấy hiệu vẽ chân dung có vẻ sống được, nghĩ có lẽ đây là phương kế kiếm cơm trong khả năng tôi, bèn bàn với vợ đầu tư một số tiền nhỏ, đốt đèn dầu hôi hứng khói làm bột đen thay chì than, vẽ mươi chân dung tài tử, ca sĩ Tây Việt lộng kiếng trang trọng, rồi ra phố thuê một mặt tiền đông người vãng lai, mở tiệm.

Trong chiến tranh gia đình nào, nhất là ở vùng quê, cũng có người chết. Bấy giờ hình chụp chưa phổ biến, có người ngoài tấm hình trong căn cước hay chứng minh nhân dân, hầu như chả còn gì khác. Vì vậy khi hòa bình, gia đình nào cũng cần một chân dung lơn lớn để tưởng nhớ hay thờ cúng. Mấy anh thợ vẽ chân dung được mùa. Nếu khéo tay, những "họa sĩ" này có thể biến cái hình căn cước chỉ nhỏ bằng 2 đốt ngón tay thành một chân dung bề thế bằng nửa trang báo hoặc lớn hơn nữa. "Tài hoa" hơn một chút, thêm mắm dặm muối, cho thân chủ mặc vết tông cà la oách hay khăn đóng ái dài, ngồi bệ vệ trên ghế tràng kỷ, bên cạnh mặt bàn phủ khăn trắng với bình bông, ống thuốc lào, phía sau là cửa sổ vén rèm, nhìn thấy xa xa lũy tre lã ngọn, ruộng lúa ô vuông và dòng sông lượn lờ uốn khúc. Thơ mộng, sang trọng hết biết!

Một lần có chị nhà quê từ miệt vườn lên, ghé hiệu vẽ của tôi, than: Ông già chết nhưng không có hình. Tôi hỏi: Ông già ra răng? Chị nhà quê nói: Tui rất giống ông già. Vậy được, chị ngồi yên đó, tôi vẽ. Đầu tiên tôi vẽ mặt chị nhà quê, rồi sau đó làm cho má hóp, thêm râu, chế thêm khăn đóng trên đầu, áo dài tươm tất . Hai tiếng đồng hồ tôi "múa" tá lả. Xong tôi bảo chị nhà quê xem, tôi sẽ sửa theo ý chị. Chị nhà quê nhìn tấm chân dung bỗng ôm tôi òa khóc: Chắc ông già linh thiêng nhập vào anh, khiến anh vẽ ổng giống quá.

Nhờ tài vặt đại loại như thế, tôi nổi tiếng "tài hoa", và cũng nhờ thế tôi sống hùng sống mạnh. Ở vào thuở bon văn nghệ sĩ đi xe đạp, hút thuốc "củi" (vấn bằng lá đu đủ), uống rượu đế hạng bét (nấu bằng khoai mì, chấm thuốc rầy cho trong!) thì tôi đã chễm chệ cưỡi vespa, rồi lambresta, hút ba con 5, uống bia chai hàng ngày. Và nhà tôi thành "tụ nghĩa đường". Lũ sĩ quan ngụy đi học tập về, bọn văn nghệ sĩ khố rách áo ôm, Phan Nhự Thức, Hà Nguyên Thạch, Hoàng Ngọc Tuấn, Bùi Chí Vinh, Vũ Ngọc Giao, Trần Quang Lộc… vẫn ghé nhà tôi qua bữa hoặc ăn nhậu tơi bời, chưa kể chiều nào cũng tụ tập chén thù chén tạc trước quán cà phê Huy Tưởng hoặc mấy quán nhậu ở Nguyễn Tri Phương, Nguyễn Tiểu La, Ngã tư Bảy Hiền.

Dông dài quên mất ông Bùi Xuân Phái.

Một hôm tôi đang hí hoáy vẽ bức tranh sơn dầu thì có một ông già ôm ốm bước vào. Tôi hỏi:

- Ông cần gì?

Ông già nhỏ nhẹ, giọng Bắc:

- Tôi muốn xem thôi.

Tôi tiếp tục vẽ, và trả lời những câu hỏi của ông già. Qua chuyện trò, tôi được biết ông ta là một họa sĩ, từ Bắc vài Sài Gòn chơi, tên Bùi Xuân Phái. Sau 1975 chưa lâu, hầu hết dân miền

Nam không biết BXP là ai. Tôi cũng thế. Nghĩ, có lẽ là một tay họa sĩ dấm dớ, nên chả quan tâm. Từ đó thỉnh thoảng ông già lại ghé, dần dà chúng tôi quen nhau. Ông già có vẻ thích tôi, vì tôi "nói chuyện được". Lần khác ông già đến khi tôi sắp đóng cửa. Tôi hỏi:

- Bác biết nhậu chứ, mình đi nhậu cho vui.

- Ừ thì nhậu, nhưng cậu cho tôi mượn tờ giấy, bút lông và hộp màu nước đã.

Tôi đáp ứng yêu cầu. Ông già vẽ nhanh, chỉ một loáng xong bức tranh nhỏ.

- Tặng cậu.

Ông già vẽ một màu đen trắng, con thuyền cắm sào, bờ cây. Tôi xem. Giản dị nhưng đẹp.

- Cảm ơn bác, tôi nói.

Đợi tranh ráo, cuộn tròn cho vào cặp da nhỏ tôi vẫn mang theo, rồi cùng ông già đến quán nhậu gần đó đốn ngã hai xị đế cộng đĩa lòng lợn.

Ba ngày sau một cậu học trò cho tôi vượt biên. Bức tranh tôi quên bẵng chưa kịp lấy ra từ chiếc cặp da theo tôi đến Mỹ.

Gần 40 năm, ngày nay bức tranh đã ố vàng, nhưng đó là chứng tích tôi may mắn có được từ người họa sĩ tài danh này.

cao đông khánh, thơ và rượu

Vài năm gần đây, chúng ta liên tiếp mất đi nhiều tài năng, trong nhiều lĩnh vực.

Nhà văn Mai Thảo, thi sĩ Nguyên Sa, nhà báo Lê Đình Điểu, nhà văn Nghiêm Xuân Hồng, họa sĩ Ngọc Dũng, nhạc sĩ Lê Uyên Phương... Văn học nghệ thuật Việt Nam trên quê người vốn khó khăn, vì điều kiện kinh tế, môi trường nuôi dưỡng, cũng như thiếu hẳn những gạch nối kế thừa, càng trở nên khó khăn hơn, khi chúng ta cứ phải, vài tháng, một năm, chứng kiến những cuộc ra đi vĩnh viễn.

Gần đây nhất, (ngày 12/12/2000), thi sĩ Cao Đông Khánh lại vừa từ giã chúng ta!

Qui luật vận hành của thời gian và lẽ tử sinh của kiếp người, quả thực, quá đỗi khắc nghiệt. Cao Đông Khánh vừa từ giã chúng ta. Cái gã xem cuộc đời như ngọn rau muống ấy, cái kẻ, nếu tình cờ vài ba năm gặp lại, ở đâu đó, thay cho lời vấn an cũ mòn, đến khách sáo: "Khỏe không ?", là cái hất hàm kèm tiếng chửi thề và câu hỏi ngắn gọn: "Còn nhậu được chứ?"

Còn nhậu được, đồng nghĩa với còn khỏe, còn tráng kiện, còn phong độ. Cụ thể, giản dị, cực kỳ Lương Sơn Bạc.

Nhớ đến Cao Đông Khánh, là nhớ đến hình ảnh một gã đàn ông rất giang hồ, rất "tay chơi", rất "công tử Bạc Liêu", và tất nhiên, rất thi sĩ.

Trong đời, tôi được may mắn biết ba người làm thơ, theo tôi, chất "thi sĩ" hiển lộ rõ rệt nhất, không những qua ngôn ngữ thi ca, mà ngay trong đời sống và cung cách xử kỷ tiếp vật của họ. Đó là Bùi Giáng, Nguyễn Đức Sơn, và Cao Đông Khánh.

Cả ba, mỗi người một cách, đã ném cả sinh mệnh, cuộc đời, buồn vui giận ghét của mình đến chỗ tận cùng, quyết liệt, tan hoang!

Dĩ nhiên tôi không phiến diện kết luận phải sống như thế, phải là như thế, thì tác phẩm của họ mới hay, mới tinh lọc, mới trở thành trân chu bảo ngọc. Trong lịch sử văn học Việt Nam, nào thiếu gì những thi sĩ xuất chúng, tên tuổi được hậu thế nhắc đến như những thành tựu viên mãn nhất của thơ ca tiếng Việt, thế nhưng đời sống cá nhân của họ lại là những tấm gương cực kỳ gương mẫu. Hình ảnh những tên đàn ông đầu bù tóc rối, áo quần xộc xệch, rượu chè, hút sách, nói năng gàn dở ngông nghênh, mặt mày đăm chiêu lãng đãng, yêu đương mê đắm cuồng si... mà người đời vẫn hình dung, vẫn vẽ ra, để chỉ chủng loại nghệ sĩ (văn sĩ, thi sĩ, họa sĩ, nhạc sĩ...) thường ít nhiều làm méo mó chân diện mục thực sự của họ. Cuộc đời muôn màu muôn vẻ, con người cũng thiên hình vạn trạng, ở bất cứ lĩnh vực nào, không cứ gì nghệ sĩ, sự sinh động và đa dạng của con người đều hiển lộ đầy đủ. Nhưng sở dĩ bọn nghệ sĩ bị lưu ý nhiều, trở thành hình tượng tiêu biểu, có lẽ vì họ là người của quần chúng. Nhiều chuyện quá tầm thường, quá phổ biến (yêu nhau, bỏ nhau chả hạn), nhan nhãn hàng giờ hàng ngày ở mọi nơi trên trái đất, không ai để tâm, ngoài một số bà con bè bạn thân gần. Thế nhưng cũng sự cố đó, nếu xảy ra trong giới nghệ sĩ, lập tức trở nên ồn ào. Báo chí, sách vở, truyền thanh, truyền hình... viết, nói về, tường thuật về, với những suy diễn, phỏng đoán, kết luận... có khi chính kẻ trong cuộc nghe, đọc, cũng phân vân không hiểu có phải hình ảnh người ta tô vẽ kia có phải là mình chăng?

Viết những điều trên, tôi cốt chứng minh gã "tay chơi" Cao Đông Khánh, tên bợm nhậu kỳ phùng địch thủ này đã là như thế, cứ là như thế, từ lúc biết cầm ly rượu, đến khi từ giã cõi đời. Hắn làm thơ, và hắn nhậu. Tách bạch, Không vì hắn làm thơ nên phải nhậu, hoặc nhờ nhậu mới làm được thơ. Thi sĩ Du Tử Lê cả đời chưa từng nhấp một ngụm rượu, dù chỉ rượu khai vị, thức uống duy nhất của "chàng", tứ thời bát tiết, là cà phê đen. Sáng "đen" trưa "đen" chiều "đen" tối "đen", còn thức còn "đen"... Thế nhưng thơ họ Du lúc nào cũng chếnh choáng hơi men - men tình -, ngất ngây, ngất ngư đến.... tội!

Cao Đông Khánh làm thơ. Lịch sử văn học Việt Nam sau này hẳn nhiên sẽ gắn liền tên tuổi hắn với những thành quả thi ca do hắn tạo tác. Hắn là bợm nhậu cừ khôi hay chỉ quanh năm trà đá chanh đường. Hắn vợ con đàng hoàng, công ăn việc làm nghiêm chỉnh hay độc thân lang bạt, rong chơi giỏi, kiếm tiền dở... Tất cả râu ria này chỉ là chuyện phụ. Không làm cho thơ hắn hay hơn hoặc tệ ra.

Vậy, thơ và nhậu, hai "phạm trù" độc lập.

Giữa tôi và Cao Đông Khánh từng có giao tình khá mật thiết. Thế mà hắn vừa từ trần. Tôi nhớ hắn. Điều tôi nhớ nhất về hắn, không phải thơ, mà là hình ảnh tôi vừa hình dung, một tửu đồ.

Một tửu đồ!

Tôi từng nhiều lần, rất nhiều lần, cùng Cao Đông Khánh giang hồ vặt, từ hàng quán này, sang điểm nhậu nọ, suốt đêm, suốt ngày. Cách đây trên dưới mười lăm năm, thuở hắn còn ngụ cư ở Bolsa, Cao Đông Khánh là một trong vài hảo thủ của làng nhậu. Hắn nhậu khủng khiếp, hũ chìm hũ nổi, túy lúy càn khôn, nghiêng ngửa thiên địa. Càng nhậu, chất Nam bộ trong hắn càng hiển lộ rõ rệt. Bạt mạng, hào sảng, ngang ngược, bất cần, và (xin lỗi các vị nữ lưu) chửi thề, văng tục như máy. Điểm đặc biệt nhất, làm nên con người Cao Đông Khánh, tạo thành dấu ấn mạnh mẽ trong lòng bạn bè cũng như những ai từng có dịp tiếp xúc với hắn, đó là, khi say, hắn đọc thơ. Càng say, càng đọc hay. Cực hay. Đặc biệt hơn nữa, hắn chỉ đọc thơ của mình (tất nhiên), và thơ Tô Thùy Yên. Tôi chưa từng thấy có ai lột tả được trọn vẹn cái bức bối, cái hào sảng, cái bi tráng của thơ Tô Thùy Yên, ngoài Cao Đông Khánh. Cũng như chưa từng biết có ai đủ khả năng biến những con chữ vốn dĩ rất dung tục, rất đầu đường xó chợ, rất ngã ba Hàng Xanh, rất ngã năm Chú Ía... trong thơ Cao Đông Khánh, ngoài chất giọng và cách đọc của chính hắn, tác giả.

Cao Đông Khánh đọc thơ của mình hay, đọc thơ Tô Thùy Yên hay, có lẽ vì cả hai cùng sinh trưởng tại miền Nam. Trong tác phẩm của họ, từ ngôn ngữ đến phong cách, đều ăm ắp chất Nam bộ. Dù, nếu phân tích kỹ lưỡng hơn, chúng ta vẫn thấy ở thơ Tô Thùy Yên còn tồn tại cái óng ả, cái "trí thức" (xin độc giả hiểu chữ trí thức ở đây trong ngoặc kép) của ngôn ngữ văn học miền Bắc. Ở thơ Cao Đông Khánh, thứ chữ nghĩa óng chuốt, điệu đàng ấy bị khai tử triệt để.

Ngôn ngữ thơ của Cao Đông Khánh là ngôn ngữ nói,

giữa anh Sáu Mỹ Tho với chị Tư Cầu Muối. Đại loại theo kiểu: "Nhớ em như nhớ nhà", mộc mạc, trần trụi, thô vụng, bộc trực, tỉnh rụi. Không màu mè riêu cua, không thêm mắm dặm muối, không hành ngò ớt tỏi.

Nhớ em như nhớ nhà. Bốn chữ này, nếu đứng độc lập một mình, tất nhiên không thể gọi là thơ. Thế nhưng kỳ lạ thay, qua phù phép của mình, Cao Đông Khánh đã biến chúng thành thơ, đã thổi vào chúng một linh hồn, một sứ mệnh, khiến chúng phập phồng thở. Sinh động, gợi mở và thi vị.

Đêm. Gió. Cây. Trời. Hồn nhiên
tình cờ ngọn lá quạt giọt nước nhẹ
khắp nơi nào cũng nhớ em như nhớ nhà
Nhớ em như nhớ nhà

Cố nhiên điều anh nói chẳng ai tin, kể cả, khi em lang chạ với người đàn ông đó cùng một kiểu như với anh; căn phòng ám khói than củi nấu ăn, tấm kính to soi hai đứa nằm đối và kể cả cái giường và bất cứ cái gì... cũng đổi, thay áo rách em mặc thời trang. Nhớ em như nhớ nhà.

Cũng có khi nhớ em như hồi mới gặp nhau, rất nhiều điều đâu cần tỏ rõ, mà yêu em tận tường, buổi sớm mai hôn em trong vườn trái cây, dụ dỗ em, chỉ dạy em ân ái. Nhớ em như nhớ nhà.

Em chạy xuyên qua nhiều nhân vật mặc quân phục, ngơ ngác gọi tên anh, nắng là nơi em đứng hồn nhiên giữa thành phố công bố, "anh ơi em nhớ anh". Bởi vì trong cùng cực dĩ vãng đã tận tường, chẳng phải chỉ những ám ảnh nhục thể sung sướng; còn ví dụ như, quyển sách trên đầu giường, em ngủ như đứa bé, ví dụ như, anh giận dữ sau những cúi đầu gật gật dạ dạ thưa thưa làm em khóc. Nhớ em như nhớ nhà.

Bằng vào thiện tâm và bằng vào thù hận, cùng một lúc với

sự chính xác của anh yêu em không tưởng được, thông qua, anh ghi nhận, là chính nơi sự suy vi của ngôi nhà đã đổi chủ.

Một bài thơ
Chẳng thể như một sự tình cờ chút nào,
Mà sự thật rằng
Anh nhớ em như nhớ nhà em ơi.

(Từ nơi yêu dấu, tr 5. Lửa Đốt Ngoài Giới Hạn, 1997)

Không dừng lại ở cách dùng chữ mộc mạc, thô vụng, tỉnh rụi..., Cao Đông Khánh đi xa hơn, hắn thoải mái ném vào thơ một số từ ngữ ngay cả những độc giả "cấp tiến" nhất cũng giật thót mình, để rồi lập tức sau đó, đỏ mặt xấu hổ. Độc giả đỏ mặt xấu hổ không phải vì những chữ dùng ấy thô lỗ tục tĩu quá, mà chỉ vì cảm thấy có lỗi do cái tâm đục của mình, trong lúc chính tác giả, chủ nhân của những từ ấy, lại rất đỗi hồn nhiên, trong sáng. Đối với Cao Đông Khánh, mọi từ đều có giá trị như nhau, vấn đề không phải nên hay không nên dùng, mà giản dị là dùng như thế nào, dùng với mục đích gì, dùng ở đâu.

Mở cửa New York, San Francisco, Seattle, Houston
Mở cửa Đồng Tháp Mười, Long Xuyên, Rạch Giá, Cà Mau, Cái Răng, Cái Tắc, Cái Vồn
Trên nóc cao ốc trùng trùng đàn ông.
Chót vót điệp điệp đàn bà, Cái Lớn, Cái Bé những bái vật muôn năm trong gốc gác con người
Cái Răng, Cái Tóc. Cái Lồn. Cái Hồn Vía còn tươi
Kẻ di tản đã ra khỏi đường chân biển
Và bao nhiêu đường chân trời.
Không ai nhớ rõ
Đi hết ánh sáng. Đốt lửa ngoài giới hạn...

(Cánh đồng trầm thủy, tr. 311. Lửa Đốt Ngoài Giới Hạn)

Xin lỗi, tôi vừa đẩy ngòi bút phiêu lưu khá xa ra "ngoài giới hạn".

Nhắc lại, mục đích của tôi không nhằm viết về thơ Cao Đông Khánh. Tôi chỉ muốn đề cập đến con người hắn, cá tính hắn, cung cách sống của hắn. Đó là một con người, một cá tính và một cách sống, theo chủ quan tôi, thật đẹp. Đẹp và giàu có. Đẹp và mầu mỡ như đất đai miền Nam, nơi hắn đã sinh ra, lớn lên.

Trở lại chủ đề chính.

Ngoài "đức" nhậu và khả năng mê hoặc khi đọc thơ, Cao Đông Khánh còn một "đức" khác, độc đáo không kém. Đó là "đức"... đập lộn. Tuy nhiên, xin độc giả yên tâm, thi sĩ của chúng ta chỉ đấu võ mồm, tuyệt chưa bao giờ tôi thấy hắn thượng cẳng chân hạ cẳng tay với ai, kể cả... tôi, một kẻ rất dễ bị đập, vì thường phát ngôn không lấy gì làm cẩn thận cho lắm!

Một lần tại nhà tôi, giữa cuộc nhậu, trong lúc đọc thơ, Cao Đông Khánh cao hứng lý giải thơ của mình.

Khi hắn đọc đến đoạn thơ:

Sài Gòn Chợ Lớn mưa như chớp
nát cả trùng dương một khắc thôi
chim én bay ngang về Xóm Chiếu
nước ròng ngọt át giọng hàng rong
hỡi ơi con bạn hàng xuôi ngược
Trái cây quốc cấm dấu trong lòng
Hỏi thăm cho biết đường ra biển
Nước lớn khi nào tới cửa sông

rồi giải thích đại ý rằng sau bảy lăm, những người đàn bà đi buôn lậu từ miền Tây lên Sài Gòn, thường qua mặt công an kinh tế bằng cách dấu mọi thứ hàng hóa trong người. Ví dụ nếu buôn trái cây, họ sẽ dấu các loại trái vào ngực giả làm ... vú. Lần ấy tôi đã nổi sùng la lối: "Đoạn thơ hay như thế, gợi mở như thế, khoáng đạt như thế, sao mày nỡ bó chúng lại bằng cái cách lý giải nhà quê không chịu được của mày, hử?" Thế là Cao Đông Khánh điên tiết, chửi thề văng tục không thua bất cứ tên du đãng cầu Ông Lãnh chính hiệu nào, và, như hàng trăm lần khác, hùng hổ đòi... đập lộn, rồi đùng đùng vào xách va li, quần áo, giày dép bước ra khỏi cửa, sau khi ném lại một câu xanh dờn: "Đụ mẹ, mày ngu như con bò, tao nể mặt anh em, tha không đập mày vỡ mặt. Từ nay nhớ cạch tao ra..."... Nhưng ra đến lề đường, đứng lơ ngơ chừng mươi mười lăm phút, nhìn ngược nhìn xuôi, chẳng thấy ai đoái hoài, bạn bè bên trong tiếp tục chén chú chén anh, tiếp tục đấu hót tưng bừng, người hùng của chúng ta tức tối khăn gói... qui hồi vị trí cũ, mặt mày đằng đằng sát khí, dõng dạc: "Đéo nhậu với chúng mày nữa, ông ngủ". Và lăn đùng ra thảm, nửa phút sau, ngáy như sấm. Riêng khoản ngáy và nghiến răng, Cao Đông Khánh có thể so tài ngang ngửa với nhà văn Cao Xuân Huy. Khiếp, nếu chẳng may ban đêm bị nhốt chung phòng với hai vị này, chúng ta có rất nhiều khả năng thức trắng !

Một lần khác, trong quán nhậu, sau khi đã đổ vào bao tử chừng nửa tá Budweiser, Cao Đông Khánh đòi đọc thơ. Tôi can: "Trong quán, toàn bọn trẻ, chúng chả biết gì thơ với thẩn đâu, đọc làm quái gì". Người hùng tất nhiên không cho lời khuyên ấy hữu lý. Anh xiêu vẹo đứng lên, ngẩng mặt, khoa tay, bắt đầu "tra tấn" thiên hạ bằng cái chất giọng miền Nam rặc, đã mềm nhão hơi men.

Bàn bên cạnh, một đám trẻ nhìn qua. Có đứa lên tiếng: "Thôi đi ông ngoại, làm ơn ngồi xuống cho chúng con nhờ". Ông ngoại cụt hứng, ném tia nhìn Võ Tòng sát tẩu vào đám trẻ: "Có câm họng không, nhóc tì." Đấng nhóc tì bị chạm nọc, đứng bật dậy, xổ tiếng Đức ngọt lịm: "Fuck you, ông ngoại nói gì nói lại coi?" Tôi hoảng vía. Không xong rồi, dù từng xuất thân đầu đường xó chợ, nhưng sau mấy mươi năm văn không ôn võ không luyện, tuổi tác lại đã xấp xỉ ngũ tuần, chân yếu tay run, chỉ cần một nhóc tì vung nắm đấm, thì dù song thủ hợp bích, tôi với người hùng cũng sẽ nhanh chóng văng bắn ra cửa như hai bịch gạo rách! Trầm trọng hơn, tôi đoán chín mươi chín phần trăm trong thắt lưng của mỗi nhóc tì làm gì cũng có một con chó lửa, cương với chúng, rất nhiều khả năng về chầu ông bà ông vải, mang theo mấy hòn đạn chì trong người! Bèn vội vàng kéo người hùng ngồi xuống, rồi sà qua bàn các đấng nhóc tì, trổ tài thuyết khách. Đầu tiên, tôi gọi chủ quán đưa gấp ra một "xâu" bia mới, mỗi đấng một chai, kể cả tôi. Xong, tôi nâng chai hồ hởi: "Anh em cả mà. Ông bạn goa tửu lượng cóc cắn, say bét nhè nên phát ngôn bừa bãi, mặc mẹ thằng chả, lát goa đưa thằng chả về. Giờ, nhậu tiếp cái đã. Nào, mình nâng chai cùng một phát làm quen nhé." Không khí bớt căng thẳng, các nhóc tì chịu ngồi xuống, nâng chai. Cao thi sĩ dĩ nhiên nào đã chịu yên, hắn nhào qua, tiếp tục quậy. Tuy nhiên, dân nhậu vốn dễ cảm thông và đa phần đều hào sảng, rộng lượng. Sau khi tôi đã kết nghĩa đào viên được với đám trẻ, chúng dễ dàng chấp nhận trò chơi mới: chịu khó ngoan ngoãn ngồi nghe ông ngoại đọc thơ. Dứt bài, chúng cũng vỗ tay chí chát, cũng "Tới quá ông ngoại, cạn đi rồi tiếp tục ông ngoại", dù tôi biết tỏng, với khả năng tiếng Việt giả cầy của chúng, chửi tục hẳn không thua ai, nhưng nghe và hiểu thơ thì coi bộ... tuyệt vọng!

Tóm lại, trong Cao Đông Khánh có hai con người. Con người thi sĩ và một gã giang hồ. Con người thứ nhất, xin để văn học sử đánh giá, xếp loại. Tôi không đủ khả năng lượng định, dù tôi vẫn tin thơ hắn đã ghi dấu mốc cực kỳ quan trọng cho một giai đoạn của nền thơ ca Việt Nam, cả trong lẫn ngoài nước. Cao Đông Khánh tạo được cho riêng mình một bản sắc, một ngữ vựng, một phong cách. Thơ hắn không thể lẫn với bất cứ ai, từ trước. Điều ấy tưởng dễ dàng, lại hết sức khó khăn. Chúng ta vẫn thường thấy xảy ra trong văn học mỗi thời đại, mỗi giai đoạn, một số nhà văn nhà thơ cùng có với nhau một mẫu số chung, hít thở với nhau một bầu khí, sử dụng cùng nhau một loại ngữ vựng, chia xẻ với nhau một phong cách, cũng như thói quen chọn lựa rập khuôn một số đề tài sáng tác. Hầu hết những nhà văn nhà thơ này vì không có bản sắc riêng, họ dễ dàng bị thời gian đào thải. Chỉ số ít người vượt thoát được sự đồng dạng, đồng phục ấy, bằng tài năng vượt trội, bằng nỗ lực khai phá thực sự, mới tồn tại được.

Kẻ thứ hai, gã giang hồ trong Cao Đông Khánh, như tôi đã trình bày, là một tay chơi đúng nghĩa, một tên bạt mạng thượng thừa.

Vì cảm tình riêng, tôi lệch lạc nghĩ, con người thứ hai này quan trọng hơn, thắm thiết hơn,nghĩa tình hơn. Dù tôi hiểu rất rõ hai con người này luôn bổ túc, hỗ tương cho nhau, làm nên nhân cách người, cũng như nhân cách thơ Cao Đông Khánh.

Trong nghĩa ấy, Cao Đông Khánh và thơ và rượu, là một.

*

Chị Ngọc Anh,

cho tôi chân thành gửi lời chia buồn đến chị. Lẽ ra, tôi phải sang với anh ấy ngay khi nghe hung tin. Nhưng khổ nỗi, trước anh ấy một tuần, tôi cũng đã vào nhà thương vì "tai nạn" giống như anh ấy. May mắn, "tai nạn" của tôi không đến nỗi trầm trọng, tuy nhiên, sức khoẻ chưa hồi phục hẳn, đi xa, khó khăn quá. Không đi được, đành ngồi đây, gõ những dòng này, xin chị xem bài viết như nén tâm hương, tôi bùi ngùi thắp trước bia mộ anh.

Tôi vẫn còn nhớ rất rõ, trong nhiều trận nhậu, chị ngồi cạnh khi Cao Đông Khánh đọc thơ, thỉnh thoảng anh ấy vấp váp ngập ngừng vì quên. Chị nhanh nhẹn và nhỏ nhẹ nhắc chậm từng chữ, từng câu. Hình ảnh thực âu yếm, cảm động.

Hẳn nhiên, chưa có ai thuộc thơ anh ấy bằng chị, mê thơ anh ấy bằng chị. Và cũng hẳn nhiên, trân trọng yêu mến con người cùng tài năng của anh ấy bằng chị.

Thơ ca, văn học, nghệ thuật Việt Nam thành tựu, tồn tại đẹp đẽ như ngày hôm nay, một phần rất lớn, nhờ những người đàn bà, những người vợ như chị.

Cảm ơn chị, cảm ơn những người vợ nghệ sĩ đa phần bất hạnh nhưng cực kỳ trân quí, như chị... Chị đã "chịu đựng" anh ấy bằng tấm long thủy chung và rộng lượng của một người vợ yêu chồng. Cao Đông Khánh làm việc kiếm tiền dở, nhưng rong chơi lại rất giỏi. Mọi chuyện, từ kinh tế đến tề gia nội trợ, nuôi dạy con cái, một tay chị gánh vác!

Tôi lẩn thẩn nghĩ, hàng năm, ở mọi nơi trên thế giới, người ta thường tổ chức trao giải thưởng văn xuôi, thơ ca, hội họa, âm nhạc...cho những thành tựu xuất sắc của các tác giả. Lẽ ra, bên cạnh những giải thưởng này, phải có thêm một giải thưởng nữa, cho những đóng góp âm thầm của các bà vợ, như chị. Không có những bà vợ như chị, có lẽ những nỗ lực của các tác giả, sẽ gian nan hơn.

chết, sống

Giữa năm 2003 con gái thứ 4 của tôi đưa 2 con đến thăm ông bà ngoại.

Chở con bé đi mua vài cái linh tinh, lúc trở về, cho xe vào chỗ đậu, bỗng chóng mặt và ói. Cứ ngỡ đói bụng (buổi sáng chỉ uống cà phê, quên ăn) nên mới thế. Hai ngày sau lại tái diễn tình trạng trên, nhưng lần này nặng hơn. Con gái thứ 2 đến chơi. Vợ tôi bảo: Phải chở ổng vào nhà thương.

Đó là lần tai biến đầu tiên. Nằm viện một tuần, về nhà với nửa người bên trái bất khiển dụng. Nhưng vẫn còn đi được, dù, nói theo ngôn ngữ của một nhà văn, đi kiểu "chấm phẩy".

Tôi cao máu. Cao khủng khiếp. Một lần Đỗ Hữu Tài (con trai thiếu tướng Đỗ Mậu, tác giả Việt Nam Máu Lửa Quê Hương Tôi) đến chơi, thấy tôi mặt mày đỏ gay, đang ói mửa tùm lum, bèn chở vào bệnh viện. Bác sĩ chuẩn đoán, tôi cao máu đến độ khó tin, 230/140. Người bình thường chỉ khoảng 120/ 70. Tuổi lớn có nhích lên chút đỉnh, 130/80. Nếu vượt qua ngưỡng đó phải uống thuốc (suốt đời). Nếu cao trên 190 là phải bấm 911, vào hopital ngay, bằng không nguy cơ stroke sẽ có thể xảy đến.

Tôi uống thuốc tính đến thời điểm ấy gần 10 năm. Nhưng thửa đó tôi còn xung và liều mạng một cách rất… ngu! Thức khuya, dậy sớm, vẽ vời viết lách hăng tiết vịt, đánh đông dẹp bắc như cao bồi viễn tây Mẽo trên mu vi, thêm trò ăn nhậu say sưa bất cần thân thể. Tệ hại nhất: luôn quên uống thuốc, nếu nhớ, có khi dùng rượu đẩy thuốc xuống bao tử! Hậu qủa, bệnh cao máu chẳng những không khống chế được mà mỗi ngày mỗi nặng, dẫn đến tình trạng tai biến, như đã.

Chưa thấy quan tài chưa đổ lệ.

Đã thấy quan tài rồi, đã đổ lệ rồi, nhưng muộn quá. Từ sau ngày từ bệnh viện về, đi kiểu "chấm phẩy", tôi biết sợ, xa lánh men rượu và thuốc lá (trước, mỗi ngày 2 bao!). Khổ nỗi, dù đã uống thuốc chuyên cần bệnh cao máu của tôi coi mòi bất trị. Đã nhiều lần tăng "đô", đến mức tối đa, chả hiểu sao thuốc không còn tác dụng. Lại stroke, lại vào ra nhà thương như con thoi, lần 2, rồi lần 3. Từ đi kiểu "chấm phẩy", chuyển dần đến… hết đi, ngồi xe lăn cho nó… phẻ!

Do tai biến, cơ thể mất sức đề kháng, những mầm bệnh tiềm tàng bắt đầu ló dạng.

Đầu tiên là ung thư thanh quản (bởi hút thuốc?). Mỗi tuần 5 lần hóa trị và xạ trị. Kinh khủng, hai món ăn chơi này ai từng nếm qua hẳn biết, rụng tóc, cổ họng bị đốt cháy đen như cơm cháy, tuyến nước bọt do xạ trị làm hỏng vĩnh viễn tạo ra tình trạng khô cổ, môi nức nẻ, phải dùng một loại thuốc (nước miếng giả) nhấp và thoa môi liên tục. Đau khổ hơn, không ăn uống được bằng miệng, người ta phải đục lỗ ở khoang bụng, luồn ống nhựa vào bao tử, mỗi ngày cho chảy vào bụng 7 lon sửa dinh dưỡng (qua một máy tựa như máy chuyền nước biển, ròng rả suốt ba tháng, thời gian hóa, xạ trị và sau đó).

Đang điền trị (một kiểu… tra tấn!) như thế đến tuần chót (dự kiến: 7 tuần) thì huyết áp bỗng tụt thấp chưa từng, và máu trào ra từ miệng, từ hậu môn xối xả, ướt đẫm mặt nệm. Tôi hôn mê. Bấy giờ tôi đang ở nhà họa sĩ Nguyễn Đình Thuần (vì giận vợ, bỏ nhà đi hoang dù đang bệnh), ca sĩ Nhật Hạ đến thăm, thấy tình trạng quá đỗi nguy kịch, gọi 911 chở vào nhà thương và báo tin cho… hiền nội tôi. Nhiều bạn bè tháp tùng theo xe cấp cứu. Vũ Công Lý nhìn tôi trắng nhợt bất động trên băng ca, lắc đầu nói với Nhật Hạ: Không còn hy vọng, chuẩn bị hậu sự là vừa. Bác sĩ chuẩn đoán, phán: loét bao tử nặng (hậu quả của rượu chè vô độ?). Nội soi, mổ, khâu.

30 tết.

Tôi nghĩ những ngày cuối năm nằm trong bệnh viện buồn kể gì, bèn năn nỉ bác sĩ cho về. Ông thầy thuốc có mần thơ, hình như có thơ đăng trên Hợp Lưu, tờ báo do tôi chủ xị, nên quen, và vì quen, nể tình ok cho xuất viện.

Nửa đêm lại… trào máu. Vết khâu bỗng bung chỉ, vỡ. Lại bấm 911, lại vào nhà thương. Xui xẻo là ngay thời điểm đó một vụ bắn nhau ngoài phố làm nhiều "yên hùng" gục ngã chở vào phòng cấp cứu. Nơi này biến thành chợ… thịt, băng ca ngổn ngang, máu me vung vải, tiếng rên la ỏm tỏi. Bác sĩ, y tá phải lo cho đám này trước, tôi đành nằm chờ. Một giờ, hai giờ trôi qua, máu ra… gần cạn, tôi rơi vào hôn mê. Vợ tôi la hoảng.

Người ta chạy lại đưa tôi vào phòng mổ. Vợ tôi gọi bác sĩ Ngô Thế Vinh, một bạn văn, kể lể sự tình, vấn kế. Ông đốc tờ kiêm nhà văn này gọi hỏi tình trạng của tôi, được biết, tôi mất máu nhiều quá, chỉ còn 0.5, coi như hết đường binh. Dù người ta đã phải tiếp vào cơ thể tôi 5 bịch máu.

Hết đường binh thật, một bác sĩ từ phòng mổ ra, lắc đầu nói với vợ tôi, chúng tôi đã cố gắng nhưng sorry, bà chuẩn bị tinh thần. Bác sĩ Ngô Thế Vinh bồi thêm, nếu cứu được cũng sống đời thực vật thôi, máu cạn không lên não, coi như não đã chết.

Tôi chưa hết thở, người ta chuyển tôi vào phòng ICU, phòng chờ. Hoặc hồi sức, hoặc lên tàu, với dây nhợ chằng chịt và một ống cao su to tổ chảng đút vào cuống họng xuống phổi. tôi quá yếu không tự thở được, máy phải làm giúp. Tình trạng này kéo dài cả tháng. Ngày thứ 28, bác sĩ nói, sẽ rút ống. Nhứt chín nhì bù. Chà, canh bạc tử sinh. Y tá rút ống. Tôi vẫn thở. Cả phòng vỗ tay.

Bác sĩ Ngôp Thế Vinh bảo, y khoa phải xét lại, trường hợp Khánh Trường lạ quá, hắn vẫn sống và bình thường hơn cả người bình thường.

Thế đấy, quả tôi vẫn sống đến hôm nay, sau 20 năm. Não trạng không mảy may tổn thương, trái lại, hình như có vẻ... minh mẫn hơn.

So với một người không bệnh tật, tôi làm việc có thể gấp ba, bốn: Vẽ trên 150 bức tranh (dù mắt lưỡng thị và tay chỉ hoạt động được 30% do di chứng của stroker), 4 lần triển lãm, xuất bản 2 cuốn sách và mới đây cùng 2 bạn văn thực hiện bộ 44 năn VHVNHN, 7 tập, mỗi tập trên 700 trang, tổng cộng 4.900 trang. Dù đã thêm cả trăm lần vào ra bệnh viện, nusing home, 3 lần nữa lên bàn mổ, hàng nghìn mũi chích ghim vào cơ thể, hàng ký thuốc đã uống, và đã bốn năm nay, mỗi tuần 3 ngày đến clinic lọc máu (chạy thận).

Tôi vẫn chưa chết. Sống dai như đỉa.

Đã nói, chết, không dễ, với tôi!

Kiếp trước chắn tôi ác ôn côn đồ lắm. Tội nặng quá, phải sống để trả nợ. Nhân nào quả nấy. Ui cha!!!

chết,sống (nữa)

Năm nay tôi 72 tuổi. Bảy mươi hai năm làm người, trãi qua trùng trùng biến cố, từ lúc chào đời đến hôm nay ngất ngư trên chiếc xe lăn, nhưng vẫn sống, dù mỗi tuần 3 ngày lọc máu. Nghĩa là vẫn đủ tỉnh táo nhìn cuộc đời xoay vần chung quanh với đủ mọi cung bậc sáng tối, bổng trầm. Chưa đi được cũng có nghĩa phải tiếp tục tồn tại. Theo thuyết luân hồi, sống để trả nợ. Món nợ kiếp nào đó đã gieo.

Nhớ Phùng Nguyễn, một lần tái khám định kỳ , bs phán, "vẫn bình thường" (hắn bị bệnh tim, từng nghẽn mạch, đã nằm viện trước đó vài năm, để thông tim). Ra phòng chờ gọi DT bảo vợ đến đón. Trong căn phòng mát lạnh, vắng khách, hắn ung dung ngồi đọc báo. Vợ đến. "Về anh". Không trả lời. Vợ lặp lại, "Về anh". Vẫn không trả lời. Vợ đến canh, phát hiện hắn đã… đi. Một động mạch chính dẫn máu về tim bất chợt tắt tị. Hắn lên đường về miền tịch lặng. Nhẹ nhàng, chóng vánh.

Bạn bè bàng hoàng. Tôi cũng thế, nhưng nghĩ, đi như hắn coi bộ khỏe.

Những cái chết dễ, nhanh. Như ăn một bát cơm, uống một tách nước. Không khổ sở, vật vả. Không ồn ào, ầm ỉ. Tôi, và hẳn rất nhiều người nữa, mong như thế.

Nhưng xem ra khó được vậy.

Khó. Vì rất đông người khác chết không dễ tí nào. Lắm bè bạn ra đi trước tôi, tên nào cũng chết thật cực. Mới đây một tên vừa ra nghĩa trang, nhưng trước đó nửa tháng hắn đã nằm như cây thịt vô tri trong ICU, chờ người thân cho phép rút ống. Khổ, hắn chỉ có một cô em duy nhất ngụ cư ở tiểu bang khác, muốn về quân Cam, nơi hắn đang nằm, phải mất 4 giờ bay, phải chạy tiền mua vé, lộ phí ăn ở (cô này nghèo tận mạng, có một anh chồng nát rượu quanh năm thất nghiệp và hai nhóc tì), tiền bạc luôn trong tình trạng thiếu trước hụt sau, kiếm nghìn bạc coi bộ khó. Kiếm được, lại phải xin phép hãng xưởng nơi cô đang lao động. Vì thế khi cô về được quận Cam, chỉ để làm một động tác duy nhất, gật đầu, say yes khi bs hỏi cô có bằng lòng cho chúng tôi rút ống? cũng mất mười lăm ngày.

Theo cách hiểu bình dân của Phật tử thì gieo nhân nào gặt quả đó. Cầm chắc ở một tiền kiếp nào đó tôi từng đánh què chân thằng… tình địch, kiếp này ngồi xe lăn. Vợ tôi trong kiếp ấy bỏ anh nhân tình bị tôi đánh què chân chạy theo tôi, một công tử con nhà giàu đẹp giai chả kém Phan An Tống Ngọc, học giỏi, đờn hay hát ngọt, nên rất… chảnh. Quả báo: kiếp này lấy tôi làm chồng, một tên chồng vô tài bất tướng, ăn hại đái nát, lại què, thêm tội nghèo và ngu…. Ôi cái luật nhân quả, sao mà công minh và khắc nghiệt.

Nói vậy thôi chứ quả thực chết khó lắm, ít nhất với tôi.

Năm mười một tuổi nhìn thấy bọn oắt con cùng lứa nhảy xuống sông bơi như rái, tôi ước được thoải mái vẫy vùng trong nước như chúng. Muốn thế tất phải biết bơi. Một hôm tôi cuốc bộ đến khúc sông vắng, gần cửa biển, cách xa bến đò lúc nào cũng tấp nập người. Tôi chọn nơi này vì có lần ngang qua, đứng trên bờ tôi thấy rõ đáy sông. Nghĩa là rất cạn. Tập bơi chắc chắn an toàn. Tôi cởi quần áo vất trên cỏ, lội xuống. Cạn thật, chỉ ngang ngực. Tôi khoái chí khoa chân múa tay và một cách không chủ ý tôi lần ra xa bờ. Bỗng bước chân hụt hẫng. Đáy sông vụt sâu bất ngờ. Tôi chới với quẫy đạp loạn xạ. Nhưng khúc sông gần cửa biển, nước chảy siết, càng quẫy tôi càng trôi ra xa, và chìm. Dĩ nhiên tôi tha hồ uống nước, cũng dĩ nhiên cái chết ập đến cận kề. Tri giác mất dần. Tôi chỉ lai tỉnh trên vệ cỏ ven sông hơn 10 phút sau. Người cứu tôi là một anh bán kẹo kéo. Anh đã nhảy xuống kéo tôi vào bờ khi đẩy chiếc xe đạp có thùng kẹo kéo phía sau ngang qua, thấy tôi vẫy vùng chới với, chìm dần giữa dòng sông. Tuy không biết hô hấp nhân tạo, nhưng anh đã thực thi đúng bài bản đã từng nghe, là cầm hai ống chân nạn nhân nhấc lên cao, dốc ngược đầu cho nước trào ra từ miệng. Quả thực tôi đã hồi tỉnh khi lượng nước đã uống được thải ra ngoài. Ân nhân đầu tiên của tôi. Không bao giờ tôi có dịp gặp lại. Sáu mươi năm trôi qua, bao nhiên biến thiên, anh đã chết hay vẫn còn sống?

Sau này tôi cũng đã không ít lần suýt chết chìm, không phải bởi những lòng sông mà bởi… lòng dạ đàn bà, nông sâu khó lường!

Ôi lòng sông và lòng dạ đàn bà. Y chang.

Năm mười hai tôi được một "nàng" hơn tôi 2 tuổi rủ ra biển… chơi. "Nàng" đưa tôi một viên xí muội, bảo tôi ngậm. Giữa mênh mông cát vàng và lồng lộng trời sao, cùng tiếng sóng vỗ bờ từng nhịp êm ả, "nàng" nói huyên thuyên đủ mọi chuyện. Từ chuyện học hành, thầy này cô nọ đến chuyện xi nê có người hùng Gary Cooper hai tay hai cây súng mạ vàng quay tròn như chong chóng. Từ Lục Vân Tiên, "khoan khoan ngồi đó chớ ra, nàng là phận gái ta là phận trai" đến "dừng chân đứng lại trời non nước, một mãnh tình riêng ta với ta". Đến một lúc "nàng" bỗng chuyển đề tài, đổi luôn "tông", thủ thỉ: "T muốn… hun V không? cho đó" Tôi nghệch mặt ú ớ. "Nàng" dạn dĩ kéo tôi lại gần, hun trên má tôi và cầm tay tôi ấn xuống… hang cua của nàng. Chưa kịp biết nó mềm cứng ra làm sao, tôi hoảng, vùng dậy chạy băng qua bãi cát rộng, lao sang hè đường bên kia trên mặt nhựa rộng. Một tiếng rít dài, vật cứng gì va mạnh vào lưng, tôi ngã, lăn lông lốc mấy vòng. Đau suýt ngất. Dù chiếc xe tải thắng kịp, cú va chạm vẫn khiến lưng tôi muốn gãy.

Lần đầu tiên tôi suýt chết dưới bánh xe tải, chỉ vì… nhi nữ! Gái thập tam nam thập lục. Quả, "nàng" đã trổ mòi rí ré, tôi còn ngẩn tò te chuyện gái trai nhăng cuội. Phải chi chuyện xảy ra năm bảy năm sau. Chắc chắn chả có xe tải nào sém cán nát thây, và "nàng" rất có nguy cơ "tàn một kiếp huê".

Năm 21 tuổi, tôi và đồng đội phải vượt qua một ngọn đồi, xuống đồng bằng trước khi trời tối. Ngọn đồi khá cao, không có cây lớn nhưng um tùm bụi rậm mọc ra từ những kẻ đá, và rất dốc. Chúng tôi di chuyển chậm chạp, phải níu từng bụi cây, bám từng mỏm đá leo lên. Vô ý là té ngã, là lăn lông lốc xuống phía dưới, không thể gượng lại được vì sức nặng của trên dưới 60kg gồm súng đạn, vật dụng tùy thân. Nếu không bể đầu chết tốt cũng cầm chắc gãy tay què chân do va phải những tảng đá chập chùng ngổn ngang. Tôi đi đầu, theo sau là tiểu đội khinh binh. Đến một mỏm đá, tôi đảo mắt tìm bụi cây bám leo lên. Đây rồi, một lùm cây nhô sa từ kẹt đá, tôi nhanh nhẹn vói tay níu một cành. Trong sát na, chả hiểu sao tôi đổi ý, thay vì níu cành bên phải, tôi lại chụp nhanh cành bên trái, xa hơn tầm với nửa gang tay. Bị động, "cành" bên phải vụt phóng nhanh về phía sau, biến mất trong bụi rậm. Thì ra đó là một con rắn lục, màu da của nó không khác gì thân cây xanh. Loại rắn này cực độc, ai bị nó cắn, cầm chắc chỉ 15 phút sau là "du địa phủ". Nếu tôi không đổi ý trong tích tắc, nếu tôi nắm phải thân con rắn lục. Chắc chắn sẽ được nó tặng cho một lượng nọc độc, đủ để lên đường ra mắt tổ tông hay rơi xuống, đầu va phải một mỏm đá nào đó.

Cái chết, sự sống chỉ cách nhau nửa gang tay!

Năm 23 tuổi, ở mặt trận Tây Ninh, súng nổ như vải đậu chung quanh, tôi cùng một chuẩn úy mới được điều về, đứng trên một gò mối hò hét điều quân. Bỗng một viên B40 từ bìa rừng bay tới, xớt gọn đầu viên chuẩn úy, đứt lìa, lăng long lóc vào đám cỏ lau. Máu từ cần cổ phun ra, bắn tung tóe khắp người tôi. Nếu quả đạn bay chệch nửa sải tay về phía tôi?

Cái chết, sự sống chỉ cách nhau nửa sải tay!

Không lâu sau đó tôi bị chôn dưới hầm sâu ngót một tiếng đồng hồ do bị pháo, hầm sập, ở mặt trận Hạ Lào. Một viên trung sĩ nhất bị tấm "ri" trện nóc hầm xắn xuống, cắt thân thể làm đôi. Gã trung sĩ nhất đã chết thay tôi. Trước đó 20 giây tôi đã nhích vào nhường chỗ cho gã ngồi. Hình như tôi đã kể chuyện này năm bảy tháng trước.

Cái chết, sự sống chỉ cách nhau một chỗ ngồi!

Còn nhiều nữa những lần thoát chết suốt bảy năm làm lính tác chiến trong binh chủng Nhảy dù.

Hai mươi năm trở lại đây, tuy đã không còn là lính từ lâu, nhưng tôi vẫn cận kề cái chết nhiều lần, do bệnh tật.

chuyện báo bổ

Đã gần 40 năm tôi không còn ăn nằm với báo bổ, giờ thỉnh thoảng nhớ lại vẫn ngạc nhiên tự hỏi sao ngày ấy tôi làm được những chuyện… trời ơi như đã, lại làm trường kỳ, dai dẳng những mười hai niên.

Mười hai niên! Ngày khởi đầu, con gái út của tôi mới ra đời. Khi tôi giã từ tờ báo, con bé đã vào trung học. Thời gian vùn vụt như tên bắn. Ngày nào còn hung hăng tả xung hữu đột, vừa viết lách vẽ vời, vừa ăn nhậu mù trời, thế mà giờ đây đã là một ông già hom hem, tay chân lọng cọng, mắt mờ tóc rụng, mỗi ngày phải nuốt 16 viên thuốc , mỗi tuần 3 ngày dậy từ 4 giờ sáng chờ xe đến chở vào bệnh viện chạy thận, cốt duy trì hơi thở hầu tiếp tục trả nợ đời. Khổ nhất là chả thể làm được chuyện muốn làm, từ sáng đến tối loay quay trong chiếc xe lăn, tới lui quẩn quanh từ phòng ngủ ra phòng khách, và ngược lại. Bè bạn đôi tên còn nhớ, thỉnh thoảng ghé thăm, vài lời động viên, vài an ủi cho phải đạo, rồi đi, chúng còn bao nhiêu việc phải lo, bao nhiêu hệ lụy phải tính, bao nhiêu vui buồn phải vào cuộc. Một ông già tật nguyền, một món đồ phế thải, vướng sâu, ích gì?!

Già, sinh tật. Cái tật lớn nhất là hay nhớ tích xưa, và hay dông dài chuyện nọ xọ chuyện kia. Ngày nhỏ các thầy dạy văn thường phê: "lạc đề" mỗi lần đọc phải một bài luận đầu ngô mình sở, chả đâu vào đâu. Thầy biểu tả con mèo thì trò dông dài từ con gà con vịt, con chó, con heo, bà ngoại ông nội linh tinh vài ba trang trước khi "mẹ em mới mua một con mèo để bắt chuột, vì nhà em có nhiều chuột". Con mèo chỉ xuất hiện vỏn vẹn một dòng, em còn lang bang tả… con chuột, loài gặm nhấm hôi như… chuột chù! Ôi, gặp phải một bài luận văn như thế, rộng rãi cách mấy thầy cũng đành cho 03 điểm là cùng!

Nhưng tôi đang muốn nói chuyện báo bổ kia mà! Lạc đề rồi! Xin lỗi.

Tôi sang Mỹ năm 1986. Làm báo với Du Tử Lê và vài tờ báo khác một thời gian trước khi tự mình ra riêng một tờ báo, có tên Thời Nay. Bán nguyệt san. Qui tụ những cây viết… trí thức: Phạm Công Thiện, Phạm Việt Cường, Trần Ngọc… Tờ báo nửa nạc nữa mỡ. Bên cạnh những bài thơ, tiểu luận rất… Phạm Công Thiện, truyện dịch rất cao giá của Phạm Việt Cường… là những mục xe cán chó rất…. nhảm nhí. Bào ngư vi cá nem công chả phụng dọn chung với cà pháo, mắm khô quẹt. Thế nhưng tờ báo sống được, một phần thuở đó truyền thông, báo chí Việt Nam hải ngoại không nở rộ như bây giờ (bây giờ, 8 đài tuyền hình, hàng chục đài phát thanh, hàng trăm tờ báo lớn nhỏ, chưa kể hà rầm báo trên trời), phần khác, độc giả còn rất thèm đọc chữ Việt, bất cứ xấp giấy nào in bằng chữ Việt là có quảng cáo. Có quảng cáo, có tiền vô. Tiền, nuôi sống bọn viết chữ, trả được tiền in. Nhưng (lại nhưng!), qua 8 số báo, về vật chất ok đấy, khổ nỗi, tự ái… trí thức bị đấm mấy quả đau.

Các ngài chủ tiệm, chủ chợ chê bài của họ Phạm… borring quá, truyện dịch gì… trời đất như truyện cung trăng, khảo cứu gì khô như rác… Sao không có mục Điểm phim Hồng Kông, Giới thiệu ca sĩ, Truyện dài Quỳnh Dao, truyện Cậu Chó, Chú Tư Cầu của Lê Xuyên, và bình luận thời cuộc: phe ta sẽ một ngày trở về giải phóng quê hương, bọn cộng sản tham tàn sẽ trở lại rừng với cái nồi ngồi trên cái cốc… Họ ra lệnh, phải thay đổi nội dung, nếu không, rút quảng cáo! Thế đấy, bèn ra cái điều khí phách sĩ diện "thà chết chứ không hề lui". Dẹp tiệm, gom góp tiền của mần tờ Hợp Lưu.

Cũng có nghĩa, thời kỳ thương khó bắt đầu!

Lúc bấy giờ tôi được các nhà xuất bản ở hải ngoại thương, có thể nói gần 80% sách ra lò đều do tôi trình bày bìa, chưa kể logo, poster, tranh, chân dung… Thu nhập khá, nhưng lo cho gia đình thì ít mà đàn đúm bạn bè hàng quán thì… vô độ. Lại nữa, tiền in, phí tổn điều hành mỗi số báo ngốn hết 3.000$. Giấy xanh Mẽo quốc đàng hoàng. 3.000$. Cách đây 30 năm, nào phải chuyện chơi! Anh chị em ở xa thỉnh thoảng rót về một ít, nhưng như muối bỏ biển, chả thấm vào đâu. Rốt cuộc vẫn phải một mình một ngựa.

Một mình môt ngựa quán xuyến tất cả. Tiền bạc in ấn, phát hành, đánh máy, layout bài vở, thư tay (bấy giờ email chưa phổ biến) xin bài, đọc, chọn, sáng tác… Báo hai tháng một số, dày 240 trang. Các bạn làm báo ngày nay sẽ ngạc nhiên, chỉ chừng ấy trang, những 2 tháng là nghĩa làm sao, một ngày làm nửa giờ à. Lề mề quá. Không thể so sánh chiếc xì bo 2000 phân khối vun vút 90 miles/giờ trên xa lộ thênh thang với chiếc xe bò cọc cạch miệt Giồng Ông Tố được. Mỗi ngày tôi phải tốn chí ít cũng 7 tiếng, có đêm rị mọ đến 2, 3 giờ sáng, suốt 2 tháng mới ra lò nổi một quyển báo đẹp đẽ về hình thức, hay ho về nội dung, như đã, ròng rã mười hai năm! Hôm qua Nguyễn Hữu Hồng Minh từ trong nước email cho tôi nói, chưa có một tờ báo nào của hải ngoại cũng như nội địa vào thời điểm đó đẹp, sang trọng và phong phú, giá trị như Hợp Lưu. Tôi biết bạn ấy đã cường điệu cho tôi vui. Tuy nhiên cũng phải công tâm nhận xét, tờ báo đã làm được vai trò một diễn đàn văn học tốt. Tốt. Chừng ấy thôi, đủ an ủi, và giúp tôi mỗi lần nhớ lại, đã không ân hận từng tiêu phí một quảng đời dài cho chuyện… trời ơi!

Nhắc đến nội dung tờ báo. Lắm chuyện nếu các bạn không từng "ở trong chăn", sẽ không thể hình dung được.

Đơn cử một vài chuyện trong hàng trăm chuyện.

Có lần tôi nhận được truyện ngắn của một tay viết trẻ. Truyện nửa Việt nửa Mỹ, sai chính tả, cú pháp be bét. Nhiều chữ viết bằng tiếng Việt nhưng đọc đi đọc lại nhiều lần tôi vẫn không hiểu nghĩa, tôi thư hỏi, tác giả sorry, bảo rằng không biết tiếng Việt viết thế nào, và giải thích bằng tiếng Anh. Tôi đã định vứt vào sọt rác, nhưng ý truyện hay quá, bèn thư cho tác giả, nói hãy viết bằng tiếng Anh đi, tòa soạn sẽ có người dịch sang tiếng Việt, nhưng tác giả hồi âm: cháu muốn viết bằng Việt ngữ, viết văn bằng tiếng Việt mà dùng Anh ngữ, kỳ quá. Chú giúp cháu, cháu đang học tiếng mẹ đẻ, muốn viết bằng tiếng Việt. Lý do rất chính đáng và… cảm động. Tôi bèn thở dài, thức khuya, hì hục đọc đi đọc lại bản thảo, nắm được ý rồi… xây lại một bản văn tươm tất dựa trên đống xà bần ngổn ngang đá cát của tác giả.

Một trường hợp khác, tác giả cũng rất trẻ, tuy không sinh ra ở Mỹ nhưng lớn lên, hấp thụ nền giáo dục bản địa, tiếng Việt tự học, tuy khá nhưng chính tả thì ôi thôi, trời sợ. Nhưng tay này rất thông minh. Dấu hỏi, ngã trong tiếng Việt với một cậu ấm 80% Mỹ, quả là… rắc rối. Cậu ấy bèn sáng chế ra một dấu nghiêng nghiêng lửng lơ, đọc thành ngã, ok, mà đọc thành hỏi cũng được. Thế là chủ bút, tùy trường hợp, khi đánh máy sẽ tha hồ cho hỏi hay ngã tùy hiểu biết của mình. Buồn cười.

chuyện in ấn

Xưa, trên dưới 10 năm về trước, in ấn không dễ như bây giờ. Ngày tôi xuất bản tạp chí Hợp Lưu – đã ngót 30 niên - đa số tác giả, nhất là những vị lớn tuổi, thường viết tay, vị nào chữ đẹp, cẩn thận đỡ khổ cho chủ bút, vị nào chữ tháu, chú thích vòng trên, dưới bằng đủ loại ngôn ngữ (Tây, Mỹ, Đức, Tàu – riêng loại chữ của người anh em "núi liền núi, sông liền sông" với Giao Chỉ quốc, tôi phải lặn lội lên phố Tàu trên Los nhờ một ông thầy Tàu văn hay chữ tốt viết lại cẩn thận bằng bút lông to chần dần, về, thu nhỏ nhiều lần bằng photocopy cho vừa size chữ in, rồi cắt dán vào bản thảo đã đánh máy) -, có cả tiếng.... Mường như của nhà ngôn ngữ học Nguyễn Bạt Tụy chả hạn) và xóa sửa, viết thêm ngoài lề vô trật tự, ôi thôi chủ bút chỉ biết khóc ròng. Ngày ấy nghèo, chạy tiền in đã ngất ngư, làm gì dư giả thuê đánh máy, nên chủ bút phải kiêm luôn đả tự viên (kiêm luôn nhiều chức: nhân viên kỹ thuật, layout, vẽ vời trang trí. Nhân viên trị sự, mang bản thảo đi in, lấy báo về, vô bao bì, dán nhãn tên độc giả mua dài hạn, rập tem, chở ra bưu điện. Nhân viên vệ sinh, quét dọn đổ rác garage- coi như tòa soạn... Nói chung, một mình một ngựa suốt 12 năm, gần bằng thời gian nàng Thúy Kiều ba chìm bảy nổi!

Chỉ riêng khoản layout (dàn trang) cũng gian khổ tắt thở: đánh máy xong sang ra đĩa chạy đến một chuyên viên nhờ (có trả tiền) in ra những tờ "sớ" dài ngoằng cả thước, ướt nhẹp nồng mùi mực, đợi khô mang về cắt thành từng mảnh vừa với khuôn báo, dán vào, cuối bài thừa giấy nhiều thì lựa bài thơ nào ngắn, vừa khổ ịn vô, thừa ít, chạy một quảng cáo sách mới xuất bản của anh em chả hạn... Riêng thời gian layout cũng phải mất tối thiểu 2 ngày cho 240 trang báo.

Chưa kể phải chạy tới lui như con thoi xem nhà in có sai trật gì không.

Trước 1975 tôi từng ghé các tòa soạn ở Sài Gòn, nhìn cảnh "bôn ba" của thầy thợ một tờ báo, đã ngao ngán tự nhủ sẽ chẳng bao giờ đi vào cái nghề này, vất vả quá. Nhưng đúng là "ghét của nào trời trao của đó", ma đưa lối quỷ dẫn đường có lẽ, ra hải ngoại tôi rơi ngay vào cái nghề "trời đánh" này! Tuy ở xứ văn minh, khoa học kỹ thuật hàng đầu, nhưng vào thời điểm đó, việc in ấn cũng lắm nhiêu khê, so với VN trước 75, không khá hơn bao nhiêu, nhất là tại các nhà in nhỏ, do người Việt làm chủ.

Ngày nay, sự hiện đại của in ấn, nếu là kẻ "ngoại đạo", sẽ không thể nào hình dung nổi, vì cứ như chuyện giả tưởng. Công ty Amazon có cả một hệ thống in ấn đặt tại hầu hết các thành phố ở Mỹ cũng như những quốc gia phương Tây. Một bản thảo gửi đến công ty bằng email khi đã hoàn tất mọi khâu từ layout đến bìa, kích cở. Công ty nhận, kiểm tra xem có đúng với yêu cầu kỹ thuật không. Nếu ok họ sẽ cho in ngay. In bằng cách nào? Các bạn có thể tưởng tượng được chăng? Họ lên máy cái bản thảo đã nhận, bấm vài nút bấm, máy chạy, chỉ vài phút sau, một cuốn sách với đầy đủ bìa ruột màu mè đóng cắt đúng kích cở đâu ra đó thòi ra. Đẹp, từ trong ra ngoài, trang chữ rõ ràng, bìa đúng tiêu chuẩn, đóng cắt chất lượng. Muốn in từ 1 đến 1.000.000 bản, không thành vấn đề. Chỉ một nút bấm, xong ngay. Cho nên không cần kho chứa, cũng không cần gửi hàng từ trung tâm. Bạn ở Pháp, Đức… muốn in Amazon? Chỉ cần gửi bản thảo qua email, họ sẽ nhận, chỉ thị cho hệ thống tại nước sở tại, thế là sách được in liền, cho tác giả tại ngay địa phương (cho nên không lạ khi thấy Nao Dao nhận sách in xong trước nhà xuất bản ở Mỹ, vì sách của chàng được in qua một chi nhánh của Amazon ngay tại thành phố ND đang ngụ cư. Trường hợp này cũng tương tự như sách của Nguyễn Vy Khanh, tôi nhận sách trước tác giả vì Amazon cũng có một chi nhánh tại quận Cam, nơi tôi đang thở). Quả, chuyện in ấn bi chừ dễ như... hun người iu.

chuyện vẽ vời

Sau tháng 4/75, tôi đói. Đang làm ở một công ty quảng cáo, đó là một cơ sở đình đám, thiết kế và thực hiện mọi quảng cáo của tư nhân, doanh nghhiệp lớn nhỏ (trên màn ảnh các rạp chiếu phim, 168 tuyến đường xe bus nội đô, các biểng lớn dọc xa lộ, trên mặt tường tầng cao các building.... Công việc của tôi khá... danh giá: suy nghĩ và sáng tác những mẫu quảng cáo sao cho đẹp, ấn tượng để các tay thợ vẽ phóng lớn – thuở đó chưa có chuyện in ấn hiện đại như bây giờ, mọi công đoạn đều làm bằng tay -. Những vị lớn tuổi hẳn từng nhìn thấy hai tấm pano gắn hai bên hông xe bus các tuyến nội thành, chả hạn bột ngọt Vị hương tố, với nồi lẩu bốc khói, đấy, của công ty chúng tôi), thì công ty đóng cửa, tôi, như mọi nhân viên khác về nhà cùng vợ... chăn lũ nhóc. Một thời gian đói quá, bèn xách chiếc hona dame gà tàng ra đường gia nhập hàng ngũ xe ôm. Nhưng khổ nỗi, do sỉ diện hảo, tôi sợ người quen nhìn thấy nên chả dám đậu xe một chỗ chờ khách mà cứ chạy lòng vòng khắp phố tìm mối. Rốt cuộc hao xăng, mối lái họa hoằng mới có. Tiền không có mua gạo, ở đó mà xe với pháo, cuốc bộ cho nó... khỏe! Khuya về nhà vợ hỏi, thở dài, lỗ nặng, khách thì ít mà tiền xăng lại nhiều. Suốt nhiều tháng cơm trộn bobo, rau luột chấm nước mắm... chay (không có tiền mua nổi mấy trái ớt, vài củ tỏi!). Còn nhớ một hôm vớ được tí tiền rủng rỉnh bèn chở thằng con đầu đi ăn phở.

Của đáng tội, thằng nhỏ nhìn miếng gầu tươm mỡ thèm quá, gắp, nuốt trọng, mắc nghẹn trợn trắng. Nhìn con, hiểu sự thể tại sao, tôi ứa nước mắt, ăn không nổi tô phở, dù bụng đói và món ăn quá ngon, với tôi, lúc đó.

Một tên bạn ghé chơi, nhìn gia cảnh tôi quá tồi tệ, bèn mách nước: Tao thấy mấy tiệm vẽ chân dung làm ăn khấm khá, mày có tay nghề, sao không mở tiệm, tao nghĩ mày làm được. Ừ nhỉ. Tạo sao không? Dùng lon sửa bò đổ đầy dầu phụng, xe vải rách làm tim, đốt, kê ba cục gạch cao hơn lon sửa bò, trên úp một nồi đất. Để "ngọn đèn" (tôi hay đùa với vợ: ngọn đền thần Aladin) cháy suốt đêm, sáng ra lật nồi cạo lớp khỏi dày cui bám đáy nồi. Thế là có bột đen. Lấy ruột bút bi hết mực, ống anteng gãy, vào tiệm hớt tóc xin tóc, rồi rút vào, đập dẹp, làm cọ. Có đủ đồ nghề, nhưng tiền đâu mua giấy vẽ, sơn, đóng khung? Vợ xì ra mấy chỉ vàng cắc củm từ đời nảo đời nào, bán, đủ tiền mua vật liệu, lại đặt cọc được tiền thuê nhà mặt phố (đàn bà, hay thực, và cũng đáng nễ, đáng sợ quá thể! Đói rả họng nhưng nhất định không chi, chỉ để đến lúc tối cần mới mở hầu bao.) Bèn vẽ. Tìm hình mấy tài tử, ca sĩ đông tây và Việt Nam phóng lớn năm mười tấm, lộng kiếng, khung khám bảnh chọe. Có "vốn" rồi, ra phố tìm thuê mặt tiền, chỗ đắc địa.

Vậy đó, bỗng nhiên trở thành… giám đốc một studio… hội họa! Cuộc sống thay đổi nhanh chóng. Tôi tài cán không bao nhiêu nhưng được cái khéo tay. Vẽ giống và đẹp như… chụp. Đen trắng, màu nước, mực tàu, sơn dầu…. Chơi láng. Tiếng lành đồn xa. Khách hàng nườm nượp. Lại bày đặt mở thêm lớp dạy vẽ, mỗi ngày hai lớp (sáng, chiều), mỗi lớp không dưới 30 học viên. Có tiền, có tiếng(!), sinh tật, bạn bè ăn nhậu mút chỉ. Có bận studio của tôi mở cạnh nhà hàng Mỹ Lệ Hoa đường Trần Hưng Đạo, tôi "mua đứt" nhà hàng này, gần như chiều nào cũng tụ tập chè chén. Tên nào khố rách áo ôm, đói, vào nhà hàng xơi, xong, nói với chủ nhân, ghi cho kt, là có thể ra về ung dung.

Chiều tôi sang thanh toán đủ. Và gái gú, ui cha, hà rầm! Có một con bé Tàu, đẹp, nhà ở Chợ Lớn, giàu, tiếng Việt lơ lớ, học vẽ, để giết thì giờ chờ đi theo diện chính thức, cù tôi, hứa sẽ lo cho tôi từ A đến Z nếu tôi chịu làm… chồng! Tôi bèn sắm khuôn mặt của một phó thường dân bị công an vồ vì vượt đèn đỏ: Qua iêu nị, nhưng qua đã có zợ… Thui đành hẹn nị kiếp sau! (Bài con cá này xem ra khá phổ biến của những tay sở khanh rắp ranh chạy làng!!!) Chả biết bây giờ em ở đâu. Bóng chim tăm cá! Sorry. Lời xin lỗi muộn sau gần bốn thập kỷ!

Dông dài quá. Trở lại chuyện chính.

Hội họa cũng tương tự nhiều ngành nghệ thuật khác, có tiếng, có tiền chưa hẳn đã hay. Nhạc máy nước (từ hiện nay: nhạc thị trường) được cả trăm triệu dân Giao Chỉ ca cẩm mọi lúc mọi nơi, nhưng cũng chỉ là nhạc… thị trường, sẽ đi vào lãng quên. Trong lúc những nhạc sĩ tài danh, sáng tác của họ hẳn nhiên có giá trị lại chỉ được một số nhỏ ưa thích. Tôi từng "nổi tiếng" là một họa sĩ vẽ đẹp, nhanh, đa dạng. Nhưng thật thà mà nói, cái vẽ của tôi không khác nhạc thị trường. Chả phải vì ham tiền ham tiếng tôi bỏ quên nghệ thuật để chạy theo thị hiếu đâu, chỉ giản dị, tôi bất tài, không làm nổi chuyện lớn, đành quẩn quanh với những chuyện nhỏ. Tôi đủ sáng suốt và liêm sỉ để nhận ra điều đó.

Trong văn chương cũng thế, một cuốn sách nhiều người tìm đọc, một tác giả nhiều người biết, chưa hẳn là một tác phẩm giá trị, một tác giả lớn. Ngày xưa tôi quen một trự viết báo ngày, anh ấy tả một chàng trai quê muốn cầm tay nàng thôn nữ, nhưng qua tám kỳ báo, chàng nhà quê vẫn chưa cầm được tay nàng. Anh bạn tôi cứ rề rà kiểu: Cô ba nè, nghe nói ông hội đồng Nhiều mới cưới vợ ba, thiệt hôn cô ba? Hổm rày ruộng ông Tám đờn cò khô cháy, thấy mà héo ruột. Bà Năm chợ Lách mới cất được cái nhà to đùng, coi bộ khá đa. Nghe bọn nhóc nói tối hôm qua cô Sáu con ông Tư xóm Miễu uống thuốc rầy tự tử phải chở bệnh xá huyện... Độc giả thư về tòa soạn, sốt ruột. Tác giả cười, cho nó nắm tay rồi linh tinh các cái, hết chuyện, lại mắc công tìm đề tài, viết cái khác. Chi bằng cứ lang mang, thỉnh thoảng đá vào vài màn cụp lạc, độc giả sốt ruột vẫn phải theo. Ăn tiền! Viết như thế hẳn đông độc giả đấy, nhưng có phải là tác phẩm nghệ thuật không?

chuyện viết lách

Mười 16 tuổi tôi phải lòng một em cùng lớp, muốn viết thư tỏ tình nhưng loay hoay mãi cả tuần vẫn chưa són nổi vài dòng ra hồn. Viết, xé, viết, xé.. tập vở trăm trang mỏng gần hết mà lá thắm vẫn lơ lửng trên cành, tờ thư bày tỏ nỗi lòng vẫn trắng một màu… tang! Tôi lật tìm trong tủ sách bố những cuốn tiểu thuyết của các nhà văn, từ thấp đến cao, những mong sẽ tìm thấy một lá thư tình mùi mẫn hầu cọp dê vài câu, sửa đổi đôi chút, thành của mình, gửi nàng. Một tuần rồi nửa tháng qua đi, tập vở trăm trang còn hai tờ cuối cùng, bản trần tình tình yêu vẫn nằm trong mơ ước! Từ đó tôi hiểu ra tại sao chả bao giờ tôi được điểm trên trung bình trong những bài luận văn. Tôi học dốt, điều này khỏi bàn cãi, biện minh, nó… tất nhiên như luật tuần hoàn của trời đất, hết mưa lại nắng, hết đông sang xuân! Nhưng có lẽ dốt nhất là môn văn. Tôi đọc và biết Đặng Thế Phong sáng tác nhạc phẩm Giọt Mưa Thu bất hủ vào năm 16, nhiều vị thi sĩ, văn sĩ đã có tác phẩm đăng báo hoặc in thành sách những năm còn ngồi ghế trung học. Sao họ giỏi đến thế. Nghĩ thân, nghĩ phận, phát rầu!

Thế mà lớn lên bỗng trở thành… nhà văn. Lạ! Cứ như chuyện Tây Du.

Khi trở thành nhà văn, tôi lại phát hiện ra nhiều điều thú vị.

Điều thứ nhất và quan trọng nhất, đừng nghe lời khuyên của mấy thầy cô dạy văn hồi còn trung học. Viết phải câu kéo đâu ra đó, chủ từ, động từ, túc từ, trợ từ… gì đó linh tinh, rối rắm. Làm bản báo cáo thường niên để tường trình lời lỗ cho công ty thì áp dụng những bài học vỡ lòng ấy, tốt. Nhưng khi làm văn, thử viết một câu đúng boong như các thầy cô dạy mà xem, borring, chán không chịu được. Một cách nào đó, viết văn như nấu nướng. Không phải cứ thực phẩm đắc tiền, tươi tốt là cook được món ngon. Thức nào cho vô nồi trước, thức nào sau, nêm nếm làm sao, thịt này phải ướp hành, thịt kia phải riềng, thịt nọ phải sả…. và muối, nước mắm hay ruốt, chao, tương hột… Lại còn lửa củi to nhỏ, lâu mau… Hàng trăm phụ tùng tưởng chừng râu ria này lại giúp món ăn trở thành ngon, dở. Các tay đầu bếp trứ danh hẳn rành lắm chuyện này.

Điều thứ hai, đừng tham, tiếc. Hai mươi năm trước tôi quen một anh bạn mới từ Việt Nam sang. Chưa có việc làm, rảnh, anh bèn đốt thì giờ bằng cách ghi tên học lớp dạy viết văn tại Đại học cộng đồng địa phương. Anh kể, thầy giáo cho học trò bài tập, viết lại một kỷ niệm đáng nhớ nhất trong đời. Anh mừng quá, trúng tủ rồi. Bèn dông dài say sưa chuyện vượt biển, chuyện hải tặc… Mươi trang giấy anh gõ kín chữ, chắc mẩm sẽ được phê excellent. Nhưng đến kỳ trả bài, thầy lắc đầu, chưa được, dài dòng quá, cắt bớt đi. Anh thất vọng nhưng phải nghe lời. Anh cắt, còn tám trang. Vẫn chưa được. Lại cắt, còn 4 trang. Vẫn còn dài. Cắt nữa… Cuối cùng chỉ vỏn vẹn chưa đầy một trang. Chưa đầy một trang với đầy đủ sự kiện, diễn biến, cảm xúc mà trước đó anh đã dông dài những… mười trang. Những anh mới viết văn, thường tham, cứ nghĩ câu nào, ý nào mình viết ra cũng hay, cũng đẹp, cũng trân châu bảo ngọc. Ai đó đọc, chê dài dòng, thừa thải, lập tức nộ khí xung thiên. Hãy bình tĩnh đọc lại, sẽ phát hiện ra nhiều câu, chữ cần xóa, nhiều ý cần bỏ.

Can đảm cắt bỏ, dễ mà vô cùng khó. Nhưng làm sao biết cái gì cần giữ, cái nào phải cắt? Đọc lại kỹ đi, không chỉ một lần, mà là nhiều lần, sẽ thấy (ví dụ: "tôi ngồi bên khung cửa sổ.". Cửa sổ tất nhiên có "khung", vậy chữ "khung" thừa, cắt.) Nói gọn, đừng cẩu thả, đừng xem thường. Đọc một câu văn, tưởng chừng tác giả viết dễ dàng, tuồn tuột. Anh nào tưởng thế, làm thế, là vô hình chung đã tự xem thường. Mình xem thường mình, mong chi độc giả đánh giá cao.

Điều thứ ba, đọc và đọc. Nhà văn không đọc khác gì nấu nước lèo thiếu xương. Vô duyên, nhạt thếch. Thùng nước lèo càng nhiều xương càng ngọt. Nhưng suốt quá trình nấu, cần chịu khó vớt bọt, để nước trong hơn, thơm hơn. Đọc búa xua, dĩ nhiên có cái hay cũng vô số cái dở. Vớt bọc được xem như bộ lọc của não. Cái hay lưu giữ lại, cái dở delete đi. Nó là thứ vốn liếng cực quan trọng, như nước lèo càng ngọt thơm thì tô phở càng ngon. Giản dị. Tôi mê đọc từ nhỏ, đọc bất cứ cái gì vớ được, thượng vàng hạ cám, từ Bàn Tay Máu đến Bên Dòng Sông Trẹm, từ Lê Phong Phóng Viên đến Tôi Kéo Xe, từ Giông Tố đến Số Đỏ, từ Chơi Giữa Mùa Trăng đến Điêu Tàn, từ Tô Đông Pha, Những Phương Trời Viễn Mộng đến Chàng Tuổi Trẻ Gan Dạ Trên Chiếc Đu Bay, từ Buồn Nôn đến Dịch Hạch, từ Hegel đến Karl Marx, từ Thép Đã Tôi Thế Đấy đến Con Đường Đau Khổ, từ Rừng Xà Nu đến Ăn Mày Dĩ Vãng... Quốc gia, Cộng sản, tả hữu, đông tây, mới cũ… đọc ráo. Ngay hiện tại mỗi tuần ba ngày vào bệnh viện chạy thận tôi vẫn luôn mang theo một cuốn sách. Nằm bốn tiếng cho máy làm việc, tôi đọc. Mắt mờ, chữ nhòe, vẫn đọc. Trước, để đốt thì giờ, sau, quen rồi, không đọc chịu không thấu. Đọc. Nó «ám» vào mình mỗi ngày một ít. Có những điều ta tưởng đã quên, thực ra nó đã thẩm thấu trong ta, biến dạng thành một hình thái khác. Cái này được xem như nội lực của mỗi nhà văn. Nội lực kém, tác phẩm nông choèn choẹt, vất đi.

Điều thứ tư, đừng làm dáng, lên gân, biểu diễn bắp thịt. Viết những điều mình biết, tránh những cái mình còn mù mờ. Thành thật và lương thiện là hai yếu tố quan trọng nhất để một bản văn đến được với người đọc hay không. Tôi từng đọc nhiều tác phẩm, đọc xong, muốn... chửi thề! Chữ nghĩa rổn rảng nhưng... huề vốn. Đúng là thùng rỗng kêu to. Nào trích dẫn, chú thích loạn cào cào. Ông Tây đó nói thế này, bác Mỹ kia ngôn thế nọ. Nghe bác học tợn, thực chất chỉ cốt lòe, nhát ma, ra điều ta đây thông thái. Mệt.

Hẳn nhiều bạn đọc đến đây, buộc miệng, nói nghe hay, nhưng tôi đọc thấy anh viết cũng xoàng, có gì xuất sắc đâu?

Thưa, tôi viết những điều này trước tiên cho tôi. Viết văn bao nhiêu năm, lâu lâu đọc lại, đỏ mặt xấu hổ. Vậy mà cũng viết, cũng in được sao?!!!

có lẽ không còn gì nữa thật

Cõi không là thơ. Không còn gì nữa hết là thơ.
Nơi không còn gì nữa hết là khởi đầu thơ. Một xóa bỏ tận cùng.
Từ xóa bỏ chính nó. Tôi xóa bỏ xong tôi. Không còn gì nữa hết.
Tôi thơ.

(Mai Thảo)

*

Nhiều ngày bị ruồng bố. Nhiều mảng quá khứ đành đoạn lóc ra, bỏ lại. Ông già ra đi. "Bảy ngày đêm theo song nước trôi…" Cuối cùng rồi bến bờ xa lạ kia cũng trong tầm mắt. Đã đến. Đã ở. Đã mười bốn năm. Mười bốn năm, thoáng chốc. Mười bốn năm, da mồi, răng rụng, tóc tuy không bạc nhưng đã lưa thưa. Mười bốn năm, liệu có không một ngày về? Không. Ra đi là đoạn tuyệt, là lưu vong. "Đã lưu vong, cho lưu vong mãi".

Tổ quốc bất khả phân đã phân
Từ dòng sông từ bản hiệp định kia
Đất nước mấy nghìn đời không thể mất
Chỉ một ngày đã mất

...
Bản ngã đã nhị trùng?
Tôi ném lại cái tôi xưa đã diệt
Tôi mang theo cái tôi mới lên đường
Như hạt hủy thể cho mầm sinh từ hạt
Hai ngọn sóng ngược chiều về mỗi ngã
Ngọn quá khứ mịt mùng không thấy nữa
Ngọn tương lai đang trắng xóa theo tàu

Mười bốn năm... Bây giờ ông già ngồi đây, trong ngôi quán vắng cùng với tên bạn nhậu vong niên. Ông già cầm cổ chai Martell – loại hai chữ - dốc vào chiếc ly thủy tinh chỉ còn chút cặn màu nâu loãng, đôi mắt nhỏ, đục, nằm dưới hai chân mày nhạt và vầng trán nhiều vết nhăn. Bên ngoài, đêm xuống từ rất lâu. Mưa lất phất như bụi. Ông già nâng ly rượu uống một ngụm nhỏ. Vẫn không có tiếng nói nào phát ra từ cái miệng hom hem. Mặt bàn ngổn ngang chén dĩa, cái lẫu đã cạn nước, những bẹ cải nhũn úa lều bều. Chị chủ quán đứng cạnh mép bàn, nụ cười rộng, đôi bàn tay đan trước bụng. "Bác dùng gì thêm?". Ông già ngước mắt nhìn. Câu hỏi rơi vào khoảng trống. Chị chủ quán chờ một lúc, không biết nên đứng lại hay nên đi. "Chị ấy hỏi, anh dùng gì thêm", tên bạn nhậu lặp lại câu hỏi. Ông già khoát tay. Chị chủ quán quay lưng, chiếc váy dài phủ gần chạm gót chân đung đưa. Chiếc váy có những đường sọc ngang rất nhiều màu, rất tươi, tương phản hẳn với nét mặt tối sầm u ám của ông già.

Ngồi tượng hình riêng một góc quầy
Tiếng người: kia, uống cái chi đây?
Uống ư? Một ngụm chiều rơi lệ
Và một bình đêm rót rất đầy

Chỉ còn hai thực khách ngồi ở cuối phòng. Tiếng nhạc trôi đều một tình ca sướt mướt. Ông già lầm thầm điều gì trong miệng, rồi lại nâng ly. Thêm nhiều phút im lặng trôi qua. Cuối cùng, ông già vơ tay lấy bao thuốc Malboro đỏ và cái hộp quẹt, đứng dậy, "Về".

Xe bò ra khỏi parking, nhập xuống lòng đường. Mưa vẫn lất phất. Ông già ngồi cạnh tên bạn nhậu, đầu rụt sâu vào vai vẻ như đang ngủ. Xe rẽ vào khu chung cư dành cho người già, "Đến rồi, anh". Vẫn im lặng. Vẫn đầu lún sâu giữa hai vai. Vẫn như đang ngủ. Tiếng máy xe nổ đều một nhịp nhẹ. Ba phút, năm phút. "Đến rồi, anh". Câu nói được lập lại. Ông già chậm rãi ngẩng đầu, xoay nghiêng, nhìn. "Ừ. Về nhé". Quơ tay xuống gầm xe, lấy cái túi xách nhỏ. Cổ chai rượu còn lưng lửng một phần tư thò ra qua khe hở giữa hai đường dây kéo chưa đóng hết. Ông già mở cửa xe, bước xuống mặt nhựa. Đứng lóng ngóng, xiêu vẹo. "Vào đi anh, mưa ướt hết". "Hừm, ướt cái… đếch gì", và cười. Nụ cười kéo lệch mép môi. Như khóc. Những ngọn đèn vàng đục trên cao hắt cái bóng của ông già lên mặt tường.

Sớm ra đi sớm hoa không biết
Đêm trở về đêm cành không hay
Vầng trăng đôi lúc tìm ra dấu
Nơi góc tường in một bóng gầy.

Ông già bước chậm qua khung cửa mở dẫn vào hành lang, leo lên những bậc thang. Tên bạn nhậu chờ một lúc, lắng nghe tiếng chìa khóa lách cách, yên tâm ông già đã vào phòng. Hắn quay đầu xe phóng ra đường. Mưa vẫn chưa dứt. Tên bạn nhậu tự hỏi cái "bóng gầy" mà "vầng trăng đôi lúc tìm ra dấu" kia đang làm gì trong căn phòng vỏn vẹn mỗi chiều ba thước. Ngủ? Hẳn nhiên không. Những cốc rượu từ đầu đêm đến giờ chưa đủ làm ông già say. Có lẽ lại uống. Một mình, với màn ảnh TV xanh đỏ, với những hạt mưa lất phất bay nghiêng ngoài khung kính loang loáng ánh đèn.

Đăm đăm cặp mắt mở mơ hồ
Ngó trắng vô high cái ngó khô
Đâu đó mưa đêm từng tiếng thả
Từ đỉnh thời gian xuống đáy mồ

Đáy mồ, cửa huyệt hình chữ nhật mở ra trong đất, cái cõi về như ông bà ta đã nói, cái vòng cung ngăn cách giữa hai thế giới chết và sống, đã nhiều lần ông già đưa bằng hữu của ông đến, những Thanh Nam, Phạm Đình Chương, Bình Nguyên Lộc, Vũ Khắc Khoan… Đáy mồ, khung cửa dường như đã quá đỗi quen thuộc cùng ông. Đáy mồ, không phải sao chốn lưu vong lạnh lẽo này? Không phải sao bốn vách tường câm chật hẹp? Không phải sao đôi mắt đục mở trừng "Ngó trắng vô hình cái ngó khô" vào bản thể mình, vào dòng đời nhợt nhạt những tranh đua quay cuồng chóng mặt? Đáy mồ, không phải sao chất nước nâu vàng sóng sánh trong lòng cốc vào những khuya khoắt trầm mình trong cô đơn cùng cực.

Đáy mồ… Chẳng còn ai cùng ta chén thù chén tạc! Thôi đành một mình, với ta, đối ẩm! Lượng rượu trong lòng cốc hết vơi lại đầy… Say, tỉnh, thực, mộng… Tất cả hình như không còn biên giới. Tất cả đều mịt mờ sương khói. Cả thân xác ta, cả căn phòng lạnh lẽo này cũng không có thật. Tất cà hình như đang chết…

Một triệu ngày trên một lộ trình
Thét rồi hết thảy hóa lung linh
Xe lao chở tượng người vô giác
vào ngã lâm chung lối tử hình

Phiến lưng dài vẽ thành một hình vòng cung, ông già ngồi im một lúc. Trong khối óc lung linh bao ảnh hình nhập nhòa hư thực, bất chợt dội vang mồn một tiếng nước mưa rơi lộp bộp trên những tàu lá chuối (loài cây nhiệt đới được người hàng xóm Á châu mang từ đâu về trồng đầy khoảng đất trống giữa hai dãy chung cư), ông già tự hỏi, tiếng động thân quen kia thuộc vào cõi nào? Cõi hiện tại trên quê người hay cõi mịt mù những năm trai trẻ giữa núi rừng Việt Bắc? Tuổi trẻ, với "xắc-cốt" trên vai, với hào khí trong đầu, với lý tưởng trong tim, tiếp sức cho đôi chân rắn rỏi dẫm nát địa hình một góc giang sơn. Tuổi trẻ, "Tây tiến đoàn binh không mọc tóc/ Quân xanh màu lá dữ oai hùm/ Mắt trừng gởi mộng qua biên giới/ Đêm mơ Hà Nội dáng kiều thơm…" (Quang Dũng). Đôi mắt nhắm, đầu ngả ra sau, giọng ngâm khuất, chìm, lãng đãng… "Đọc thơ phải giời đất thế chứ… Hườm…" Tuổi trẻ, về Thành, xuống tàu xuôi Nam. Những dòng chữ thứ nhất, cùng bằng hữu, làm thành một đoạn tuyệt quá khích với bao bóng lớn một thời: Nhất Linh, Khái Hưng, Hoàng Đạo… Tuổi trẻ, những Đêm Màu Hồng thần trí mịt mù quyện cùng giọng hát Thái Thanh ngất ngất, những tờ bạc ném hào sảng xuống mặt bàn đêm, những cốc rượu loáng ánh đèn màu… Tiếng mưa rơi trên tàu lá chuối… Tuổi trẻ, như quê nhà, tưởng gần mà đã quá đỗi xa xăm… Ông già chống tay đứng dậy với tắt TV, lần đến chiếc giường cá nhân, ngả người xuống… Tiếng mưa đều hạt, như ru. Tiếng tích tắc của chiếc đồng hồ trên mặt bàn đêm. Những cuốn sách câm lặng trên kệ. Dưới đáy cốc thủy tinh, màu nâu của rượu nhợt nhạt…

Tên bạn nhậu dừng xe sau làn vạch trắng một ngã tư. Khuya. Dễ chừng đã rất khuya. Người đàn ông ngồi bên trong lồng kính của trạm xăng bên kia đường đầu cúi thấp, bất động. Tấm bảng trên cột sắt cao quay chậm. Mưa nghiêng, và gió. Tờ quảng cáo bên hè đường bị nâng dậy, cuốn bay là là sát mặt đất, chui xuống gầm xe. Đèn xanh. Tên bạn nhậu nhấn chân ga, chiếc truck chồm lên, lao qua ngã tư. Hình ảnh ông già vẫn đậm đặc trong tâm trí hắn…

Ông già chợt thức. Cảm thấy miệng khát đắng. Cơn ngủ không kéo dài lâu. Hình như vài ba tiếng đồng hồ vừa trôi qua. Đêm vẫn còn rất sâu. Thỉnh thoảng, dội vào im vắng là tiếng xe hơi lao phóng vội vã ngoài lộ. Ông già xoay người ngồi dậy, nhìn quanh. Chiếc cốc trong tầm tay như mời gọi. Một cách vô thức, ông già với cầm. Cũng một cách vô thức, chai rượu đứng cạnh rời vị trí, nghiêng xuống… Lại uống, uống cho hết đêm… Nhưng dễ gì đêm hết! Thêm vài ba ly nữa, mệt nhoài. Ông già lại ngã vật xuống giường, lại thiếp đi…

Hừng đông chỉ chịu tỏa rạng khi ông già thức dậy lần thứ hai. Rã rời lần vào phòng tắm, rã rời làm công tác vệ sinh. Chải lại mái tóc, nhìn thoáng diện mạo mình trong gương. Đôi mắt đục, những nếp nhăn hình như sâu thêm trên vầng trán.

Những ảnh hình thân cũng thoáng qua
Người gần ta nhất cũng như xa
Tấm gương trước mắt nhìn trân trối
Tình vẫn còn đây tướng đã nhòa

Trở ra, đến cạnh chiếc bàn thấp, loay hoay với cái bếp điện, chiếc ấm nhôm cũ kỹ. Nước sôi, rót vào bình. Màn ảnh TV lại có cơ hội hoạt động. Vừa đợi trà thấm vừa xem tin tức đầu ngày. Trà bốc hương. Rót ra chiếc chén nhỏ, nhấp một ngụm. Ruột gan bỗng cồn cào, ông già chợt nhớ suốt ngày hôm qua, chỉ rượu, vài miếng thịt, lá rau nhấm nháp qua cho có. “Sao lại cứ ép nhau ăn nhỉ? Cái bao tử cũng có quyền tự do của nó chứ! Hườm… Nó không muốn thì tọng vào làm gì cơ chứ… Hườm…” Đói. Ông già nhoài người nhìn xuống khu parking. Những chiếc xe cũ kỹ nằm yên giữa những vạch sơn trắng. Khu chung cư còn yên ngủ. Thành phố còn yên ngủ. Chỉ duy nhất, có lẽ một mình ông già, thức. Thức, cùng với một ngày mới đang lên, một ngày như mọi ngày…

Trà đựng trong bình trí nhớ câm
Rót nghiêng từng ngụm nỗi đau thầm
Hòa chung một ngụm đau trời đất
Là mỗi ngày ta mỗi điểm tâm

Bình trà lưng. Cơn mỏi rã cũng vơi nhẹ phần nào. Tiếng động của thành phố bắt đầu cái nhịp tiết rộn rã quen thuộc. Ông già thay bộ quần áo mới, mở cửa xuống đường. Có thể ông già sẽ đến một hàng quán gần nơi cư ngụ, cũng có thể sẽ nhấc điện thoại gọi một người quen nào đó rủ đi cùng. Xong buổi sáng, ghé chợ mua vài món để lo bữa trưa, bữa chiều. Từ chợ ra, lững thững đi bộ về khu chung cư, lững thững bước lên cầu thang, mở cửa, vất các món vừa mua trên mặt bàn rửa mặt (cùng là nơi để chén dĩa soong nồi dao thớt…), trở ra ngồi xuống bàn làm việc, kéo chồng thư, rọc dao, đọc. Một vài lá thư khen chê tờ báo, năm bẩy tấm ngân phiếu mua dài hạn, tái hạn. Gạt hết qua một bên, cầm cây bút, cúi xuống trên mặt giấy trải rộng. Những dòng "Sổ tay" chảy theo nét mực, những con chữ lấp lánh rất thơ, "rất nhỏ", rất lành nối tiếp nhau xếp thành hàng ngang đều, thẳng…

Mai Thảo by Khánh Trường

Việc đã làm xong việc rất nhỏ
Cũng là công việc đã làm xong
Nửa đời đã việc đời như thế
Cũng kể như lòng rất sắt son
Việc đã làm xong việc chẳng lớn
Cũng là một việc nữa làm xong
Lạ thay, chính lúc mồ hôi đổ
Là lúc bình tâm với sống còn
Việc đã làm xong chờ việc tới

Để làm cho hết đến cho xong
Năm ba phút nghỉ ngồi thong thả
Là lúc lòng riêng nhớ nước non.

Uống trà, ngồi quán, đi chợ, viết lách... Tất cả chỉ là thói quen, chỉ là bổn phận. Thật ra ông già rất ít khi nấu nướng, và có nấu cũng chả dùng bao nhiêu. Rượu, rượu, rượu, và rượu... Đó là thứ lương thực duy nhất ông già cần, ngoại giả, đều phụ cả. Phụ cả, văn học, nghệ thuật. Phụ cả, phê bình, nhận định. Phụ cả, truyện ngắn, truyện dài. Phụ cả, nhà văn cũ, mới. Phụ cả phong trào này, nhóm hội kia. Phụ cả "cộng sản", "quốc gia", cực hữu, khuynh tả... "Kệ nó đi. Làm quái gì rối lên thế." Kệ nó đi... Kệ nó đi, không chừa bất cứ cái gì. Kệ nó đi...

Có lúc nghĩ điều này điều nọ
Cảm thấy hồn như một biển đầy
Có khi đếch nghĩ điều chi hết
Hệt kẻ ngu đần cũng rất hay

Nhưng có một cái không "kệ". Và chính cái này đã chi phối cả cuộc đời ông già, đã hướng dẫn hướng nhìn ông già, đã khiến ông già, dưới mắt một số người, trong cũng như ngoài nước, là kẻ "phản động", bè phái, thiên vị, cực đoan, trịch trượng...

Đó là tình bằng hữu.

Tình bằng hữu. Thủy chung, mãi mãi. Tình bằng hữu, trong "Sáng Tạo" mấy mươi năm trước, trong cuộc rong chơi cùng chữ nghĩa tiếp theo sau đó, đến 1975, và tiếp tục trải dài mãi tận bây giờ ngoài muôn trùng dặm xa đất nước. Tình bằng hữu, trên hết. Những Doãn Quốc Sỹ, Mặc Đỗ, Lê Trọng Nguyễn, Nguyễn Sỹ Tế, Trần Thanh Hiệp, Quách Thoại, Thanh Tâm Tuyền, Nguyên Sa, Tô Thùy Yên, Thanh Nam, Vũ Khắc Khoan, Phạm Đình Chương, Cung Trầm Tưởng, Duy Thanh, Ngọc Dũng, Thảo Trường, và rồi Nhật Tiến, Du Tử Lê, Trùng Dương, Túy Hồng, Nhã Ca, Trần Dạ Từ, Viên Linh, Nguyễn

Xuân Hoàng, Nguyễn Mộng Giác, Ngô Thế Vinh... Và rồi nữa, Kiệt Tấn, Lê Thị Huệ, Trần Diệu Hằng, Nguyễn Thị Hoàng Bắc, Nguyễn Thị Thanh Bình, Trần Long Hồ, Nguyễn Xuân Quang, Hồ Đình Nghiêm, Hoàng Xuân Sơn, Hồ Trường An, Bùi Vĩnh Phúc, Vũ Huy Quang, Vũ Quỳnh Hương, Phạm Việt Cường, Ngu Yên, Vũ Quỳnh N.H, Lê Thị Thấm Vân, Trần Vũ... Bằng hữu hết. Bằng hữu cùng thời, bằng hữu nhỏ hơn, bằng hữu vong niên. Bằng hữu. Không phân biệt tuổi tác, không chiếu trên chiếu dưới, không thâm niên, không chập chững bước đầu. "Văn chương không có mới cũ, không có trẻ già. Hay thì mới vẫn hay. Dở, già đầu vẫn dở. Chỉ thế thôi. Bản văn thứ nhất của Ngụy Ngữ, của Thảo Trường... tao lôi từ sọt rác ra, đã hiển lộng, đã giời đất, thì sao..." Tình bằng hữu, cái điểm son không thể phủ nhận ở ông già, nhưng cũng là nhược điểm không có cách nào "sửa sai", cũng ở ông già.

Chính tình bằng hữu đã khiến ông già vì muốn bảo vệ những thành quả "chúng nó" đã tạo ra đừng bị chủ nghĩa dập vùi. Vì xót xa, âu lo cho an nguy của "chúng nó" trong lao tù, mà nhất định không đọc, không xem bất cứ cái gì của những người cùng chung nghiệp dĩ nhưng lại xuất thân từ nửa phần đất nước bên kia. "Anh đọc họ chưa?. "Tao không đọc". "Anh phải đọc chứ. Không đọc, làm thế nào biết họ viết sai, viết đúng, viết hay, viết dở?". "Tao không đọc. Đọc làm đếch gì?". "Thế thì làm sao nói chuyện được với anh đây?".

Quả, không thể nào nói chuyện được với ông già. Chỉ còn một cách duy nhất: cười trừ.

Không thể nói, và không thể giận. Chỉ có thể cười trừ. Bởi biết rất rõ sự "ngoan cố" của ông già bắt nguồn từ đâu. Khi "chúng nó còn ngồi trong tù thì văn chương của bọn kia vứt hết vào sọt rác!" Chỉ có vậy. Khỏi cần lý luận lôi thôi, khỏi cần phân tích phải trái, khỏi cần hỏi "tại sao", bởi chính "tao", "tao" cũng "không biết". Không biết! Đó là vũ khí cuối cùng mỗi lần ông già bị "bọn trẻ" đuổi tới chỗ cùng. Không biết! Chấm hết. Và "uống đi. Chúng mày hết cả tiền rồi à? Yếu nhỉ! Cầm lấy tờ này đi mua chai khác…"

Không thể nói, và không thể giận. Bởi hãy hình dung đời sống của ông già. Hãy hình dung cái bóng xiêu đổ ấy mỗi ngày, mỗi đêm, trên đường phố Bolsa, trong căn phòng vỏn vẹn chín thước vuông, một mình. Một mình, lúc thức khuya dậy sớm, lúc nhặt từng cọng rau, vo từng vốc gạo, thái từng lát thịt. Một mình, khi trở gió trái trời, khi nhức đầu sổ mũi. Một mình, khi nửa đêm choàng thức vì lạnh, tấm chăn rơi xuống thảm, lần mò với tay kéo lên. Một mình, khi nhúng tay vào bồn rửa mặt, giặt từng cái áo cái quần. Một mình, khi những bè bạn cùng thời nối chân nhau đi vào tịch lặng. Một mình, khi những Tô Thùy Yên, những Doãn Quốc Sỹ (lúc còn trong tù)… ngồi nhẩn nha gỡ từng tờ lịch trong bốn vách đá. Và một mình, tả xung hữu đột với một vũ khí duy nhất "không biết" trong bàn nhậu cùng lũ hậu sinh may mắn không mang trên vai một phần tư thế kỷ đầy ắp vinh quang và tủi nhục… Có lẽ không còn nỗi cô đơn nào buốc nhức như vậy.

Và vì vậy, không ai nỡ nặng lời, càng không ai nỡ tranh cãi.

Tranh cãi để làm gì? Hơn thua với một người đã dành trọn đời mình cho những điều cao đẹp, là văn chương nghệ thuật, là lòng thủy chung… liệu có "công bình" không? Và liệu có đúng không? Khi ai cũng hiểu tận thâm sâu tâm hồn ông già, chắc chắn ông biết thừa những suy nghĩ của mình không còn phù hợp nữa với thời đại. Một cách nào nào đó, ông già đã cảm nhận được cái thế đứng lẻ loi của mình trong dòng thời gian biến hóa khôn lường…

Thế giới có triệu điều không hiểu
Càng hiểu không ra lúc cuối đời

Chẳng sao khi đã nằm trong đất
Đọc ở sao trời sẽ hiểu thôi.

Đọc ở sao trời sẽ hiểu thôi! Khi những bước chân của ngày hôm nay sắp là những bước chân cuối cùng. Khi "vầng trăng đôi lúc tìm ra dấu" rồi sẽ mất hẳn dấu, vĩnh viễn. Khi,

Điểm cuối đường sương, điểm hiện dần
Hiện cùng điểm mất ở vong thân
Đáy xe, tử điểm vô hình tướng
Chết rũ theo người ở dưới chân

Chết hết, chết rũ. Không còn lại gì trên cõi nhân gian đầy vọng động này?

Tranh cãi để làm gì! Xét cho cùng, đúng sai phải trái rồi cũng sẽ vùi sâu trong đất. Xét cho cùng, có lẽ rồi sẽ không còn gì thật. Có lẽ không còn gì nữa hết. Không còn gì. Tuyệt đối không còn gì.

Ta thấy nơi ta trục đất ngừng
Và cùng một lúc trục trời ngưng
Sao không, hạt bụi trong lòng trục
Cũng đủ vòng quay phải đứng dừng.

Tên bạn nhậu vong niên của ông già đưa xe vào sân. Tắt máy. Mở cửa. Khóa cửa. Hắn bước lên mấy bậc thềm, quay lui nhìn xuống sân cỏ. Mưa chưa dứt. Dưới ánh đèn vàng từ cửa garage hắt ra, những ngọn cỏ đẫm nước lóng lánh. Ngày mai, sân cỏ sẽ nẩy thêm vô số lá xanh. Hình ảnh ông già vẫn chưa ra khỏi tâm trí. Những lá cỏ xanh, những lá cỏ vàng… khai sinh và tàn úa… Trục quay vẫn tiếp tục quay. Quay. Quay. Quay… Có lẽ sẽ mãi không còn gì thật… Hắn thầm thì, một mình: ông già không biết có ngủ ngon?

con mắt còn có đuôi

Trong một tạp bút có nhà văn kể chuyện một người quen. Tôi không nhớ chi tiết, chỉ đại khái, ngày xưa anh bạn của tác giả, tức "chàng", có một người tình, gốc Tàu. Bấy giờ cả hai chỉ mới 18, 20. Thuở ấy "nàng" còn ở Việt Nam, trong trí nhớ "chàng" "nàng" là một cô bé mảnh mai, nhí nhảnh, dễ thương, nói năng ngây thơ, trong sáng. Vì hoàn cảnh, nàng theo song thân về Trung Quốc. Cả hai rất đau khổ. Trong đời "chàng" đó là mối tình lớn, mãi mãi không thể quên. "Nàng" hẳn cũng thế. Dù cách xa vạn dặm,vẫn thư qua tin lại thắm thiết. Cho đến lúc "nàng" đau đớn báo tin, song thân bắt "nàng" phải lấy chồng, con trai một đồng môn thời trẻ của cha. Dù thời đại mới đã thóang nhiều, nhưng trong một số gia đình, người Trung Quốc vẫn rất phong kiến. "Nàng" không thể cưỡng lời cha mẹ. Sau đó "chàng" cũng có vợ con. Bẳng đi ngót nửa thế kỷ, tình cờ "chàng" biết tin "nàng". Nhớ cuộc tình lãng mạn khi xưa, "chàng" bồi hồi xúc động. Bèn dối vợ muốn du lịch Trung Quốc (thực chất, tìm "nàng"). "Chàng" mua vé xe lửa, lên đường, khởi hành từ Lạng Sơn. Suốt cuộc hành trình, hình ảnh cô bé nhí nhảnh, dễ thương luôn tràn ngập hồi ức. Đến nơi "nàng" cư ngụ, chàng hồi hộp như gã trai tơ. Nhưng, than ôi, thực tế như một cái tát làm "chàng" choáng váng. Trước mặt "chàng" là một bà già Tàu mập phì, tóc trắng còi cọc, đeo kính lão, nói tiếng Việt ngọng nghịu, lơ lớ, y chang mấy bà Tàu già miệt Chợ Lớn trước kia. Tệ hại hơn, "nàng" có vẻ quên hết quá khứ, suốt cuộc gặp gỡ, chuyện trò, "nàng" chỉ cảm ràm chuyện hiện tại, nào chồng, nào con dâu, con rể. Còn đâu cô bé mảnh mai đứng đợi chàng dưới tàng kiềng kiềng xanh um bóng lá. Với môi hồng, mắt nai, nụ cười má lúm đồng tiền! Nhìn "nàng" bây giờ "chàng" chợt nghĩ đến mình, nào khá hơn gì . Bụng phệ, da nhăn lốm đốm tàn nhang, mắt chèm nhèm sau cặp kiếng lão, tóc cũng bạc trắng còi cọc.

Mối tình nâng niu nửa thế kỷ chỉ thoáng chốc vỡ vụn.

Trong văn học của ta và thế giới có hằng hà sa số những mối tình kéo dài từ thuở hoa niên đến răng long đầu bạc, dù trái ngang bất hạnh cỡ nào, cuối cùng về già gặp lại cũng đa phần êm đềm, nhẹ nhàng.

Tình Già

Hai mươi bốn năm xưa, một đêm vừa gió lại vừa mưa.
Dưới ngọn đèn mờ, trong gian nhà nhỏ,
Hai cái đầu xanh kề nhau than thở:
- Ôi đôi ta, tình thương nhau thì vẫn nặng,
Mà lấy nhau hẳn là không đặng,

Để đến nỗi, tình trước phụ sau,
Chi cho bằng sớm liệu mà buông nhau.
- Hay! mới bạc làm sao chớ?
Buông nhau làm sao cho nỡ!
Thương được chừng nào hay chừng nấy,
Chẳng qua ông Trời bắt đôi ta phải vậy!
Ta là nhân ngãi, đâu phải vợ chồng.
Mà tính việc thủy chung?
Hai mươi bốn năm sau. Tình cờ đất khách gặp nhau.
Đôi cái đầu đều bạc.
Nếu chẳng quen lung đố nhìn ra được.
Ôn chuyện cũ mà thôi. Liếc đưa nhau đi rồi,
Con mắt còn có đuôi.

PHAN KHÔI

(Phong Hóa, 24 janvier 1933)

Vậy đó, liếc đưa nhau đi rồi, con mắt còn có đuôi. Chứ đâu như bà Tàu già và ông bạn của nhà văn kể trên.

công tử bạc liêu

Một người bạn du lịch từ Việt Nam về, tặng tôi một cuốn sách. Anh nói, "Đọc đi, vui lắm."

Đó là cuốn "truyện dài tư liệu" có tên CÔNG TỬ BẠC LIÊU.

Tôi đọc. Vui thật.

Vui, không phải vì được đọc một tư liệu khả tín.

Vui, đến phì cười, vì tài hư cấu mà tác giả đã sử dụng để "lột xác" cho Công tử Bạc Liêu.

Cậu ba Trần Trinh Huy, tức Công tử Bạc Liêu nổi danh một thời tại miền Nam VN. Bỏ qua những "giai thoại" nhiều phần cường điệu, thêu dệt như chuyện dùng tiền thay củi luộc trứng cho người tình ăn… Không ai không biết Công tử Bạc Liêu là người "có tài" chơi ngông, trác táng, đốt tiền như đốt vàng mã, nhảy nhót, rượu chè, gái trai vung táng tàng, con rơi con rớt đếm không xuể, hại đời vô số đàn bà con gái có nhan sắc…

Nhưng hãy nghe con trai Công tử Bạc Liêu – Trần Trinh Đức - nói về cha mình:

"... Ông vốn sinh ra trong một gia đình lấy nông nghiệp làm gốc. Vì nhờ làm nông mà ông ngoại ông lên chức Bá hộ và ba ông thì được chức Hội đồng. Nếu muốn học để lấy bằng bác sĩ hay kỹ sư thì đâu khó khăn gì. Nhưng vì muốn giữ nghiệp nhà cho nên thay vì ghi tên các trường đại học Cầu đường hay trường đại học Y khoa, ông đã để tâm nghiên cứu về nghề nông.

"Khi ở bên Tây, ông thường xuyên lui tới và làm quen với các chủ đồn điền nên biết cách làm ruộng và làm vườn của họ. Cái gì cũng được làm bằng máy, cày xới thì có máy cày, muốn cày sâu hay cạn đều được. Gặc đập cũng có máy gặc đập. Năm nào có nạn sâu rầy phá lúa họ xịt thuốc sát trùng bằng máy bay, do vậy ông học lấy bằng lấy bằng lái máy bay tại Paris.

"Sau này có một số người quở công tử Bạc Liêu chơi ngông sắm máy bay để khoe của nhưng họ không hiểu biết về ý nguyện của ông.

"Với gia sản của gia đình ông hơn 100 ngàn mẫu ruộng, nếu gặp phải thiên tai như nạn cào cào, châu chấu hoành hành, chúng kéo tới đâu thì như một đám mây. Đám mây đó đáp xuống tới đâu trong nháy mắt những cánh đồng lúa đều trụi lủi. Cho nên chỉ có máy bay xịt thuốc sát trùng mới nghinh chiến kịp thời. Do đó ông học hỏi và áp dụng những sang chế của xứ người về canh tác nghề nông quê hương, và ông đã sắm máy bay từ thời điểm đó khoảng thập niên 30 của thế kỷ 20 (1930).

"Công tử Bạc Liêu vốn tính hào hoa phong nhã và phóng khoáng. Sau 3 năm du học bên Tây với đầu óc tân tiến, ông rất xem trọng người phụ nữ, vì đối với ông, nam nữ phải bình đẳng, người phụ nữ Việt Nam không chỉ bó buộc trong bốn bức tường của căn nhà họ mà phải ra ngoài xã hội học hỏi cách giao tiếp (...) Ở đồng bằng sông Cửu Long, ông là người khởi xướng đầu tiên cuộc thi đấu xảo sắc đẹp, hoa hậu miệt vườn. Với ý tưởng đó không phải ai cũng dễ dàng chấp nhận nên họ nói ông có một cuộc sống phóng túng.

"Khi Pháp đô hộ nước ta, ông sinh ra trong một gia đình giàu nhất xứ Nam Kỳ Lục Tỉnh, có quan hệ với chính quyền bảo hộ nhưng ông không tham gia bất cứ một hoạt động chính trị nào cả.

"Năm 1947, thời Việt Minh chống Pháp, ông có giúp đỡ

Việt Minh thông qua lời kêu gọi của Bí thư Tỉnh ủy Bạc Liêu…"

(trích bài thuyết trình của Trần Trinh Đức, con trai Công tử Bạc Liêu đọc ngày khai mạc khu di tích CTBL (nhà hàng, khách sạn CTBL)

Cuốn sách được "sáng tác" dựa trên tư liệu trên, biến một tay công tử miệt vườn ăn chơi khét tiếng thành một người ưu thời mẫn thế, một "tiên tri thấu thị", một người tiên phong trong phong trào giải phóng phụ nữ… Không thèm học để trở thành bác sĩ, kỹ sư (dễ và xoàng quá), mà chỉ chú trọng chuyện ăn chơi, nhảy nhót để học hỏi cái hay cái đẹp của xã hội văn minh. Sắm máy bay không phải để khoe của, để đưa rước vũ nữ đi du hí, nhảy nhót, hành lạc, mà để… xịt thuốc sát trùng trừ sâu cho ruộng đồng (thời điểm này, 2017, gần 80 năm sau, VN tuy đã có cày máy, nhưng dùng phi cơ xịt thuốc trừ sâu thì e 20 năm nữa chưa chắc đã có. Thế mà vào thập niên 40 của thế kỷ trước, CTBL đã sắm máy bay để phục vụ nông nghiệp. Ngoạn mục thật.) Tổ chức đấu xảo (thi hoa hậu) không phải để tuyển gái đẹp phục vụ nhu cầu ăn chơi (theo dân gian, hầu hết các hoa hậu này đều trở thành tình nhân của CTBL) mà vì muốn tuyên dương giá trị phụ nữ VN. Ngoạn mục hơn nữa, Công Tử Bạc Liêu nhất định không hợp tác, làm tay sai cho thực dân Pháp, ngược lại, còn "giúp đỡ Việt Minh thông qua lời kêu gọi của Bí thư Tỉnh Ủy Bạc Liêu". Nghĩa là ông sớm trở thành "tư sản yêu nước" (theo ngôn ngữ bây giờ).

Cuốn sách do nhà xuất bản Công An Nhân Dân in, được in lại nhiều lần (bản tôi đang đọc là lần tái bản thứ 4), dù tác giả đã khôn khéo ghi là "truyện dài tư liệu". Nghĩa là phần hư cấu nhiều hơn sự thực, nhưng người đọc vốn dễ dải, cả tin, lại được "bảo chứng" bởi nxb CAND, nên cuốn sách vô hình chung đã "thoát kiếp" cho CTBL, biến ông thành một con người khác, một danh tài có đầu óc tư duy đi trước thời đại hơn nửa thế kỷ.

Ông bạn tôi, người cho tôi mượn cuốn sách này, cũng là một trong hầu hết những người đọc dễ dãi, cả tin. Họ quên mất đã đọc một "truyên dài", mà chỉ nhớ mình đang đọc một "tư liệu" về một nhân vật nổi danh một thời với nhiều thiện cảm, nể phục.

Từ lúc du lịch được nâng lên hàng quốc sách ở VN, nhiều chuyện "đổi trắng thay đen", kể cả chuyện lịch sử, cho phù hợp với "khẩu vị" của du khách. Nhất là du khách Việt kiều. Chuyện "thoát xác" của CTBL gẫm cho cùng, cũng… thường thôi.

Chợt nhớ có một thời, trong lẫn ngoài nước, từ cấp bé đến cấp nhớn, đủ mọi nghành nghề, kinh tế, xã hội, chính trị, quân sự…., thiên hạ đua nhau viết hồi ký. Đọc những hồi ký này, tôi phát hiện ra một điều: đây đúng là những "truyện dài tư liệu", giống y chang cuốn Công tử Bạc Liêu tôi đang cầm trong tay.

dâm thư

Khi tôi bạch hóa chuyện viết dâm thư, bán, lấy tiền nuôi Hợp Lưu, đã có nhiều dư luận trái chiều.

Kẻ bênh bảo phương tiện xấu, cứu cánh tốt, nên cảm thông.

Người chống phẫn nộ, không được, chả thể biện minh tôi làm đĩ để có tiền thang thuốc cho mẹ già bệnh liệt giường. Cá nhân tôi hoàn toàn không caire chuyện bênh chống.

Tôi làm, chịu trách nhiệm hành vi của mình, không đổ thừa vì cái này cái nọ. Mệt. Tôi vốn "ba nhe" (chữ của sư trưởng Hạ Quốc Huy), chưa bao giờ tôi sợ dư luận, dù tốt hay xấu, tôi "bất chấp".

Khi các họa sĩ khác vẽ đàn bà cởi truồng e ấp, tạo dáng sao cho mỹ thuật, thanh cao, tôi mần một lèo 40 bức to chần dần với đủ mọi tư thế "thô tục", vú vê mông đùi, tam giác to thổn thện, ú na ú nần, mum múp, đỏ loét.

Khi Việt Nam, từ xưa cho đến lúc Qua Khe Hở ra đời, chưa ai dám viết dâm thư, tôi tỉnh queo viết một truyện dài những 300 trang với 40 phụ bản vẽ tay cực kỳ nhạy cảm.

Khi vào thời điểm hằn thù trong ngoài lên đến đỉnh điểm, tôi ra báo Hợp Lưu, công khai đăng mọi sáng tác của những nhà văn, thơ "Việt cộng", để rồi bên ngoài gọi tôi là quân đón gió trở cờ, ăn cơm quốc gia thờ ma cộng sản, phản bội đồng đội, bôi tro trét trấu lên "chính nghĩa quốc gia".Bên trong, ngày tôi về nước năm 2000, "được" R25, thuộc Công An thành phố Sài Gòn "mời" đến "làm việc" suốt 7 ngày. Ra Hà Nội thêm 4 ngày nữa, lại được diện kiến Khổng Dụ (hình như thiếu tướng công an?) và "anh Ba Ngộ" (sau này tôi nghe nói là bộ trưởng CA gì đó) với đủ màn, khi ve vuốt, lúc hăm dọa "chúng tôi có thể bắt anh bất cứ lúc nào". Chưa kể nửa đêm, tại khách sạn, đang ngủ bị dựng dậy vì tiếng đập cửa rầm rầm, mở ra, một bọn 5, 7 đứa đầu trâu mặt ngựa xông vào, đòi xin tí huyết vì tôi đã ồn ào khiến chúng không ngủ được (tôi đang "say giấc nồng", làm sao ồn ào! Cái trò dùng côn đồ uy hiếp này hình như rất quen). Ban ngày, vừa ngồi xuống uống cà phê vỉa hè cạnh hotel, bà chủ quán đã mét, "anh là ai mà người ta ngồi ở đây cả ngày, đợi anh ra là quay phim…". Chưa kể, lúc ở SG, vali tôi bị lục tung khi tôi ra ngoài (để tìm tài liệu, vì hình như qua báo cáo của ai đó, Hợp Lưu có nhận tài trợ của Mỹ), và trước đó không lâu nhạc sĩ Diệp Minh Tuyền đã có một bài dài trên báo Sài Gòn Giải Phóng lên án Hợp Lưu là tờ báo phản động, thực thi kế hoạch diễn biến hòa bình của đế quốc Mỹ (bài này tôi có đăng lại trên Hợp Lưu, các bạn sẽ đọc nay mai).

Nói tóm lại, mọi phê phán khen chê về tôi đã "bão hòa", tôi quá quen rồi. Ngày nay, trên 70, lại bệnh tật, có thể lên tàu bất cứ lúc nào, ngày mai, tuần sau, tháng tới, năm kế, hay 5 năm, 10 năm nữa, không sao tiên đoán được. Tôi đã viết hồi ký nhưng đọc lại thấy bị cảm tính chi phối nhiều quá, tôi không muốn xuất bản. Nên nhân Thành Tôn và Nguyễn Vũ scan đưa lên mạng toàn bộ Hợp, Lưu cũ, tôi sẽ công khai nhiều vấn đề liên quan đến tờ báo này, để trả lời không ít nghi vấn về Hợp Lưu.

Điển hình, nhà phê bình Nguyễn Tiến Văn và vài người khác đã hơn một lần hỏi tôi: HL có nhận tài trợ của Mỹ không. Trả lời: KHÔNG. Ở những số đầu, qua Đoàn Văn Toại, Viện Vận Động Dân Chủ của Quốc Hội Hoa Kỳ có đề xuất sẽ tài trợ cho HL mỗi năm 10.000 đô (số tiền này sẽ tăng hàng năm, như tờ Quê Mẹ của Võ Văn Ái ở Paris, qua công báo họ gửi cho tôi, năm ấy Quê Mẹ nhận tài trợ là 80.000 đô. Chả biết bây giờ lên đến bao nhiêu. Chắc phải cao lắm. Những ai nhận tài trợ của Mỹ đều biết, hàng năm phải báo cáo đã dùng tài trợ vào việc gì. Thường người nhận tài trợ luôn khai khống linh tinh để xin thêm tiền, trò này là "chuyện thường ngày ở huyện", quá quen. Không ai không tường). Tôi triệu tập một cuộc họp nội bộ tại tòa soạn HL (nói cho oai, thực ra là garage nhà tôi) gồm Nhật Tiến, Đỗ Hữu Tài (con trai tướng Đỗ Mậu, tác giả hồi ký Việt Nam Máu Lửa Quê Hương Tôi), Hoàng Chính Nghĩa (tức Lê Bi, Lê An Thế), Phan Tấn Hải, và mấy người nữa, tôi quên. Tôi trình bày sự việc. Anh Nhật Tiến nói: Không nên nhận. Ngày xưa Sáng Tạo của Mai Thảo nhận tài trợ, mang tiếng đén bây giờ. Mọi người đều cùng quan điểm với anh Nhật Tiến.

Vì vậy Hợp Lưu không có tiền in. Vì vậy tôi viết dâm thư.

Do bệnh, nói năng khó khăn, tôi đã không trả lời rõ ràng câu hỏi của Nguyễn Tiến Văn. Nay, Hợp Lưu số 3 tái xuất, tôi nhân tiện công khai.

đào mỹ kỳ

Đào Mỹ Kỳ là một bạn học hồi tiểu học. Tôi tình cờ gặp lại khi được điều về ĐĐ 91/TĐ9ND.

Bấy giờ Kỳ mang máy truyền tin cho Đại đội trưởng.

Một lần hành quân ở Gio Linh, Đông Hà, khi leo lên một ngọn đồi, Đại đội trưởng vì đi mình không (quân trang quân dụng đã có một "tà lọt" mang vác) nên đi khá nhanh. Lên đến đỉnh đồi, đợi khoảng 3 phút sau Kỳ mới tới.

Đại đội trưởng quát:

"Mày đi đứng kiểu gì chậm như rùa vậy?"

Kỳ đưa tay quệt mồ hôi, hổn hển:

"Đích thân (danh xưng cấp dưới gọi cấp trên ngoài chiến trường) đi mình không, em mang máy, ba lô súng đạn, nặng chình chịch, làm sao theo kịp đích thân được"

"Mày cãi tao hử?"

Vừa dứt lời, với cây ba ton trên tay, ông vung tay quất lên nón sắt của Kỳ một gậy. Chẳng may, nón sắt trơn, mũi gậy trợt xuống trúng gáy Kỳ, ngay chỗ nhược. Kỳ ngã vật ra, chỉ giẫy được vài cái rồi tắt thở.

Tôi đứng cạnh, không xa, chứng kiến mồn một sự cố. Vừa buồn vừa phẫn uất. Khi về chỗ đóng quân – địa danh An Lỗ - tôi rủ họa sĩ Lê Công Đa, cũng là bạn của Kỳ đi uống rượu. Mới lĩnh lương tuần trước nhưng tôi đã nướng sạch từ hôm đầu. Để có tiền trả bữa rượu, tôi "cầm cố" chiếc đồng hồ Seiko, tài sản duy nhất, cho chủ quán. Cả hai nốc sạch một lít rượu đế, cọng chả chìa, dựa mận, luộc, hấp... linh tinh. Trở về chỗ đóng quân, tôi "lên kế hoạch", bảo LCĐ vác khẩu tiểu liên M60 án ngữ ngay cổng (nơi này là doanh trại của một tiểu đoàn bộ binh), không cho ai ra vào – nội bất xuất ngoại bất nhập. Riêng tôi vác M16 cùng 1 trái lựu đạn MK3 đi tìm đại đội trưởng "ăn thua đủ", tôi tính sẽ "thí mạng cùi", bằng cách "chai hia" trái mãng cầu sắt đang cầm trong tay với đại đội trưởng, vì anh biết nếu trả được thù, bị bắt, không lãnh án tử hình thì cũng chung thân khổ sai. Thà cùng chết chung, "danhg giá" hơn. Tuổi trẻ, ngông cuồng một cách ngu si như thế đó.

Nhưng đại đội trưởng nghe báo cáo đã ẩn đâu đó, tôi tìm mãi không gặp nên chĩa súng vào chỗ lều ông ta ria mấy loạt đạn, cho hả tức.

Hôm sau tôi bị gọi lên trình diện trung úy trưởng ban 2 của tiểu đoàn (ai từng ở lính hẳn biết ban 2 là cơ quan an ninh, chuyên điều tra, thẩm vấn tù binh). Ông này người Miên, mặt mày rất ngầu, đập bàn lớn tiếng sừng sộ: "Cậu có biết dùng súng uy hiếp cấp chỉ huy ngoài mặt trận là tội tày đình không hử? Tôi sẽ đưa cậu ra tòa án quân sự, tù mọt gông là cái chắc". Hôm trước, khi rủ LCĐ đi uống rượu và tính toán sự việc, tôi đã lường trước mọi chuyện, nên khá bình tĩnh nhận chịu hậu quả.

Cũng ngay chiều hôm ấy tôi lại được lệnh trình diện thiếu tá tiểu đoàn trưởng. Khác với lối giận dữ, dọa nạt của trưởng ban an ninh, vị thiếu tá cầm gói ba số 5 mời anh, tươi cười: "Làm một điếu, chú em, rồi mình nói chuyện". Tôi đứng nghiêm không trả lời. Tuồng tích gì đây, tôi thầm tự hỏi. Ông ấy lại ân cần: "Làm một điếu đi, chú em." Tôi vẫn đứng nghiêm, chờ đợi. Thiếu tá tiểu đoàn trưởng rít dài một hơi thuốc trước khi chậm rãi nói: "Kỳ là bạn của em, cậu ấy chết một cách oan uổng, em tức giận, làm bậy, anh hiểu. Tuy nhiên hành động nông nổi của em sẽ gây hậu quả nghiêm trọng đến kỷ luật quân đội. Nhưng thôi, chuyện đã lỡ rồi. Anh sẽ cho em nghỉ phép 10 ngày, cho khuây khỏa. Hết phép em trở lại đơn vị, xem như mọi chuyện chưa từng xảy ra."

Sau này tôi được biết diễn tiến câu chuyện qua lời kể của viên thượng sĩ thường vụ tiểu đoàn, cũng là bạn anh: Sau cái chết của ĐMK, ban tham mưu tiểu đoàn họp khẩn. Họ đi đến quyết định dùng chiến thuật "cây gậy và củ cà rốt". Đầu tiên cho trung úy an ninh hù dọa uy hiếp tinh thần anh. Sau đó thiếu tá tiểu đoàn trưởng dùng lời lẽ mềm mỏng vuốt ve đồng thời cho anh nghỉ phép 10 ngày, thời gian đủ để thuyên chuyển đại đội trưởng cũ về đơn vị mới. Anh Trương Dưỡng là người thay thế. Họ giấu nhẹm, cho chìm xuồng mọi chuyện. Kỳ được báo cáo chết do tai nạn. Họ không đưa anh ra tòa án quân sự chả phải thương gì anh, mà vì họ biết nếu ra tòa, chắc chắn anh sẽ khai nguyên nhân cái chết của binh nhất ĐMK. Anh ở tù, đại đội trưởng cũ cũng khó khá. Ông ấy là quân nhân hiện dịch, xuất thân từ Võ bị Đà Lạt, chọn binh nghiệp làm hướng tiến thân. Nếu không "xanh cỏ" thì cầm chắc mươi mười lăm năm nữa, ông ta có triển vọng thành tướng. Nếu chuyện ĐMK vỡ lỡ, con đường binh nghiệp của ông ấy xem như hạ màn. Huyện binh huyện, phủ binh phủ. Tốt đen mãi mãi là tốt đen. Cuộc đời là thế.

Ngày nay, sau gần nửa thế kỷ, những người liên quan đến câu chuyện hoặc đã chết, hoặc cũng gần đất xa trời, và những oan khiên khởi từ chiến tranh cũng chỉ tồn tại trong ký ức. Một ký ức quá đỗi đau thương cho mỗi người sống sót sau cuộc chiến, nói riêng, cho dân tộc VN, nói chung. Đã từ rất lâu, tôi không còn thù hận đại đội trưởng cũ nữa. Cái chết của Kỳ chỉ là một tai nạn. Không ai ngờ cũng không ai muốn. Vả, sau này tôi được biết vị đại đội trưởng kia di tản đến Mỹ ngay tháng 4/75. Ông ta đã đi học lại, tốt nghiệp kỷ sư, đi làm và sống bình thường như nhiều người khác. Không lập hội lập hè, không tuyên bố lăng nhăng, khoác lác như nhiều "đấng" khác, xuất thân từ tiểu đoàn 9 ND. Xưa, ông là một cấp chỉ huy giỏi, ngày tan hàng ông mang lon thiếu tá. Ra hải ngoại ông vẫn không quên câu "thệ" mà mỗi người lính DN, từ thấp đến cao, thuộc nằm lòng: "Nhảy dù cố gắng". Ông đã "cố gắng", để làm một người đàng hoàng.

Tôi yêu và nể trọng những người đàng hoàng.

định mệnh

Năm 1972, hành quân Lam Sơn 719.

Chúng tôi đóng quân ở căn cứ A Lưới, Hạ Lào, trên đỉnh một ngọn đồi đã được phát quang. Từ vị trí này có thể phóng tầm mắt ra rất xa, dưới thấp, khắp bốn hướng. Một điểm tiền tiêu lý tưởng, dễ dàng phát hiện địch quân. Nhưng lại có một điều bất lợi: căn cứ là mục tiêu rất rõ để địch quân nhắm, pháo kích. Mỗi ngày chúng tôi bị "giã" tối thiểu một lần. Đỉnh đồi bị xới tung, tang hoang. Thương vong ngày nào cũng có. Tinh thần binh sĩ sa sút trầm trọng.

Một buổi trưa đang hì hục khuân can nước từ dưới suối lên gần đến nơi thì địch "giã". Tiếng nổ chát chúa, đất đá tung tóe. Tôi hốt hoảng vất vội can nước, chạy thục mạng về phía hầm chỉ huy tiểu đoàn, nơi gần và kiên cố nhất tính từ vị trí tôi đang đứng. Chui được vào hầm chỉ huy là an toàn 100%, tôi nghĩ. Hầm vuông, rộng chừng năm thước mỗi cạnh, sâu dưới lòng đất gần hai thước, có thể đứng thẳng lưng. Trần hầm là những thân cây lớn, loại dùng làm cột đèn ngày nay chúng ta thường thấy, phía trên lót những tấm "ri" sắt, trên nữa, một lớp đất dày cả thước, rồi một khoảng trống, lại một trần khác tương tự. Với lối thiết kế như thế, đạn pháo loại xuyên phá sẽ bị vô hiệu hóa, sẽ phát nổ ở khoảng trống phía trên, lớp dưới an toàn.

Loại đạn này rất tinh ma, chạm đất, chúng xoáy sâu xuống cả thước, nếu gặp khoảng trống mới phát nổ. Mục tiêu của loại đạn qui quái này là để phá hầm. Những hầm cá nhân của binh sĩ khi trúng phải xem như trúng số. Tan xác. Thanh minh trong tiết tháng 3 không có mồ hầu tảo mộ! Tất cả vật liệu dùng làm hầm, kể cả máy cày đào đất, đã được công binh dùng trực thăng mang đến ngày thiết lập căn cứ.

Chui được vào hầm tôi thở phào nhẹ nhỏm. Nhìn quanh, Tiểu đoàn trưởng đang hò hét trong ống liên hợp, có lẽ ông đang nói chuyện với một đại đội trưởng nào đó. Bên cạnh, trung úy bác sĩ, sĩ quan ban 3, ban 2, hai tà lọt. Tôi ngồi xuống một tấm "ri" kê sát vách dùng làm ghế thì gã trung sĩ nhất truyền tin sà đến,

"Tao ngồi với."

Tôi nhích vô nhường chỗ. Cùng lúc một tiếng nổ đinh tai. Hầm bỗng tối sầm. Mái hầm sập. Toàn thân rát bỏng, tê điếng. Tôi còn đủ tỉnh để biết một khúc thịt bầy nhầy vắt ngang ngực. Trong bóng tối đen đặc, tôi đưa tay cầm khúc thịt, nghĩ vội, bỏ mẹ, cánh tay của mình. Nhưng cơn đau nhanh chóng chạy lên óc. Tôi ngất.

Tôi tỉnh dậy ở Tổng Y Viện Quân Đội Thừa Thiên. Hai ngày sau được đưa về bệnh viện Đỗ Vinh thuộc sư đoàn Nhảy Dù, Sài Gòn. Hồ sơ bệnh án: Phỏng cấp độ 2, chấn thương sọ não với 6 mảnh đạn ghim ở vỏ não, gãy hở xương hàm, lưỡng thị vì cơ chéo mắt trái do va chạm mạnh, bị ép chùng.

Một đồng đội vô thăm kể lại: trái pháo trúng ngay hầm chỉ huy. Tôi thoát chết nhờ tấm "ri" đổ xuống, một đầu còn vắt vẻo trên nóc hầm, đầu kia xắn xuống tiện ngọt làm hai khúc gã trung sĩ nhất truyền tin ngồi cạnh. Thiếu tá Nguyễn Đình Bảo, tiểu đoàn trưởng (sau này "bỏ cuộc" ở căn cứ Charlie, được nhắc đến nhiều nhờ bài hát của Trần Thiện Thanh, "anh không chết đâu em, anh mới vừa bỏ cuộc đêm qua…") và mọi người đều thoát chết vì hầm chỉ sập một góc, phía tôi và gã trung sĩ nhất truyền tin. Chỉ vài giây thôi, nếu gã truyền tin không đến, tôi không nhích vô nhường chỗ thì người bị xắn làm đôi là tôi. Cánh tay bầy nhầy đứt rời vắt ngang ngực là cũng của gã trung sĩ nhất. Anh ta chết thế tôi.

Sau bốn tháng nằm viện, ra hội đồng y khoa, tuy không được giải ngũ nhưng được xếp vào loại B2, tức thành phần mất khả năng chiến đấu, chỉ làm việc tại hậu cứ. Một tên lính tác chiến bỗng trở thành một thứ lính kiểng, ngày ngày cùng một đại đội gồm toàn loại sứt ốc gãy gọng, đi "rỏn" quanh vành đai ven đô, giữ an ninh cho thành phố, chán kể gì!

Một hôm đi "rỏn" vùng Hóc Môn. Tôi dẫn một tiểu đội khinh binh mở đường. Tên đi đầu vốn bị thương ở chân, đi đứng chậm như rùa. Tôi bực mình,

"Mày chậm quá, ra sau, để tao dẫn đường."

Ngang qua con lạch nhỏ, tôi phát hiện chiếc nón tai bèo trồi lên giữa đám cỏ lát. Chưa kịp phản ứng, một tràng AK dòn dã.Tên địch nhanh hơn tôi. Như nhát búa nện vào đùi, một viên đạn xuyên qua, phá thành lỗ toang hoác bằng miệng chén sau mông. Tôi ngã vật ra sau, đau tắt thở. Cự ly gần quá nên viên đạn chưa dừng lại, xuyên táo trúng tim tên lính vừa lui xuống thế chỗ tôi, đưa hắn về miền vĩnh cửu cấp kỳ. Lại một cái chết thay.

Tôi nhớ lại cũng lời thầy bói Công Tích lúc trước: "Mạng cậu lớn lắm, không dễ chết đâu. Nhiều người sẽ chết thay cho cậu. Rồi xem…" Đó là câu trả lời khi tôi đùa cợt hỏi: "Ông thầy, chừng nào tôi hui nhị tì?"

đỗ lê anh đào

Nói chuyện với nhà văn / họa sĩ Khánh Trường

I - Văn chương và Hội họa

- Họa sĩ, nhà văn Khánh Trường đã viết và vẽ không ít từ nhiều thập niên. Qua quá trình đó, ông hãnh diện và hài lòng nhất những tác phẩm văn chương và hội họa nào? Hay là giai đoạn sáng tác nào đáng nhớ nhất của ông?

- Như tôi đã có lần trả lời Y Sa trong chương trình Văn Học Nghệ Thuật của Radio VNCR cách đây không lâu, rằng tác phẩm ưng ý nhất của bất cứ nghệ sĩ nào, mãi mãi sẽ là bức tranh (hay bản văn, ca khúc…) sẽ ra đời trong tương lai. Bởi chúng tôi nghĩ, nghệ sĩ là kẻ luôn phủ nhận chính mình, để dấn thân vào những thử thách mới. Hắn không bao giờ bằng lòng với thành quả vừa đạt được. Nói cách khác, bằng lòng là dừng lại, là chết, là cạn kiệt nguồn sáng tạo. Có thể ví von: nghệ thuật là loại đường đi không đến, và người nghệ sĩ là kẻ luôn luôn trên đường, hắn đi mãi, đi hoài, cho đến ngày xuôi tay, trong khi đích đến vẫn mịt mù, thăm thẳm. Tuy nhiên, nếu buộc phải trả lời cụ thể câu hỏi của cô, tôi sẽ không ngập ngừng: bức tranh gây xúc động lớn trong đời là bức tranh tôi bán được lần đầu tiên. Nhờ (hay bị) sự cố này, tôi quyết định chọn hội họa, như một nghiệp dĩ, đến hôm nay.

Và giai đoạn sáng tác đáng nhớ nhất là ngày tôi đã tập cầm cọ lại được sau bạo bệnh. Đáng nhớ, vì chưa bao giờ trong đời tôi cực nhọc như thế nhưng vui như thế khi vẽ hoặc viết. Cô cũng biết tôi bị stroke 3 lần, đưa đến hậu quả tay chân chỉ sử dụng được khoảng 20%. Chân đi đứng nghiêng ngả, phải ngồi xe lăn; tay vụng về, cầm nắm vật dụng nếu thiếu chú tâm, sẽ rơi, đổ; tệ hơn, không viết được, chỉ có thể gõ chữ trên phím computer bằng một ngón duy nhất của bàn tay phải, chữ được chữ mất vì không làm chủ được tứ chi. Giọng nói ngọng nghịu, phát âm khó khăn. Mắt lưỡng thị, chỉ nhìn và nhận biết mọi sự vật qua một… màn sương, và chỉ đọc được chữ trên màn hình computer với điều kiện phải phóng lớn chữ thành tối thiểu size 14. Chưa hết, hơn một năm trước tôi lại bị thêm bệnh ung thư thanh quản và loét bao tử. Sức khỏe đã sa sút càng tệ hại trầm trọng, có thể "lên tàu" bất cứ lúc nào. Hầu hết mọi người đều cho rằng tôi có một nghị lực phi thường, mới có thể khắc phục được nghịch cảnh để cầm cọ, cầm viết lại. Riêng tôi, thật thà bộc bạch với cô, tôi hiểu mình hơn ai hết, tôi chỉ là một người bình thường như tất cả những người bình thường khác. Không chừng còn tệ hơn nữa kìa. Cô hẳn biết, bọn nghệ sĩ vốn nhạy cảm, yếu đuối, dễ đầu hàng, buông xuôi. Nhưng hoàn cảnh đã du tôi vào thế không còn chọn lựa nào khác, nếu muốn thoát khỏi tâm trạng trầm uất có nguy cơ dìm chết tôi trong tuyệt vọng. Nói cách khác, tôi chưa thể chết ngay được (ở xứ sở y khoa tân tiến vào bậc nhất này, chết, không dễ), làm sao chết được khi mỗi ngày tôi phải tuân thủ một mệnh lệnh bất khả chối từ: nuốt đủ 16 viên thuốc (no, khỏi cần ăn) mỗi ngày, và hàng tháng ít nhất hai lần thăm viếng nhà thương, bác sĩ. Cũng có nghĩa là tôi vẫn phải tiếp tục sống, mà đã sống thì dù muốn dù không phải bằng mọi giá thích nghi với đời sống. Đối với một nhà văn, một họa sĩ, còn con đường nào khác hơn vẽ và viết? Người xưa nói: thế cùng tất biến. Tôi nghĩ, bất cứ ai bị du vào hoàn cảnh tương tự cũng sẽ phải làm như tôi mà thôi. Vì thế, chả có gì đáng hãnh diện cả!

- Triển lãm Phục Sinh xong rồi, ông sẽ tiếp tục vẽ và viết chứ? Hay ông nghỉ một thời gian?

- Tiếp tục chứ. Dù, như mọi lần, khi đẩy chiếc xe lăn đến trước màn hình computer hay giá vẽ là tôi hiểu mình lại sắp vật lộn với vô vàn khó khăn, cực nhọc. Nhưng nếu không vẽ và viết, tôi biết dùng thời gian để làm gì? Nhất là chứng trầm uất chắc chắn sẽ tái phát nếu tôi không hướng suy nghĩ của mình đến những mục đích tích cực. Hiện tôi đang vẽ một loạt tranh mới, có lẽ sẽ triển lãm cuối năm nay. Riêng viết, tôi đã hoàn tất phần đầu của cuốn hồi ký. Nhưng tôi đang phân vân tự hỏi có nên tiếp tục hay không? Khi mới khởi sự, tôi rất hăm hở, song càng viết tôi càng bị cuốn vào dòng sự kiện, những sự kiện liên quan đến văn học nghệ thuật thì ít mà dây mơ rễ má đến bản chất, cá tính, những mặt tiêu cực của giới văn nghệ sĩ thì lại quá nhiều. Có nên chăng? Ích lợi gì cho văn học sử? Có lẽ tôi sẽ viết lại, khởi đi từ một hướng khác.

- Nhìn vào phong trào hội họa và văn chương VN bây giờ ở hải ngoại nói chung, Hoa Kỳ nói riêng, ông có cảm nghĩ gì? Ông thấy những nhà văn, thơ và họa sĩ trẻ ở đây đang thành công và thất bại thế nào?

- Về văn chương, không có những thành tựu và những bứt phá ngoạn mục như những thập niên 80s, 90s của thế kỷ trước, với những Lê Thị Huệ, Vũ Quỳnh Hương, Phan Thị Trọng Tuyến, Nguyễn Thị Ngọc Nhung, Thế Giang, Đỗ Kh., Ngô Nguyên Dũng, Ngọc Khôi, Trần Vũ, Nguyễn Thị Hoàng Bắc, Nguyễn Ý Thuần, Cao Xuân Huy, Nguyễn Thị Thanh Bình… và rồi Lê Minh Hà, Lê Thị Thấm Vân, Mai Ninh, Miêng, Phạm Hải Anh… 30 năm sau 1975, thế hệ thứ nhất đã và đang theo nhau đi vào tịch lặng. Thế hệ một rưỡi, vì nhiều lý do, khách lẫn chủ quan, cũng lần lượt buông viết, hay chỉ sáng tác cầm chừng, thiếu hào hứng. Thế hệ tiếp theo chỉ là những cố gắng đơn lẻ, không tạo thành phong trào, mất hẳn không khí sôi nổi, từ người viết lẫn người đọc, vốn là những yếu tố tối cần thiết cho sinh hoạt văn học. Hơn 10 năm trước, trong một trả lời phỏng vấn, tôi tiên đoán đến một ngày nào đó văn học VN hải ngoại sẽ nhập vào dòng chính tại quê nhà, nếu có nhà văn VN hải ngoại nào còn muốn sử dụng ngôn ngữ Việt như một phương tiện để chuyên chở tư duy. Lúc đó cụm từ "nhà văn hải ngoại" hay "văn chương hải ngoại" sẽ không còn nữa, thay vào đó, duy nhất, một cụm từ, "nhà văn VN", khác chăng, chỉ địa chỉ cư trú. Và do địa chỉ cư trú, những nhà văn VN sống ngoài quê hương, chịu tác động bởi giáo dục và môi trường văn hoá bản địa, sẽ mang vào văn chương Việt những sắc thái đặc biệt, làm phong phú, đa dạng thêm cho văn học VN. Hình như Đỗ Lê Anh Đào và các bạn cùng thế hệ đang làm công việc này. Với tư cách là người của những thế hệ trước, tôi vui và mong các bạn tiếp tục "chân cứng đá mềm".

Riêng lĩnh vực hội họa, hiện có khá đông họa sĩ trẻ VN ở khắp nơi trên thế giới. Họ có những thành tựu. Tuy nhiên, đó chỉ là những thành tựu nhỏ, cục bộ, chưa đạt tầm vóc toàn cầu. Ngôn ngữ hội họa vốn vô biên giới. Nó biểu trưng cho cái đẹp. Đứng trước cái đẹp, ai cũng có thể cảm được, dù là người Âu, Á, hay Phi châu. Đó là ưu thế của hội họa. Đó cũng là khó khăn của hội họa. Vì là ngôn ngữ vô biên giới nên thành tựu của hội họa phải là thành tựu của nhân loại, không riêng cho chủng tộc nào. Chức năng này xem ra quá lớn, một họa sĩ nếu tài năng không xuất chúng, sẽ mãi mãi không vượt thoát được vòng đai cộng đồng của mình, hay lớn hơn, biên giới quốc gia đã khai sinh ra mình.

- Ông có lời khuyên gì với những họa sĩ trẻ đang còn miệt mài trên con đường sáng tác?

- Tôi không dám "khuyên", chỉ góp ý thôi. Thứ nhất, phải

sáng suốt để nhận biết mình thực sự có tài hay không. Có tài, hãy kiên trì theo đuổi, bất chấp khó khăn. Ngược lại, hãy chọn hướng đi khác để khỏi lãng phí thời gian. Thứ hai, khi đã quyết định chọn hội họa như một nghiệp dĩ thì phải vẽ, vẽ, và vẽ. Không có tài, dù vẽ suốt đời cũng chỉ để… vất đi. Có tài mà không rèn luyện, cũng vất đi.

- Ông có cảm nghĩ gì về triển lãm Phục Sinh vào ngày 4/2 vừa qua? Ông có bằng lòng với kết quả không? Điều gì làm ông hứng thú nhất về cuộc triển lãm?

- Về mặt nghệ thuật, như đã nhiều lần nói, tôi không bao giờ hài lòng với những gì đã làm xong. Luôn luôn tôi vẫn hy vọng mình có thể làm tốt hơn. Gần 40 năm nay tôi vẫn nghĩ vậy mỗi lần đứng trước khung bố. Thế mà, cũng gần 40 năm nay, khi vừa buông cọ, tôi lại thất vọng! Tôi cho rằng kinh nghiệm này không chỉ đến với cá nhân tôi, mà có lẽ với tất cả những nghệ sĩ khác, mọi nơi, mọi thời đại. Điều làm tôi hứng thú và cảm động nhất là tấm lòng của mọi người đối với cá nhân tôi, từ đồng nghiệp, các họa sĩ, nhà văn, nhà báo, đến các cơ sở truyền thông. Đặc biệt là các họa sĩ Nguyên Khai, Nguyễn Đình Thuần, Nguyễn Việt Hùng, Ann Phong, Dương Ngọc Sum, điêu khắc gia Dương Đình Hùng. Và những anh chị em trẻ thuộc hội Văn học nghệ thuật Việt Mỹ VAALA, nhất là Đỗ Lê Anh Đào, tạm gác lại công việc riêng, để từ Las Vegas về quận Cam, cùng với Y Sa thường trực trông coi phòng triểm lãm suốt 2 ngày mở cửa. Những tấm lòng này mãi mãi tôi khó quên.

- Khách thưởng ngoạn có chia sẻ những suy nghĩ gì về gì về cuộc triển lãm của ông? Chắc là có rất nhiều bạn bè văn hữu và nghệ sĩ đến thăm? Họ nói cảm tưởng của họ về cuộc triển lãm ra sao?

- Tôi may mắn được nhiều anh em trong giới văn nghệ

thương mến, không phải vì tài năng, mà có lẽ vì, nói theo ngôn ngữ giang hồ, tôi… chịu chơi, sống và đối đãi hết mình với bằng hữu. Nhờ vậy, như nhiều lần triển lãm khác, anh em tham dự, hưởng ứng khá đông, họ rộng lượng bỏ qua nhiều nhược điểm, ắt hẳn không ít, trong giao tế cũng như trong nghệ thuật. Cho nên qua dư luận, từ gặp gỡ trực tiếp đến báo chí, truyền thông, đều tốt đẹp, khích lệ. Đối với một nghệ sĩ, đó là phần thưởng quý giá nhất, tạo hưng phấn giúp tôi tiếp tục làm việc, dù bây giờ, sau bạo bệnh, nhiều lần chết đi sống lại, và ngày chạm mặt với hư vô hẳn không còn xa, tôi thấy rất rõ sự phù du, giả ảo của mọi thứ, mọi điều.

- Hơn 12 năm trước ông đã thành lập Hợp Lưu, sau đó HL trở thành một trong vài diễn đàn văn học uy tín và giá trị nhất ở hải ngoại. Làm HL trong một thời gian thật lâu như vậy, ông có thể chia sẻ những trở ngại lớn nhất, những bài học quý giá nhất, và những niềm vui đáng nhớ nhất trong quá trình Hợp Lưu?

- Nhiều lần, đó đây, suốt 12 năm qua, tôi đã nói đến lý do, động lực thúc đẩy tôi khai sinh Tập san Văn học nghệ thuật biên khảo Hợp Lưu. Tuy vậy tôi nghĩ cũng nên nhắc lại, vì có hiểu lý do, động lực ra đời của Hợp Lưu mới thấy được vô vàn trở ngại, khó khăn HL đã gánh vác suốt quá trình tồn tại.

12 năm trước, quan hệ giữa trong và ngoài không như bây giờ. Ngày ấy, thái độ của người Việt chống cộng ở hải ngoại rất cực đoan. Các văn phòng bán vé máy bay về VN, các chợ bày hàng lương thực có xuất xứ từ VN bị biểu tình, tẩy chay. Nhất là báo chí, sách vở, nếu “của Việt Cộng” tất nhiên không thể lưu hành đã đành, ngay cả sách báo của “người Việt Quốc gia” khi nhắc đến các nhân vật trong nước, không loại trừ giới văn nghệ sĩ, mà không kèm theo thái độ bỉ thử là lập tức bị chụp lên đầu một cái nón cối! Trong môi trường ấy bỗng nhiên xuất hiện một tờ báo, chỉ cái tên thôi, đã “không

thể dung thứ", nói chi đến nội dung "cực kỳ phản động". Tôi xuất thân là một người lính của miền Nam, trong một binh chủng "nhiều nợ máu với nhân dân", binh chủng Nhảy Dù. Với "sơ yếu lý lịch" này, lẽ ra tôi phải "căm thù sâu sắc" chế độ hiện tại ở VN. Khổ nỗi, sau tháng Tư 1975, tôi sống 10 năm dưới chế độ Cộng sản, đã trải qua nhiều tình huống, đã thấy trong chế độ ấy rất nhiều tiêu cực về mặt xã hội, kinh tế, nhân quyền, song trên lĩnh vực văn học nghệ thuật, nếu bình tâm đãi lọc, thì giữa đống đá sỏi lổn nhổn thượng vàng hạ cám, vẫn có thể tìm thấy những hạt kim cương. Các thể chế chính trị rồi sẽ qua đi, nhưng văn học nghệ thuật sẽ còn tồn tại dài lâu, nhiệm vụ của chúng ta hôm nay là phải tìm cách bảo tồn, xiển dương những giá trị kia, không phân biệt phe phái, chính kiến. Một tác phẩm có giá trị thực sự sẽ nằm ngoài, nằm trên mọi chế độ. Nó không còn là của Quốc gia hay Cộng sản. Nó là gia tài văn hóa chung của dân tộc. Quan niệm như thế, vào thời điểm ấy, là không thể chấp nhận. Vì thế, suốt 3 năm đầu, HL trở thành vùng "oanh kích tự do" không chỉ của nhiều tờ báo, cơ sở truyền thông ở hải ngoại, mà cả ở VN. Còn nhớ hơn 10 năm trước, lần đầu về nước, tôi đã bị công an văn hóa gọi lên "làm việc" tổng cộng 14 ngày, từ Nam ra Bắc. Nhưng có lẽ nhờ đi đúng hướng và nhất là tôi đã theo đuổi mục đích bằng tất cả thiện tâm, nên dần dần HL trở thành điểm hội tụ của mọi nhà văn sáng giá nhất trong lẫn ngoài. Ngày nay tình huống đã khác xưa, trong giới hạn nào đó, nhiều người cầm bút, ở mọi nơi trên khắp thế giới, bao gồm cả VN nội địa, đã có thể đứng chung trên một diễn đàn văn học, không chỉ ở HL, mà còn ở rất nhiều tờ báo khác, từ báo giấy đến báo "trên trời", chuyện cách đây 12 năm, tưởng như không thể nào xảy ra. Thành quả đó - nếu có thể xem đó là thành quả - ít nhiều gì HL cũng đã tiên phong góp phần. Sau này, những nhà soạn văn học sử có lẽ sẽ không thể không nhắc đến HL. Trong vô số những việc làm bậy bạ của tôi trong cuộc đời này, chí ít cũng có được một đôi điều không tệ. Đó là niềm vui lớn nhất của tôi.

Riêng những bài học quí giá - tiêu cực lẫn tích cực - thì rất nhiều, và "bài" nào cũng"nhất" cả.

Do giới hạn của số trang dành cho cuộc chuyện trò giữa chúng ta, tôi không thể dông dài, nhưng hứa sẽ "khai" đầy đủ trong hồi ký.

II. Những tình cờ định mệnh

- Ở đâu đó, ông từng nói có "những tình cờ định mệnh" đã đưa ông vào Văn chương, Nghệ thuật, ông có thể nói rõ hơn?

- Tôi yêu hội họa. Từ ấu thơ, tôi đã mơ sẽ có ngày nào đó, trong đời, tên tuổi tôi trở nên quen thuộc, được nhiều người hâm mộ, như một họa sĩ.

Lớn hơn tí nữa, định mệnh đẩy tôi vào một ngã rẽ khốc liệt, chính cây bút chì than và tập giấy croquis giúp tôi đứng thẳng được trên đôi chân yếu, để tiếp tục bước về phía trước, làm người.

Bản vẽ đầu tiên của tôi năm 13 tuổi được trả bằng tiền. Từ đó đến bây giờ, tôi đã sống, đã nuôi vợ nuôi con và nuôi chính bản thân mình chỉ bằng một nghề duy nhất: hội họa (tôi dùng chữ hội họa trong nghĩa phổ thông, gồm tất cả mọi công việc ít nhiều liên quan đến cọ sơn, màu sắc): tôi từng là thợ kẻ bảng hiệu; vẽ chân dung truyền thần; vẽ quảng cáo báo chí; vẽ dương bản trên phim để giới thiệu các sản phẩm thương mại (dầu cù là, thuốc nhuộm tóc, bột ngọt Vị Hương Tố, xà phòng Cô Ba, sữa hộp Con Chim…) chiêu chào hàng trong các rạp chiếu bóng; vẽ pano cổ động gắn hai bên hông xe buýt, trên các lầu cao, và ngoài xa lộ. Tôi cũng đã từng trình bày bìa sách, bìa băng nhạc, logo, nhãn bao bì cho các cơ sở sản xuất hàng tiêu dùng. Cuối cùng, "có trình độ" hơn, tôi sáng tác tranh bằng sơn dầu, màu nước, bột màu… và triển lãm vung vít. May mắn, những sản phẩm thượng vàng hạ cám ấy thường được đánh giá "có chất lượng". Nhờ thế, tôi sống. Ngay cả chuyện vượt biển "tìm tự do", định mệnh cũng sắp xếp cho tôi bằng con đường hội họa: một cậu học trò (học vẽ) đã cho tôi một chỗ ngồi trên chiếc tàu đánh cá nhỏ bé với sức chứa tối đa 22 nhân mạng do cậu làm chủ.

Xuyên qua quá trình đầy thử thách đó, tôi nghĩ, và yên trí, suốt đời, sẽ chẳng còn con đường nào để chọn lựa cho hướng đi (đến nghĩa trang) của mình, ngoài con đường duy nhất, và cũng là con đường tôi hằng mơ ước thuở thiếu thời: hội họa. Nhưng, như tất cả mọi chúng sinh khác trong "cõi nhân gian bé tí" này, có nhiều tình cờ không định trước đã đẩy số phận mỗi chúng ta vào những khúc quanh… tiền định.

Từ hội họa, bất ngờ, tôi rơi vào lĩnh vực văn chương, báo chí.

Đó là thời gian đầu vừa đặt chân đến Mỹ. Đang loay hoay chưa biết phải làm gì, tôi gặp thi sĩ Du Tử Lê. Lúc ấy anh đang làm chủ nhiệm kiêm chủ bút tuần báo Tay Phải. Anh hỏi tôi "Đã định làm gì chưa", tôi bảo chưa, anh liền đề nghị: "Thế thì về làm báo với mình, cho vui." "Tôi biết gì mà làm?" "Lay-out, tay ngang còn làm được, huống gì anh là họa sĩ."

Đúng như Du Tử Lê nói, chỉ cần một tí khéo tay, thêm một tí kiến thức tối thiểu về mỹ thuật, ai cũng có thể trở thành chuyên viên lay-out. Tôi lại có thêm lợi điểm: dư khả năng lấp đầy những khoảng trống còn thừa trong các cột báo bằng những minh hoạ. Thi sĩ họ Lê có vẻ hài lòng vì đã nhặt được một gã phụ tá… sáng trí, đa năng (!!!) Anh bèn đẩy sự hài lòng cao hơn tí nữa: một hôm, báo thiếu bài, anh nói với tôi: "KT viết hộ cái gì nhé."

Viết? Đề nghị thật bất ngờ. Tôi vốn mê đọc, là độc giả trung thành của tất cả nhà văn nhà thơ lớn bé thuộc mọi thành phần, giai cấp, trình độ, trường phái, khuynh hướng, phe nhóm, chủ trương, quốc tịch… Từ Bên dòng sông Trẹm đến Bàn tay máu, từ "một đèo một đèo lại một đèo" đến "ô hay con gái bay nhiều quá / đôi cánh tay mềm như cánh chim", từ "em là gái trời bắt xấu" đến "tôi gọi tên tôi cho đỡ nhớ", từ Thung lũng tình yêu đến Hố thẳm tư tưởng, từ Lũ người quỷ ám đến Chiến tranh và hòa bình, từ Chuông gọi hồn ai đến Âm thanh và cuồng nộ, từ Buồn nôn đến Dịch hạch… Tôi đọc tuốt tuột bất cứ cái gì vớ được. Nhưng viết thì chưa bao giờ. Tôi không mặn với chuyện viết lách. Bạn tôi, ở Sài Gòn trước và sau 1975, nhiều tên cầm bút, và tên nào trông cũng… không giống ai, khiến tôi… nhợn (và nhờn!) Tuy nhiên chưa bao giờ không có nghĩa chẳng bao giờ. Ừ, thì viết. Thử xem. Thế là vài ba bút hiệu lăng nhăng nhảm nhí lần lượt xuất hiện. Lâu dần, trở thành quen. Và cũng lâu dần, nghề dạy nghề, tôi lên… lão làng, trong lĩnh vực "bán chữ" (đủ loại) cho các tờ báo tuần, báo tháng. Vào khoảng năm 1989 (nếu tôi nhớ không lầm) chị Diệu Chi, vợ nhà văn Nguyễn Mộng Giác cùng các cháu từ Việt Nam sang. Để có đủ thì giờ lo cho gia đình, anh Giác giao lại tờ Văn Học do anh làm chủ nhiệm kiêm chủ bút cho ba anh Trịnh Y Thư, Cao Xuân Huy và Hoàng Khởi Phong. Ba ông chủ mới của tờ Văn Học có tài viết lách song lại thiếu… tài làm đẹp những trang chữ. Nghĩa là phải cần thêm một anh "chuyên trị" phần hình thức cho tờ báo. Trong đám "sinh hoạt chữ nghĩa" ở quận Cam, hình như tôi có tí khả năng, lại không ngại chuyện cơm nhà ngà voi, do đó, được ba ông vời về, gắn lon "giám đốc mỹ thuật" (nghe lẫm liệt như vừa được phong hàm… đại tướng!) Lâu nay chỉ loay hoay giữa rừng lá cải lá đa, tôi đã bị mang tiếng là phường… buôn lá (chính xác hơn: phường lái chữ). Nay, được thăng cấp, nên dù hiểu nếu làm công cho các tờ báo biếu thì tuy không thừa ăn thừa mặc, nhưng cơ bản vẫn lương tiền đâu ra đó, còn làm cái chức lớn "giám đốc mỹ thuật" cho tạp chí Văn Học, chắc chắn chỉ được quyền uống… nước lã. Ai có tí liên hệ với ngành báo hải ngoại đều biết báo biếu kinh doanh bằng quảng cáo (nhiều tờ sống hùng sống mạnh, có khả năng tạo được xe đẹp nhà sang cho các ông bà chủ nhiệm.) Ngược lại, báo Văn Học (và những "con" tương cận) không có quảng cáo, sống hay chết hoàn toàn nhờ vào độc giả. Mà độc giả ở hải ngoại vốn đã ít, lại càng ít thêm theo thời gian. Tờ nào trụ được không phải bù lỗ đã là may mắn, nói gì đến chuyện thù lao cho những người thực hiện!

Cũng như Tay Phải của Du Tử Lê, thỉnh thoảng Văn Học đói bài. Đệ nhất, đệ nhị chủ bút Trịnh Y Thư, Hoàng Khởi Phong lười viết, tổng thư ký Cao Xuân Huy lo đánh máy bài vở, không có thì giờ. Nhìn quanh, chẳng còn ai, thế là nhị vị chủ bút bèn dõng dạc ra lệnh: "Số này còn thừa 10, 15 trang, KT viết cái gì đi!" Từ việc viết lách lăng nhăng tán tụng ca sĩ, bốc thơm đào kép mu vi… sang lĩnh vực văn chương chữ nghĩa nghiêm túc, hẳn nhiên khác nhau như trăng với đèn. Nhưng mà, (lại) thử xem. Thế là, ngoài những "bút hiệu" tôi từng ký dưới các bài báo lá đa lá mít (ngày nay, thực tình, tôi không nhớ nổi một tên, để sau này dặn dò con cháu đưa vào gia phả!), lần đầu tiên, tôi hiên ngang ký tên thật dưới các sáng tác.

Trước đó, và trong thời gian cùng anh em coi sóc tạp chí Văn Học, tôi đã quan niệm văn chương là cái của muôn đời. Chế độ nào, chủ nghĩa nào rồi cũng sẽ tàn lụn với thời gian, duy văn học nghệ thuật sẽ còn đó, mãi mãi, nếu thực sự đó là những sáng tạo giá trị. Vì vậy, tôi chủ trương nên mở rộng cửa tiếp nhận tất cả mọi thành tựu, của thế giới, nói chung, Việt Nam, nói riêng, không phân biệt trong nước hay hải ngoại, càng không băn khoăn tìm hiểu vị trí xuất thân của người đã khai sinh ra tác phẩm. Mặc kệ ông ta (bà ta) là nhà văn, nhà thơ của Việt Nam Cộng Hòa xưa kia, hay của "thế giới lưu vong" hôm nay, hay của Cộng Hòa Xã Hội Chủ Nghĩa Việt Nam bây giờ. Một hai trăm năm nữa, người đọc sẽ chẳng bao giờ thắc mắc như chúng ta đang thắc mắc. Vậy, vấn đề chỉ giản dị: tác phẩm ấy hay hoặc dở. Xứng đáng nằm trang trọng trên các trang báo Văn Học, hay chỉ nên ném vào sọt rác. Thế thôi. Và chỉ thế thôi.

Tôi đưa ý kiến này ra bàn với anh em, và đề nghị nên tìm đọc, mời, chọn đăng những sáng tác hay của các nhà văn nhà thơ trong nước. Trịnh Y Thư bản chất hiền lành, không muốn mất lòng anh em, xin theo quyết định của đa số. Hoàng Khởi Phong chín chắn, bảo "Chưa đúng thời điểm". Riêng Cao Xuân Huy cực lực phản đối, tuyên bố rất "quân phiệt": "Cái gì dính líu đến Việt Cộng là tao không ưa, dứt khoát". Như thế, đương nhiên tôi đứng về phe thiểu số (chỉ có một phiếu ủng hộ duy nhất của... chính tôi!)

Thua, nhưng trong lòng vẫn ấm ức. Ý định xuất bản một tờ báo có chủ trương hợp lưu mọi dòng văn học về một mối manh nha trong đầu. Tôi tìm gặp vài anh chị em khác: Nhật Tiến, Đỗ Khiêm, Vũ Huy Quang, Lê Bi, Nguyễn Hương, Thân Trọng Mẫn, Phạm Việt Cường, Nguyễn Hoàng Nam, Nguyễn Mạnh Trinh... và liên lạc bằng điện thoại, thư từ với nhiều anh chị em khác nữa, cư ngụ ngoài Cali và nước Mỹ. Điều tôi không ngờ: hầu hết các văn nghệ sĩ tôi tiếp xúc đều tán đồng chủ trương của tôi. Chẳng những thế, ngoài bài vở, sáng tác, họ còn sẵn sàng đóng góp tiền bạc để tôi có thể xuất bản tờ báo như ý muốn.

Như thế, với nhiều công sức tài lực của nhiều anh chị em, Hợp Lưu ra mắt số đầu tiên đầu tháng 10 năm 1990.

Tám năm trôi qua. Bao nhiêu sóng gió. Nhất là giai đoạn đầu, gần như tuần nào, tháng nào, trên hầu hết các tờ báo, Hợp Lưu và nhóm chủ trương, nhất là tôi... cũng bị đem ra làm bia tập bắn. Nhẹ, lời lẽ ôn hoà xây dựng; nặng, bỉ thử thô lỗ, có khi mang cả đời tư của chúng tôi và những hệ luỵ cật ruột ra bêu rếu, ném bùn. Nhiều tháng liền, cách vài ba đêm, giữa khuya, một cú điện thoại từ đâu đó gọi tới, đòi "đốt nhà, ném lựu đạn, bắn bỏ" cái kẻ "ăn cơm quốc gia thờ ma cộng sản", cái bọn "nằm vùng, đâm sau lưng chiến sĩ". Ban đầu, thấy mọi người thân trong gia đình lo sợ, khủng hoảng, tôi định đổi số phone. Nhưng nghĩ lại, vô ích, một tờ báo tất phải có địa chỉ và số phone tòa soạn. Làm sao giấu được. Vả, nghĩ xa hơn, tôi thấy hành động như thế nào khác gì trốn lánh, đào thoát. Hèn quá. Vì thế, tôi quyết định... chịu trận. Có khi cao hứng, tôi chọc lại bằng cái phong cách rất... nhảy dù: hẹn các đấng hùng anh kia đến một công viên nào đó chọi tay đôi, hoặc đấu súng đấu dao tùy chọn lựa, bảo đảm không báo trước với cảnh sát. Tất nhiên tôi biết thừa: phàm những anh đấu võ mồm hung hăng nhất đều có những lá gan bé nhất, nên chẳng bao giờ tôi được hân hạnh "biểu diễn võ công". Và món võ lì này có hiệu quả. Gọi mãi, chửi mãi, hăm dọa mãi, vẫn thấy Hợp Lưu xuất hiện đều đặn, đúng kỳ trên các sạp báo ở các nhà sách. Những cú điện thoại thưa dần, rồi dứt hẳn.

Nhiều năm trôi qua, Hợp Lưu không chết, trái lại, mỗi ngày thêm vững vàng, nhờ lực lượng sáng tác được bổ sung đều, và nhờ độc giả tìm đọc ngày thêm đông. Cơn hấp hối (nhiều anh chị em đồng nghiệp ở xa vẫn nghĩ thế, vào những năm đầu) của Hợp Lưu thực sự đã bị đẩy lùi. Tờ báo đang sống, tờ báo sẽ sống, bình thường, như rất nhiều anh em đồng nghiệp khác.

Viết về những tình cờ định mệnh đẩy đưa một người cầm cọ đến cầm bút, và viết về kinh nghiệm đã trải qua trên mười năm "tắm gội" trong nghiệp báo, tôi nghĩ, cũng là một cách nào đó, tự trả lời cho chính bản thân một câu hỏi, rằng từ lúc chọn chữ nghĩa như nghiệp dĩ thứ hai, liệu tôi có lỗi lầm nào đáng chê trách? Tôi nghĩ, hình như có. Đó là, nhiều lúc tôi cảm thấy nản lòng, muốn buông trôi, bỏ cuộc. Nhiều lúc khác, không dằn được bức xúc do mọi sức ép tăm tối bên ngoài, tôi đã thả lỏng ngòi bút của mình, mặc cho những cơn giận dữ cuốn đi. Thuở còn sinh tiền, nhà văn Mai Thảo thỉnh thoảng vẫn bảo: "Chữ nghĩa đẹp đẽ lắm cơ. Còn sống với chữ nghĩa thì phải cố mà nuôi dưỡng nó cho đàng hoàng."

Sống đàng hoàng với chữ nghĩa, tôi cho là điều khó khăn nhất, và cũng là điều cần nhiều nỗ lực nhất, đối với một người cầm bút.

đồng sàng dị mộng

Một bạn trẻ đến chơi, cậu ấy than, Em chịu hết nổi rồi, phải giải quyết thôi. Tôi nói, Lại cơm không lành canh không ngọt chứ gì. Lâu lâu trái gió trở trời một tí, sóng êm bể lặng mãi, chán chết. Vợ chồng sống chung dưới một mái nhà, ngủ cùng giường, ăn cùng mâm, không thỉnh thoảng gấu ó nhau mới lạ. Đâu sẽ vào đấy thôi. Như anh vẽ tranh, toàn cảnh màu lạnh, phải có một chút xíu nóng tranh mới sinh động. Lạnh ngắc, chán kể gì! Cậu ấy nói, Không giản dị như anh tưởng đâu! Tôi hỏi, gì mà ghê thế? Cậu ấy kể, "Ngày xưa em yêu cô ấy, lấy cô ấy vì đó là một thiếu nữ mạnh mẽ, cá tính, độc lập, và đặc biệt nhất, rất ngoan đạo. Em nghĩ, một người như thế, làm vợ, sẽ hoàn hảo lắm. Em lầm. Khi đã là vợ, mọi đức tính kia dần dà trở thành tai họa. Vợ em không mềm mỏng dịu dàng với chồng con, đã quyết việc gì là làm bằng được, bất chấp khuyên can phải trái. Đứa con trai duy nhất của bọn em đã hình thành nhân cách, do giáo dục từ mẹ, y khuôn vợ em, ít nói, cực đoan, và chỉ tin duy nhất một đấng, Chúa, mọi thứ khác đều là ma quỉ.

Không giản dị như tôi tưởng thật.

Cậu ấy kể tiếp, "Ba đời trước, bà cố vợ em chồng chết sớm, con nhỏ, cơm không đủ ăn, áo không đủ ấm. Thắp nhang van xin tổ tiên. Tổ tiên đi vắng. Vào chùa lạy Phật cứu khổ, Phật làm ngơ. Một mục sư Tin lành đến: Hãy về với Chúa đi. Xin sẽ cho, gõ sẽ mở. Và rất cụ thể, gạo, quần áo vị mục sư, nhân danh Chúa, mang lại, vớt hóa phụ nghèo thoát cảnh chết chìm trong biển cơ hàn. Quả thực tổ tiên, Phật chỉ là... đồ dỏm! Từ đó người đàn bà nghèo kia trở thành một tín đồ trung kiên, và… cuồng tín của Tin lành. Vài điền răn hóa phụ kia nghe, tuân thủ tuyệt đối, và truyền lại cho con cháu: Dẹp bỏ bàn thờ tổ tiên, không giỗ chạp, không ăn đồ cúng. Chỉ một Đấng duy nhất xứng đáng được tôn thờ qùi lạy là Chúa. Chúa làm ra tất cả, dĩ nhiên kể cả ta. Mọi "đấng" khác đều là ma quỉ. Hãy tránh xa ma quỉ. Em không theo đạo nào, tôn trọng tín ngưỡng của vợ, nhưng thờ cúng cha mẹ là chuyện tất nhiên. Vợ em không bằng lòng. Anh cúng kiếng ư, một mình anh làm, một mình anh ăn, em và con, never. Mỗi khi đi ngang bàn thờ ba em, cô ấy né, bởi sợ… ma quỉ! Hỏi anh, sống như thế, có phải địa ngục không?"

đục và trong

Hợp Lưu ra đến số 3 thì cạn túi, đã vậy còn tối tăm mặt mũi vì bị đập mọi nơi. Một số anh em thân cận thở dài: Chắc KT phải dẹp tiệm, làm sao sống nổi. Máu… nhảy dù nhiều năm tưởng nguội lại sùng sục sôi trong lòng, đã vậy, không thể chết, bằng mọi giá, phải sống! Nhưng đào đâu ra tiền? Mỗi số báo tiền in, tiền cước gửi đi, tiền phí tổn điều hành… ngốn hết 3.000 giấy xanh. Tiền Mỹ vào những năm 90 thế kỷ trước rất có giá. 3.000, đâu phải giấy lộn! Ngày ấy mọi nhà xuất bản, một vài trung tâm băng nhạc… ở hải ngoại đều thuê tôi làm bìa, mỗi cái $200, trung bình mỗi ngày tôi có một hai order. Nhưng tiêu xài cho gia đình, ăn nhậu, mua sắm linh, tạm đủ, có đâu dư để lo cho Hợp Lưu! Vẽ, cũng lâu lâu triển lãm, khổ nỗi, có tiếng không có miếng, tranh nếu có bán được một vài bức, chả bỏ bén gì. Nghĩ mọi cách vẫn không biết làm sao có tiền. Đêm không ngủ được, xoay ngang trở dọc. Vợ càm ràm, anh không ngủ thì làm ơn nằm yên, lục đục mãi, làm sao em ngủ! Chợt một "sáng kiến" lóe lên: Viết… dâm thư, bán, lấy tiền in HL. Ngày ấy sách tiếng Việt chưa có dâm thư. Chính xác hơn, chỉ duy nhất mộp tập mỏng, thường chép tay, lén lút lưu hành trong giới nhất quỉ nhì ma là Bảy Đêm Khoái Lạc. Tôi, hồi còn nhỏ cũng chép, cũng chuyền tay, cũng đọc. Chỉ vậy thôi. Cái này Việt Nam coi bộ quá khan hiếm, nếu mình viết, chắc chắn sẽ bán như tôm tươi. Nghĩ là làm. Đợi sáng, lái xe đến một nhà xuất bản. Sau một hồi bàn bạc, thương lượng, tôi ký với giám đốc nxb một hợp đồng gồm những điều khoản:

1) Sách dày 300 trang, tình tiết hấp dẫn và… dâm.

2) Trang nào cũng có… chọi. Nhưng không được monoton (lặp lại)

3) 40 phụ bản vẽ tay mô tả mọi kiểu chọi.

4) In đợt đầu 10.000 cuốn, bán với giá $25/cuốn.

5) Tác giả hưởng 10% trên số in. Vị chi $25.000

6) Một tháng phải giao hàng, trễ, mỗi ngày trừ $200.

7) Nhà xuất bản giữ bản quyền.

8) Cọc trước $5.000. Giao sách sẽ thanh toán đủ.

Mừng quá, chạy vội về nhà vác bản thảo HL số 3 đã layout đến nhà in.

Và bắt đầu cày cho kịp ngày này tháng sau giao 300 trang chữ… dâm.

Đối với một nhà văn, họa sĩ, làm đầy 300 trang chữ với tình tiết mê ly hấp dẫn và 40 tranh vẽ không khó. Cái khó nhất khiến tôi nhiều đêm điên đầu là làm thế nào trang nào cũng… chọi mà không monoton. Nhưng rốt cuôc cũng xong. Đúng thời hạn tôi giao hàng. Thế là HL sẽ có vốn sống thêm ít nhất một năm.

10.000 cuốn, chỉ trong vòng 2 tháng bán hết sạch. Nghe đâu đã tái bản mấy lần. Nhiều chuyện vui quanh cuốn sách này tôi sẽ dông dài mai mốt, cũng như những thâm cung bí sử của HL mà nhà phê bình văn học Phạm Xuân Nguyên đã có lần khuyên tôi bật mí khi viết hồi ký

hãy đứng dậy mà xem

Trong bài viết của tôi về nhà văn Mai Thảo, một bạn qua com. Đã nhắc đến tác phẩm "Bản chúc thư trên ngọn đỉnh trời", một tập tùy bút, theo tôi, sau "Đêm giã từ Hà Nội" là 2 tác phẩm đẹp nhất trong cõi văn xuôi Mai Thảo.

Vẫn giọng văn óng chuốt, mượt mà, chữ nghĩa lấp lánh, Mai Thảo đã gửi vào 2 tập tùy bút này những tâm sự khuất chìm của một đoạn đời tuổi trẻ đầy ắp vinh quang và cay đắng, hào hùng và chua cay. "Bản chúc thư trên ngọn đỉnh trời", tôi đã đọc tập tùy bút này lúc vừa qua khỏi tuổi 20, tuổi căng tràn mộng mơ, tuổi sức trai mạnh mẽ. Tôi đọc, nhưng tác phẩm nhanh chóng trôi vào quên lãng. Có nhiều điều để quan tâm hơn với một gã thanh niên đang no căng nguồn sống.

Cho đến một ngày, thảm kịch bất ngờ đẩy tôi rơi xuống đáy cùng tuyệt vọng, "Bản chúc thư trên ngọn đỉnh trời" chợt hiện về. Tôi lục tìm đọc lại, và rồi tôi bàng hoàng, cảm giác bàng hoàng này vẫn còn đọng lại trong tôi, từ ngày ấy đến bây giờ, suốt mười bảy năm, khởi từ một câu văn, ngắn thôi, nhưng có tác động sâu xa đến tâm thân. Tôi không nói quá đâu. *"Nếu ta nằm xuống, cuộc đời là trái núi, hãy đứng dậy mà xem, cuộc đời sẽ nằm dưới chân ta"*. Phải rơi vào bi kịch, phải sờ chạm, ăn nằm với nỗi đau cực cùng mới biết được sức mạnh của câu văn.

Năm 2001 tôi bị tai biến lần thứ nhất, nửa phần bên trái bại liệt. Năm kế, hai lần tai biến nữa, khiến toàn thân hư hại, phải ngồi xe lăn; ăn uống, cầm đũa, ly không được; mắt lưỡng thị, nhìn một thành hai. Cuối năm của lần tai biến thứ ba, do cơ thể suy nhược, sức đề kháng không còn, mầm bệnh trong người bột phát, tôi bị ung thư thanh quản. Sau bảy tuần điều trị bằng phóng xạ và hóa chất (radiation & chemotherapy) ung thư được khống chế (BS bảo, ung thư của tôi thuộc dạng loco, không di căn nên chữa được), nhưng do xạ, hóa trị, bao tử tôi vốn đã có vấn đề (nhiều phần do hậu quả của mấy mươi năm chè chén bạt mạng) bị viêm loét, xuất huyết trầm trọng. Dù đã được phẩu thuật nhưng vì cơ thể quá suy nhược, tôi được đưa vào ICU (phòng hồi sinh) nằm trọn một tháng, ăn bằng thực phẩm lỏng chuyền qua ống nhựa đục khoang bụng, luồn vào bao tử; thở cũng bằng ống luồn qua miệng xuống cuống phổi. Sau một tháng BS bảo sẽ rút ống thở, nếu vẫn thở được thì ok, ngược lại, sorry, họ đã tận lực. Không biết xui hay may, tôi thở được, nghĩa là vẫn sống.

Nhưng có nằm trong hoàn cảnh tôi mới hiểu được cảm giác đau đớn lớn đến chừng nào khi phải sống gần như một loại thảo mộc, không đi đứng cầm nắm được, không nhìn thấy rõ mọi vật thể, không ước lượng được khoảng cách gần xa theo luật viễn cận, cũng như không phân biệt được độ đậm nhạt của màu sắc; Đã thế, xạ trị đã đốt cháy thanh quản, tuyến nước bọt hỏng, khô miệng thường trực, phát âm ngọng nghịu. Hãy hình dung một nhà văn không gõ được chữ trên bàn phím; một họa sĩ không cầm được cọ, cũng như không phân biệt được sắc độ của màu và nguyên tắc của luật viễn cận, trong khi khối óc vẫn nguyên vẹn, tư duy vẫn sung mãn, thử hỏi còn đau đớn nào hơn? Suốt nhiều tháng tôi đắm chìm trong tuyệt vọng, mong được chết. Chỉ một lối thoát duy nhất, chết, mới thoát khỏi nỗi đau bất tận này. Ngay thời điểm đó, một cách khó nhọc vì mắt kém, tôi đọc lai "Bản chúc thư trên ngọn đỉnh trời", và câu văn ngày xưa không để ý nay đã tác động sâu xa vào tâm hồn tôi, *"Nếu ta nằm xuống, cuộc đời là trái núi, hãy đứng dậy mà xem, cuộc đời sẽ nằm dưới chân ta"*

Nhưng với thân xác bất toàn này, tôi làm sao "đứng dậy"?

Cũng trong thời gian này, một hôm lang thang trên internet tôi tìm đọc lại tiểu sử của Stephen Hawking. Ông bị liệt toàn thân, tứ chi bất khiển dụng 100%, kể cả tiếng nói. Nếu không còn bộ não và đôi mắt hoạt động bình thường, thì ông chả khác gì loài thảo mộc. Thế mà với nghị lực phi thường, ông đã "viết" được vài cuốn khảo cứu về vật lý. Công ty IBM chế tạo riêng cho ông một computer. Qua tia nhìn, máy có thể nhận tín hiệu, nhảy ra mẫu tự, tạo thành chữ. Sự nỗ lực gần như phép lạ của nhà vật lý là tấm gương. Cùng lúc, một số bạn hữu đến thăm tôi, cũng động viên hãy cố làm việc lại, nếu không ra được tác phẩm thì cũng xem như một hình thức vật lý trị liệu. *"Hãy đứng dậy mà xem, cuộc đời sẽ nằm dưới chân ta."*

Tôi quyết định "đứng dậy".

Trước tiên tôi nhờ vợ tôi mang bàn computer xuống garage, đặt cạnh giá vẽ. Tôi tập gõ chữ bằng một ngón duy nhất còn sử dụng được của bàn tay phải. Sự tập luyện vô cùng khó khăn. Vì không ước lượng được khoảng cách nên tôi thường gõ vào… hư vô, và gõ trật qua chữ bên cạnh, trái, phải, trên, dưới. Một câu 10 chữ ngày trước chỉ tốn 20 giây, nay có khi 3 phút chưa chắc đã hoàn tất. Và vẽ, tôi bảo vợ tôi dùng băng keo dán cọ vào tay, tôi vẽ. Mắt hỏng, tay vụng về, tôi không làm chủ được đường nét cũng như màu sắc, sơn thường vung vãi. Tôi hiểu sẽ không bao giờ nữa vẽ được tranh có hình. Phải tìm một hướng đi khác. Sau 8 tháng nỗ lực, tôi đã hoàn tất được 40 bức tranh, cho triển lãm chủ đề Phục Sinh đã trưng bày ở nhật báo Người Việt năm 2005.

Từ lần triển lãm đó tôi đã có thêm bốn cuộc triển lãm nữa, một ở San Jose, Bắc California, một ở Houston, TX, một ở Thiền Viện Sùng Nghiêm, Westminster, và một ở Trung tâm văn hóa chùa Bảo Quang, Santa Ana, Nam Califonia. Tổng cộng tôi đã vẽ gần 200 bức tranh sau ngày bị tai biến.

Nhưng sức khỏe càng ngày càng suy sụp, nhất là bốn năm trước, do di chứng, thận tôi hỏng hoàn toàn, phải mỗi tuần 3 ngày lọc máu.

Không làm việc được nữa, tôi rơi vào trầm cảm.

Năm tháng trước, trong một lần tái khám, BS khuyên tôi nên tìm việc gì đó để làm, nếu không muốn mất dần trí nhớ. Bản thân dù có thế nào cũng là chuyện chẳng đặng đừng, không thể chết cũng không thể tránh. Nhưng còn những hệ lụy, tôi không muốn trở thành gánh nặng cho mọi người thân. Vì vậy tôi mở fb, để có cớ bận rộn. Tôi còn muốn đi xa hơn nữa. Từ khi mở fb, tôi đã thầm hứa, sẽ thực hiện một loạt tranh mới, chủ đề Chung Cuộc, và một cuốn tiểu thuyết. Tôi tự giới hạn mỗi ngày chỉ viết khoảng 400 chữ, nghĩa là chỉ tương đương một trang in. Một năm 365 ngày, trừ một số ngày vì lý do nào đó không viết được, tôi cũng sẽ có ít nhất trên dưới 300 trang chữ. Hay, dở chưa biết, nhưng tôi nghĩ tôi sẽ làm được.

Anh Mai Thảo, *"Nếu ta nằm xuống, cuộc đời là trái núi, hãy đứng dậy mà xem, cuộc đời sẽ nằm dưới chân ta."*

Tôi đang cố đứng dậy, bằng đôi chân què và hai tay vụng. Anh giúp tôi nhé.

khô mực

Từ trẻ, bảo lưu cho đến bây giờ, tôi vẫn quan niệm tình yêu phải luôn đi đôi với tình dục. Cái gọi là yêu nhau bằng tinh thần, không gợn nhỏ ham muốn xác thịt, tôi nghĩ – một cách khá cực đoan – chỉ có trong tiểu thuyết, loại tiểu thuyết ấm ớ, của những anh những chị suốt đời phòng không đơn chiếc, một mình đối bóng lúc tàn canh (chỗ này nếu có thêm tiếng ò e của đờn… cò, ắt mùi tận mạng!). Nên chỉ có thể "vui chơi" với "chị năm", để rồi sau khi tự thỏa, bò dậy lết tới bàn viết, thả hồn mơ mộng viễn vông, dệt nên những chuyện tình lâm li bi đát, của những "chàng" và "nàng" đến với nhau bằng… tinh thần! (bố khỉ, nếu những "chàng" và "nàng" này có thực, thì hoặc đã trên bảy mươi bó, phái nam súng đã gãy nòng, phái nữ đã ca từ lâu bài "vĩnh biệt kinh kỳ", và rất gần đất xa trời, hoặc nếu còn trẻ, thử lôi đi khám bs mà xem, chắc bắp được nghe phán: những cặp đôi này đã đứt từ khuya sợi dây ham muốn tình dục. Phải mau mau tìm mua Tam tinh hải cẩu bổ thận hoàn uống gấp, kẻo không, rất có nguy cơ biến thành người khuyết tật, không có bộ phận… sinh dục. Chí nguy!)

Nói gần nói xa chẳng qua nói thiệt, dứt khoát tình yêu phải pha thêm tí tình dục thì mới gọi là tình yêu.

Kể cả loại tình dục… hàm thụ, như chuyện tôi sắp kể.

Chàng, nhà văn có số má. Là tác giả của vài chục tác phẩm đủ mọi thể loại. Bút pháp của chàng trầm tỉnh, chừng mực, nghiêm trạng, và nội lực (qua văn bản, chúng ta biết chàng đọc nhiều, hấp thụ thấu đáo mọi trào lưu, mọi diễn biến của mọi trường phái văn học đông tây. Đặc biệt, dù trầm tỉnh, chừng mực, nghiêm trang nhưng văn phong của chàng lại rất duyên dáng và đượm chất khôi hài nhẹ nhàng, kín đáo, và, tất nhiên, sâu sắc.

Chàng rất được những người trẻ mới đặt chân vào thế giới chữ nghĩa, hay lăm le muốn bước vào, ngưỡng mộ. Trong số này không ít nữ lưu. Chúng ta đều hiểu, sự ngưỡng mộ ở các nàng thường đi kèm với tình yêu. Điều này chả phải trăm phần trăm, tất nhiên, nhưng không loại trừ đa số.

Chàng đã vợ con. Vợ chàng tuy không sắc nước hương trời song vô cùng đảm đang, chính chuyên và nhất là yêu chồng, phục chồng, nễ trọng công việc của chồng.

Buổi tối, sau khi đi làm về (viết văn không phải job chính, chàng là phó giám đốc một cộng ty xuất nhập cảng), cơm nước, và làm mọi công việc nhà linh tinh, xong, chàng lên lầu, vào phòng làm việc. Viết đến khuya. Không sót ngày nào, bất kể nắng mưa nóng lạnh. Cần mẫn như anh nông dân với thửa ruộng của mình.

Nhiều người nghĩ viết văn, làm thơ, hay vẽ vời, nhạc nhiếc... nói chung, phải có hứng mới sáng tác được. Tôi cũng cầm cọ, cũng viết lách, thấy, "nhiều người nghĩ" như thế chỉ là ngụy biện. Tôi biết khá đông những cây đa, cây đề trong giới sáng tác thuộc mọi bộ môn, biết họ rất kỷ luật.

Nhạc sĩ Phạm Duy chả hạn. Ai quen ông, từng đến nhà thăm viếng đều thấy như tôi, Phạm Duy cực kỳ ngăn nắp, khoa học, kỹ luật còn hơn một viên chức bàn giấy mẫn cán. Tại phòng làm việc của Phạm Duy, ngoài bàn viết, cây guitar dựng góc phòng, áp tường là một một tủ sách lớn, sách đứng thành hàng ngăn nắp, một ngăn cao và rộng, xếp ngay ngắn nhiều "sơ mi" ghi chú rõ ràng ngoài gáy: photo gia đình, photo lưu diễn, photo những năm kháng chiến, hồ sơ Văn Cao...Mỗi sáng sau khi cà phê điểm tâm xong, ông vào phòng đóng cửa và bắt đầu làm việc. Mệt, nằm nghỉ trên chiếc ghế xích đu cũng đặt trong phòng. Hết mệt lại tiếp tục. Đến giờ ăn trưa, mở cửa ra phòng ăn... Phạm Duy từng nói, không ngăn nắp, khoa học, khi cần tài liệu biết đâu mà tìm? và không kỹ luật tác phẩm ở đâu ra?

Mai Thảo tuy rất yếu những năm cuối đời, nhưng căn phòng nhỏ của anh lúc nào cũng sạch sẽ, ngăn nắp.Trên bàn viết sắp sẵn một xấp giấy trắng, cây bút bi và chồng sách kế cận. (Mai Thảo thuộc "phái cổ", không thèm biết computer là gì, bao giờ cũng viết tay. Hồi anh còn làm báo Văn, mỗi tháng anh phải mất ba ngày ngồi rị mọ viết 600 tên người nhận và địa chỉ trên những bao bì gửi báo đi. Đỗ Ngọc Yến, chủ nhiệm nhật báo Người Việt, từng đề nghị sẽ bảo thư ký đưa danh sách dài hạn vào computer, tới kỳ, print ra, chỉ tốn tối đa nữa giờ là xong, cần gì viết tay. MT lắc đầu, mình phải tôn trọng độc giả, họ nhận được báo, thấy chữ của mình, tất vui hơn cái nhãn gõ bằng ọomputer. Những vị từng mua dài hạn báo Văn xưa kia hẳn đã quá quen với nét chữ MT, phải không?

Còn nhiều nữa những cây đa cây đề khác, hầu hết đều đâu ra đó.

Chỉ những anh chị văn nghệ sĩ... dỏm là màu mè trông phát ớn. Quần áo lôi thôi, đầu bù tóc rối, hôi như tổ quạ. Ăn ở bừa bộn, bẩn thỉu. Hoặc cũng quần là áo lược, cũng chải chuốt đỏm dáng, nhưng cả hai kiểu cách đó đều có chung một mẫu số là khoái "nổ" vung vít, nói năng khệnh khạng, lúc nào mặt mày cũng... trầm trọng, táo bón, ông Tây ấy ngôn thế này, mợ Mẽo nọ nói thế kia... Ra cái điều ta đây thông kim bát cổ và... nghệ sĩ chính hiệu con bọ cạp. Bố khỉ. Loại hàng giả đó lổn ngổn mọi nơi, mọi thời, phát mệt.

Tôi lạc đề rồi. Trở lại chuyện chàng.

Dù rất yêu vợ, nhưng cũng giống đa phần những văn nghệ sĩ. Nhà văn của chúng ta cũng có một mối tình lẽ, với một mầm non đang tập tành vào làng chữ nghĩa.

Mầm non ở tỉnh xa trên cao nguyên. Chàng ở Sài Gòn, thủ đô văn hóa xưa kia. Họ chưa gặp nhau. Chỉ biết nhau qua tấm hình đen trắng và những tờ thư trao đổi mỗi ngày. Thắm thiết, ướt sũng nhớ thương và ăm ắp chuyện… ân ái cụp lạc. Gớm, bọn văn nghệ sĩ vốn phong phú tưởng tượng. Tuy chưa từng gặp nhau, nhưng những pha ân ái hàm thụ xem chừng còn hấp dẫn mê tơi không thua người thật việc thật. Nàng, để tăng thêm phần quyến rũ, mỗi ngày, qua bưu điện đến chỗ làm của chàng là một phong bì, bên trong, kẹp giữa trang giấy "pơ lua" xanh lơ đỏm dáng mỏng dính là vài sợi… lông dài chừng ba đốt ngón tay. Thỉnh thoảng trong lúc làm việc, chàng thường lôi tờ thư đọc lại và đưa mấy sợi lông lên mũi hít hà, xem chừng cục kỳ nhớ thương mê đắm.

Một hôm bất ngờ cửa phòng xịch mở, chị vợ đầu gối tay ấp xuấn hiện.

Tôi quên không kể, vợ chàng rất chu đáo, biết chàng có thói quen nhâm nhi vài chai cồn suốt thời gian sáng tác, nên trước khi chàng vào làm việc, vợ đã nướng một con khô mực và một chai bia đặt sẵn trên bàn. Uống hết chai này chàng gọi vợ mang lên chai khác.

Nhưng bỗng hôm nay vợ chàng chủ động đem thêm chai mới. Một hành vi gần như chưa từng.

Quá bất ngờ, hồn vía lên mây. Nhưng nhanh trí, chàng vò nhanh tờ thư (có kẹp giữa vài sợi lông) thồn vào mồm, nuốt trọng.

Khổ nỗi, nuốt trọng vội vàng nên chàng mắc nghẹn, mặt đỏ gay, mắt trợn trắng.

Vợ sà nhanh tới, hoảng hốt,

"Sao thế? Anh sao thế?"

Chàng hổn hển,

"Khô mực của em ngon quá, anh mần một miếng rõ to, mắc nghẹn. Nhưng không sao, hết rồi."

Vợ cười, nguýt yêu,

"Hư quá, cái tật tham ăn như thằng Cu. Đúng là cha nào con nấy."

Chàng cũng cười. Hú hồn.

Sau, thư cho mầm non, chàng viết, có đoạn, "khô mực của cưng độc thiệt, chỉ vài sợi mỏng như sợi tóc mà khiến anh mắc nghẹn suýt tắc thở.

tác giả, với chúng ta
họa sĩ/ nhà văn khánh trường

LÊ QUỲNH MAI *thực hiện*

"Giá trị một con người không ở cái chân lý mà người ấy có hay tưởng có, mà ở cái công sức người ấy đã bỏ ra để tìm kiếm nó"

Trở về thành phố tuyết sau chuyến đi xa. Tháng chín, trời sửa soạn vào thu. Được tin họa sĩ / nhà văn Khánh Trường ngã bệnh, rất muốn bỏ thành phố nơi mình ở để đến thăm ông dù chưa bao giờ biết mặt, nhưng công việc làm không cho phép tôi tiếp tục thêm cuộc hành trình nào nữa trong những ngày kế tiếp. Và tôi chỉ còn cách nhìn Khánh Trường qua Kim Thi, với hi vọng tìm được sự thật về một nhân vật khá đặc biệt trong lịch sử văn học Việt Nam như Trần Đạo đã viết: "Tạo ra một diễn đàn trong đó mọi nhà văn Giao Chỉ, bất kể hình hài ít nhiều dị hợm của nó trong thế kỷ 20, đều có tiếng nói, đâu phải chuyện chơi. Ông là người làm được điều đó. Nội chuyện đó thôi, ông sẽ lưu danh trong lịch sử văn học Việt Nam trong thế kỷ 20"

Bạn có thể đồng ý, có thể không đồng ý, khi đọc những dòng chữ trên.

Không quan trọng. Với tôi, điều quan trọng là họa sĩ Khánh Trường có chấp nhận mở cánh cửa thêm một lần nữa - trong những ngày ông dưỡng bệnh - để chúng ta có thể hiểu thêm về nhân vật đặc biệt này hay không.

Nếu thành công, không phải do bản thân tôi làm được. Mà chính là họa sĩ nhà văn Khánh Trường và các bạn đã giúp tôi cố gắng hoàn thành công việc phỏng vấn bằng hình thức chấp nhận nó. Yêu thích nó. Như yêu thích một bài tình ca nào đó trong ngày Lễ Thánh Tình Yêu.

mười bốn tháng hai năm hai ngàn không trăm lẻ ba

*

- Có hai ý kiến đánh giá thành quả của Hợp Lưu qua mười hai năm hiện diện trên văn đàn:

a/ Thành công giao lưu và thất bại của sáng tác

b/ Thất bại trong cả hai lãnh vực

Với tư cách là chủ biên Hợp Lưu, xin ông cho biết quan điểm của mình?

- Tôi, trước tiên là một nghệ sĩ. Vẽ tranh, làm thơ, viết văn, làm báo... Mọi công việc tôi đã làm, đang làm, và sẽ còn làm, đều xuất phát từ một động cơ duy nhất: tôi thích. Hình như trong một bài phỏng vấn tôi có nói đại ý, còn thích, còn làm; hết thích, tôi sẽ cút đi chỗ khác chơi. Hợp Lưu được khai sinh trong tâm cảnh ấy. Ngày nay, sau hơn 13 năm, tôi vẫn nghĩ thế và chắc chắn sẽ còn nghĩ thế cho đến ngày tôi hoặc Hợp Lưu không còn tồn tại trên cõi nhân sinh này. Buổi ấy (chữ của thi sĩ Thường Quán), vừa đặt chân lên đất Mỹ sau 10 năm sống dưới chế độ mới và sau những ngày vượt biển gian nan, tôi rơi ngay vào một cộng đồng Việt Nam Hải Ngoại với tất cả những thái quá trong mọi sinh hoạt. Chống Cộng là một trong nhiều sinh hoạt thái quá ấy, thái quá đến độ - dưới mắt một tên cựu quân nhân nhảy dù - trở thành rẻ tiền, ngu xuẩn, phản tác dụng. Theo quan niệm chống Cộng của thành phần này thì bất cứ cái gì xuất phát từ Việt Nam nội địa, chúng ta đều phải "nhất trí" loại trừ. Chả hạn, làm gì có văn học nghệ thuật thực sự trong chế độ Cộng sản. Tất cả chỉ là pano, khẩu hiệu tuyên truyền, nhằm mị dân và tô hồng chế độ. Tôi sống 10 năm trong môi trường Xã Hội Chủ Nghĩa Việt Nam, tai đã nghe, mắt đã nhìn và đọc khá nhiều, quả thực, dưới chế độ ấy tự do ngôn luận, tự do sáng tạo bị giới hạn. Nhưng không phải vì thế không có những thành tựu đáng ca ngợi. Tôi đủ tỉnh táo nhận ra, giữa mênh mông cát sạn, vẫn lấp lánh những hạt vàng. Văn học nghệ thuật đích thực, bằng nhiều cách, vẫn có thể nẩy lộc đâm chồi. Đất đai càng khắc nghiệt càng sản sinh những kỳ hoa dị thảo hiếm quí. Trường hợp này gần như qui luật ở mọi nơi, mọi thời. Chức năng lớn nhất của một nghệ sĩ đích thực là biết phân biệt được chân giả. Biết, để loại trừ cái cần loại trừ, nuôi dưỡng cái cần nuôi dưỡng. Dù tài năng hữu hạn, nhưng, cả đời, tôi mong được làm một nghệ sĩ đích thực, sống, suy nghĩ và hành động như một nghệ sĩ đích thực. Hợp Lưu khai sinh nhằm mục đích tạo ra một diễn đàn hầu thực hiện ước mơ kia, ước mơ phát hiện, bảo tồn, triển khai cái đẹp, không riêng gì của Việt Nam chúng ta, mà rộng hơn, của cả nhân loại. Con đường này có thể xem như một thứ "đường đi không đến", đã có đó, đang có đó và sẽ còn có đó ngày nào còn con người trên mặt đất này, cho nên dùng thước đo của giai đoạn để đánh giá "thành công" hay "thất bại" công việc Hợp Lưu đang theo đuổi, tôi e rằng có vẻ khiên cưỡng quá chăng? Từ lúc loài người thoát khỏi đời sống hang động, tiến hóa dần đến xã hội văn minh ngày nay, nỗ lực tuyên dương và triển khai cái đẹp vẫn luôn luôn là nỗ lực lớn nhất loài người muốn vươn đến. Chúng ta đã đến chưa? Đâu là đích đến chung cuộc?

Tóm lại, tôi không quan tâm đến thành công hay thất bại của Hợp Lưu trong giao lưu cũng như trong sáng tác. Công việc này là nỗ lực tự thân của mỗi nghệ sĩ. Nghĩa nào đó, công việc này không bao giờ có điểm đến. Chính vì thế, nó luôn luôn là một quyến rũ, một thôi thúc lên đường. Hợp Lưu đã lên đường, đang trên đường. 13 năm của Hợp Lưu nếu so với dòng chảy bất tận của văn học Việt Nam nói riêng, thế giới nói chung, thật, chả khác gì một hạt cát nhỏ nhoi giữa mênh mông sa mạc.

- Hợp Lưu đồng nghĩa với Khánh Trường. Khi quyết định giao lại cho người khác, ông có nghĩ rằng việc này sẽ ảnh hưởng đến một số độc giả và tác giả không? Vì như Philippe Moreau Defarges đã viết "Một cánh bướm vỗ lôi kéo theo nhiều hiện tượng, hậu quả có thể gây nên một cơn bão cách đó hàng ngàn cây số"

- Xin lỗi, cái cánh bướm của nhà ông Philippe Moreau Defarges vỗ có thể tạo nên những cơn bão hay không là chuyện... biến hóa khôn lường của chữ nghĩa và triết lý, xét cho cùng, đem áp dụng vào sự hưng vong của một tạp chí, tôi có cảm tưởng nó khập khễnh thế nào ấy. Hợp Lưu đã tồn tại 12 năm, hướng đi của Hợp Lưu đã rõ nét và định hình, dù có tôi hay không thì sinh mệnh của nó cũng không thay đổi bao nhiêu. Ngày nay, văn hữu cộng tác với Hợp Lưu là vì tờ báo, chả phải vì tôi. Tôi, hay ai khác, ảnh hưởng rất giới hạn đến Hợp Lưu. Giống như một người đã bước vào tuổi trưởng thành, hắn tự lập thân, không còn bị chi phối nhiều bởi những người đã khai sinh ra hắn.

- Nếu được yêu cầu, ông có bằng lòng ký vào "Hiến Chương Nhân bản 2000 -Lời Kêu Gọi Một Chủ Nghĩa Nhân bản Toàn cầu Mới" không?

- Như đã nói, tôi là một nghệ sĩ, kẻ luôn ước mơ được đứng về phía cái đẹp, cái thiện. Hiến chương nhân bản 2000 nhân danh điều thiện, tất nhiên sẽ là một vinh hạnh cho tôi nếu được yêu cầu tham gia.

- Là một nhà văn hóa, ông nghĩ gì về nhận định của Philippe Papin khi cho rằng cuộc cách mạng loại bỏ chữ Hán trong văn tự "đã gây tổn hại lớn cho di sản văn hóa Việt Nam và là một sự mất mát khó lường"

- Một nhà văn hóa! Cô dùng chữ nghe khiếp quá!

Tôi, xin được nhắc lại, trước sau chỉ là một nghệ sĩ, mọi việc tôi làm được dẫn dắt bởi cảm tính nhiều hơn bởi so đo hơn thiệt của lý trí. Câu hỏi của cô liên quan đến văn hóa, một phạm trù vượt ngoài khả năng hiểu biết của tôi. Để giải mã phạm trù này, tất yếu phải dùng đến lý trí và sự thấu đáo về nhân chủng học, một lĩnh vực tôi hoàn toàn mù tịt. Tại sao ngôn ngữ Việt có nhiều Hán tự? Đâu là cội nguồn dân tộc? Phải chăng Việt Nam là một nhánh nhỏ bứt ra từ mẫu quốc Tàu trôi dạt xuống phương

Nam? Tôi từng đọc luận cứ này, cũng như từng đọc nhiều luận cứ khác chứng minh một cách đầy tính thuyết phục về nguồn cội giống nòi. Nhưng xin thú thực với cô, càng đọc tôi càng rối mù, chả hiểu đâu là chân, giả. Thôi thì, để trả lời câu hỏi của cô, tôi lại đành vịn vào cảm tính vậy.

Chúng ta đều hiểu ngôn ngữ Việt, nhất là ngôn ngữ viết, hình thành phần lớn dựa trên chữ Hán. Nếu loại bỏ chữ Hán ra khỏi văn tự Việt, tất nhiên chúng ta thật khó - nếu không muốn nói vô phương - có được cái gọi là "di sản văn hóa". Thứ chữ của ngày trước, sau chữ Hán, là chữ Nôm, loại chữ Nguyễn Du đã dùng để viết Truyện Kiều, được ông cha ta cho là của người Việt, thực chất, chỉ là một thứ văn tự lai tạp, dùng các bộ tự của chữ Hán xào nấu lại.

Nếu lội ngược dòng lịch sử, chúng ta không thể phủ nhận một sự thực đau lòng là trong quá trình hình thành dân tộc, ta đã chịu sự đô hộ của Tàu ngót 1000 năm. 1000 năm! Thời gian đủ dài để một nhúm dân, vốn chỉ nhỏ bằng một tỉnh của "đại quốc", phôi phai dần bản sắc thuần túy của mình, để tan nhòa vào bản sắc của kẻ thống trị. Ngôn ngữ, thứ ký hiệu dùng để giao tiếp, qua đối thoại hàng ngày với nhau, và qua văn tự, giấy tờ, thi phú, kinh điển kẻ bị trị là ta phải tiếp cận triền miên ngót 1000 năm, trải dài hàng mấy mươi thế hệ người, nếu không bị đồng hóa, mới là chuyện lạ. Hãy nhìn hai quốc gia Chân Lạp, Chiêm Thành, chỉ sau vài trăm năm, ngày nay chỉ còn lèo tèo vài chục nghìn người lai tạp, sống lẫn lộn với người Việt, sử dụng ngôn ngữ Việt ở các tỉnh miền Trung, miền Nam, kể từ cuộc Nam tiến của các vua chúa Việt dấy khởi, để thấy rõ sức đồng hóa khủng khiếp của kẻ xâm lăng. Vậy, điều Philippe Papin nhận định, theo tôi, không phải vô căn cứ.

Tuy nhiên, nếu hiểu văn tự là một loại ký hiệu dùng để ghi chép, lưu giữ phần hồn, phần tinh hoa của một giống nòi thì cái mà Philippe Papin gọi là "di sản văn hóa Việt" vẫn còn đó, không mảy may thương tổn. Chưa kể, chữ Hán sẽ không còn là chữ Hán nữa khi chúng đã được (hoặc bị) Việt hóa, nhất là từ lúc chữ quốc ngữ ra đời, ký âm bằng dạng tự La Tinh. Chối bỏ chữ Hán trong văn tự Việt, theo tôi, là một cách tự bần cùng hóa bản thân, bắt nguồn từ mặc cảm tự ti biến thành tự tôn vô lối. Lịch sử nhân loại từng chứng minh, các nền văn minh vẫn hỗ tương, ảnh hưởng lẫn nhau, có khi kẻ thống trị đồng hóa kẻ bị trị, có lúc chính kẻ bị trị làm phôi phai bản sắc của kẻ thống trị.

Trở lại vấn đề, cái gọi là loại bỏ chữ Hán trong văn tự Việt, hẳn cô cũng đồng ý với tôi, là chuyện bất khả thi. Thời gian đầu khi miền Nam Việt Nam đổi chủ, người ta đã hô hào, phát động một chiến dịch qui mô, nhằm loại bỏ chữ Hán ra khỏi ngôn ngữ Việt. Kết quả, lắm chuyện cười ra nước mắt. Một lần đi ngang ngã tư Hai Bà Trưng, Hồng Thập Tự (tên đường của Sàigòn trước và sau 75 một thời gian ngắn), tôi đã sững người trước tấm biển nhỏ, gắn ngoài cửa một phòng vệ sinh công cộng: Phòng đái, ỉa. Cũng vào thời kỳ đó, vô số những "Hán tự" được thuần Việt một cách ngây ngô, luộm thuộm: Nhà Phòng cháy chữa cháy thay vì sở cứu hỏa; Máy bay lên thẳng thay vì Trực thăng, Lính thủy đánh bộ thay vì Thủy quân lục chiến, Giặc lái thay vì phi công địch... Cũng may, cuộc cách mạng "thuần Việt" kiểu trên bộc phát một thời gian ngắn, để rồi tàn lụn và triệt tiêu hẳn. Bởi vì nó... chướng quá, và... thiếu văn hóa quá!

- Thụy Khuê viết "suy tưởng về nghệ thuật, về sự sáng tạo đề tài, về khái niệm thẩm mỹ học là những yếu tố cần thiết để đánh bại cái nghèo nàn trong văn học nghệ thuật của ta". Là người chủ trương và theo dõi các hoạt động văn học nghệ thuật, ông thấy các đề nghị trên có thực hiện được hay không?

- Có nghệ sĩ đích thực nào không suy tưởng về nghệ thuật, về sự sáng tạo đề tài, về khái niệm thẩm mỹ học khi ngồi trước màn hình computer, hay trang giấy trắng, mặt bố rộng, với cây bút, cây cọ? Tôi đồ rằng Thụy Khuê muốn nhắn nhủ những tay "thợ" trong sinh hoạt văn học nghệ thuật của ta. Thợ viết, viết một cách lười nhác, dễ dãi theo kiểu kể lại một câu chuyện, có lớp lang, có mở, có kết, càng nhiều tình tiết éo le gay cấn càng ăn khách. Thợ vẽ, vẽ bằng cách dùng tay nghề của mình bôi xanh, tô đỏ, tạo ra "tranh" theo yêu cầu thẩm mỹ chung chung của quần chúng.

Những thứ mì ăn liền tôi vừa dẫn trên có thể gọi là văn học nghệ thuật được không?

Vậy thì bất cứ một nghệ sĩ đích thực nào, khi đã xem văn học nghệ thuật là một cái gì thiêng liêng cao quí, tôi tin họ đều ngày đêm trăn trở khôn nguôi những điều Thụy Khuê nói đến. Riêng chuyện có thực hiện được hay không những điều ấy thì vẫn lại là nỗ lực tự thân của từng cá nhân. Là người đã, đang và sẽ còn gắn bó với văn học nghệ thuật ngày nào còn hơi thở, tôi mong sẽ có lúc ước mơ trên thành hiện thực.

- Phạm Thị Hoài bảo "Làm sao một xã hội chậm tiến về mọi phương diện lại có nổi một nền văn học giàu có và tiến bộ được"

Hoàng Ngọc Tuấn bảo "Chúng ta vốn có truyền thống nhìn vào kính chiếu hậu để tìm những tầm cao thay vì nhìn vào phía trước."

Theo ông, những nhận định trên về văn học Việt Nam có bi quan lắm hay không?

- Tôi đồng ý hai đánh giá trên của Phạm Thị Hoài và Hoàng Ngọc Tuấn.

Hãy nhìn lại nền văn học của chúng ta, hẳn rõ. Việt Nam, từ buổi đầu lập quốc đến nay, không mấy khi được an lạc, thái bình, đất nước luôn đắm chìm trong chiến tranh, lạc hậu, nghèo đói. Với hoàn cảnh sống đó, lo chiến đấu để tồn tại đã ngất ngư, còn sức lực tâm ý đâu nghĩ đến văn chương, nghệ thuật.

Thế mà, khổ nỗi, khi làm được một chút gì hay, đẹp, là chúng ta... lập tức hồ hởi phấn khởi ngủ quên trên chiến thắng, khư khư giữ rịt, tự hào mãn với thành quả ấy, xem như đó là chuẩn mực bất di cần bảo tồn, khai thác cho... muôn đời sau. Hãy lấy ví dụ điển hình: Truyện Kiều, một tuyệt tác thơ ca Việt, đồng ý, nhưng từ bao lâu nay, chúng ta cứ trầm trồ mãi về cái đỉnh cao này, với xác quyết "truyện Kiều còn, tiếng Việt còn, tiếng Việt còn, nước ta còn...", thì tôi e rằng chúng ta đang tự bịt mắt, ngồi yên một chỗ, bàn chuyện văn chương chữ nghĩa bằng cái kiến thức có được từ hơn... 300 năm trước! Người Nhật dạy con em của họ: Tổ quốc Phù Tang cỗi cằn, xơ xác, thiếu hụt mọi tài nguyên. Để làm cho dân giàu nước mạnh, chả còn con đường nào khác ngoài nỗ lực học hỏi, cần cù làm việc. Người Việt thổi vào tâm hồn trong trắng của cháu con mình: Quê hương ta rừng vàng biển bạc, đất đai màu mỡ, trên rừng nhiều gỗ quí, dưới biển lắm cá tôm, dân tộc ta lại kiên cường dũng mạnh, 1000 năm đô hộ giặc Tàu, 100 năm nô lệ giặc Tây, 20 năm lệ thuộc đế quốc Mỹ, cuối cùng, nhờ ý chí quật cường, Tàu thua, Tây chạy, Mỹ cút. Ôi! Được làm người Việt Nam, đáng tự hào biết bao nhiêu! Rốt cục, ta ngây ngất ngủ quên trên niềm tự hào ấy, để rồi, bừng con mắt dậy, nhận ra, trên dưới 80 triệu con rồng cháu tiên ta đang ì ạch một cách vất vả, những mong theo kịp bước chân của các láng giềng gần. Đau thay, những láng giềng này, xét quá trình, chả tài cán giỏi giang gì hơn ta.

Đó là hậu quả tất yếu của tâm thức tự yêu mình thái quá, tự vỗ về mình bằng niềm tự hào đến vô lối và vô lý. Tâm thức này, trong văn học là "truyền thống nhìn vào kính chiếu hậu để tìm những tầm cao" như Hoàng Ngọc Tuân ví von.

- Ông có tin lời phát biểu của Nguyễn Quý Đức "Sẽ có

người Việt Nam cầm bút có được chỗ đứng trong văn học thế giới. Nhưng họ là những nhà văn gốc Việt viết tiếng Anh/Pháp / Đức... vì họ là những cây bút hay, giỏi, đề tài và nguồn gốc sắc tộc của họ là điều phụ."

- Tin, tất yếu phải vậy.

Do hoàn cảnh lịch sử, trên 2 triệu người Việt Nam đã được phân bố rải rác khắp nơi trên thế giới từ thời điểm 30 tháng 4/75. Sau đau thương, mất mát, chia lìa, may mắn đã đến với chúng ta (Tái ông mất mã?). Dần dà, theo ngày tháng, chúng ta có được một cộng đồng Việt Nam lớn mạnh về nhiều lĩnh vực bên ngoài quê hương. Văn học nghệ thuật là một trong những lĩnh vực này. Thế hệ thứ nhất, còn hệ lụy nhiều với quá khứ, tư duy đến ngôn ngữ, "lằng nhằng" mãi với những chuyện đậm đặc chất thời sự bạn thù ta địch, mày sai tao đúng rồi sẽ qua đi. Thế hệ thứ hai, thứ ba, thứ tư sẽ không còn bị "ám" bởi những bóng ma ấy, và sẽ nhạt dần bản sắc dân tộc gốc, để trở thành người Mỹ, người Pháp, người Đức... Lúc bấy giờ, ngoài dòng máu chảy trong huyết quản họ (chưa chắc đã thuần chất), bắt nguồn từ những ông cố ông tổ nào đó, "nghe đồn rằng" là người Việt Nam, một dân tộc ở tít mù đâu đó bên kia đại dương, cách xa nửa vòng trái đất. Thế hệ này chắc chắn sẽ không nhìn và đánh giá cuộc đời bằng lăng kính của ta. Vì vậy, nếu họ chọn văn chương nghệ thuật là cứu cánh cuộc đời, thì thành quả họ sản sinh ra làm sao có thể mang hơi hướm, phong vị của thế hệ Việt Nam thứ nhất được? Đến lúc ấy, nếu họ có một chỗ đứng nào đó trên văn đàn thế giới, thì "tiếng thơm" này chúng ta được hưởng rất ít. Nhiều phần hơn, nếu không muốn nói toàn phần, "tiếng thơm" ấy thuộc về nơi chốn họ đã sinh ra, đã lớn lên, đã thừa hưởng một nền văn hóa và giáo dục bản địa từ ấu thơ đến trưởng thành.

- Theo Nguyên Sa "Với những thành tựu tác phẩm đã đạt

được, văn học Việt Nam có thể ngửng đầu, chúng ta không có gì hổ thẹn cả". Một ý kiến khác cho rằng "Một số truyện được tuyển trong tập những truyện ngắn Hoa Kỳ hay nhất năm 1997 không hay bằng nhiều truyện ngắn Việt Nam hải ngoại hiện nay". Vậy ông có quá khắt khe "... Cứ viết làng nhàng mãi" khi nói về tình hình sáng tác ở nước ngoài hay không?

- Tôi xin được phép không đồng ý với cố thi sĩ Nguyên Sa cũng như nhiều người khác khi làm công việc so sánh văn học ta với văn học thế giới, để rồi lắc đầu ngao ngán, "viết lách thế này chả mong gì bằng được thiên hạ", hay tấm tắc tự khen, "với thành tựu đó, ta có quyền ngẩng cao đầu hãnh diện", hoặc nữa, "Nhất định sẽ có ngày thế giới biết đến ta". Cả ba thái độ, tự ti, tự tôn và hoài vọng đều ít nhiều ẩn chứa mặc cảm thua kém. Mỗi dân tộc đều có cho riêng mình một tiêu chuẩn thưởng ngoạn, dựa trên vài yếu tố cơ bản như chủng tộc, văn hóa, nền nếp giáo dục... Tách những yếu tố này ra khỏi tiêu chuẩn thưởng ngoạn là điều bất khả. Tựa khẩu vị trong ẩm thực, món mắm nêm, đối với người Việt Nam, dậy mùi thơm "bát ngát", nhưng đối với các dân tộc phương Tây, mùi vị ấy thối không thể nào chịu nổi. Lấy một ví dụ đơn giản: Thử mời một người Việt Nam ăn những cao lương mỹ vị của Tây, Mỹ. Ông (bà) ta hẳn sẽ thích lắm, không ngớt mồm xuýt xoa. Nhưng hãy cho ông (bà) ta thưởng thức các món ăn ấy liên tiếp một tuần, chúng ta hẳn thừa luận cứ tiên đoán, sẽ có lúc ông (bà) ta nhỏ nhẹ yêu cầu xin một quả cà pháo, một con cá nục kho tiêu.

Văn học nghệ thuật có chiều kích rộng hơn, bao quát hơn, nhưng tình cảm của kẻ thưởng ngoạn vẫn không thể nào tuyệt đối khách quan. "Trống trường thành lung lay bóng nguyệt" có thể dịch ra mọi ngôn ngữ, người đọc sẽ hiểu nghĩa câu thơ trên muốn nói điều gì, nhưng để thấm, để cảm, để rung động được cái hay của câu thơ, nếu không phải là người Việt Nam, không lớn lên trong cái nôi văn hóa Việt, chắc chắn sẽ không thể nào thẩm thấu.

Trở lại vấn đề, khi đã đồng ý văn học nghệ thuật luôn song hành với những yếu tố cơ bản của mỗi dân tộc, thì mặc nhiên chúng ta buộc phải công nhận tiêu chuẩn cao, thấp, lớn bé chỉ còn là những giá trị tương đối.

Về vấn đề cô cho rằng tôi quá khắt khe khi nhận xét nhà văn ta cứ "viết lằng nhằng mãi", khi mà thi sĩ Nguyên Sa và nhiều người khác nữa lạc quan nhận xét "văn học ta hay lắm, chúng ta có thể ngẩng đầu không hổ thẹn" thì thưa cô, từ tiền đề, điều tôi nói và điều thi sĩ Nguyên Sa cùng nhiều người khác nói đã không xuất phát từ một điểm, tất nhiên, kết luận cũng sẽ không giống nhau. Khi tôi nói, là tôi muốn so sánh văn học ta với chính ta. Theo tôi, hầu hết nhà văn Việt Nam đều mắc phải một chứng bệnh khó trị: sự dễ dãi và lười nhác trong tư duy sáng tạo. Điều này cũng dễ hiểu thôi, đa số nhà văn ta đều xem công việc viết lách là nghề tay trái. Viết, cho vui, viết, như một thú tiêu khiển. Ai hơi đâu đi đầu tư tâm huyết vào một công việc tay trái? Thỉnh thoảng cũng có được vài ba người sống thuần túy bằng ngòi bút, nhưng, như chúng ta đều biết, đây là một nghề kiếm ra tiền ít nhất, chẳng thế, thời tiền chiến đã từng có một ông thi sĩ (Nguyễn Vỹ) gào lên, uất ức: "nhà văn An Nam khổ như chó". Viết lách trong hoàn cảnh ấy thì đầu tư, học hỏi, tìm kiếm sáng tạo "làm cái đếch" gì? Rốt cục, để ý mà xem, 40 năm trước, nhà văn A đã viết như thế, bây giờ vẫn viết như thế, có khi còn tệ hơn thế. Một nền văn chương mãi dậm chân tại chỗ, thưa cô, không lằng nhằng thì là gì?

- Là một họa sĩ, ông nghĩ gì về lời phát biểu của họa sĩ Lê Phổ "Tài năng đôi khi không quan trọng bằng may mắn. Để thành một họa sĩ lớn như Picasso, phải có may mắn và có may mắn là có lửa thiêng để thành công"?

- Tôi chỉ đồng ý với họa sĩ Lê Phổ một phần thôi. Đành

rằng sự may mắn đối với một nghệ sĩ là vô cùng quan trọng. Tuy nhiên nếu không thực sự có tài thì sự may mắn sẽ không ở lâu với ta. Khi làm công việc sáng tạo sự may mắn giúp ta đến gần ngưỡng cửa thành công, nhưng thành công chỉ có thể xảy ra và tồn tại vẻ vang nếu sáng tạo ấy bắt nguồn từ những khai phá thiên tài. Giá trị nghệ thuật là cái muôn đời, bất diệt, năm năm, mười năm, thậm chí một thế hệ có thể lầm, nhưng sớm muộn gì người ta cũng thấy được cái hay cái dở thực sự.

- Nữ điêu khắc gia Điềm Phùng Thị là một người đặc biệt. Bỏ nghề nha sĩ, bà theo đuổi nghệ thuật tạo hình và tên tuổi được ghi trong cuốn Tự Điển Larousse ; Nghệ thuật thế kỷ XX: Hội Họa Và Điêu Khắc 1992. Ngoài bà, xin ông cho biết thêm về các nữ điêu khắc gia Việt Nam khác.

- Ngành điêu khắc của Việt Nam, theo tôi biết không nhiều lắm những nữ nghệ sĩ, lại càng hiếm những tài năng. Có lẽ ngành này tương đối khá nặng nhọc so với sức vóc, thể lực của đàn bà Việt Nam. Tôi có quen biết vài nữ điêu khắc gia Việt Nam nhưng theo nhận xét của tôi - với tư cách một người thưởng ngoạn - thì tác phẩm của họ không có gì đặc biệt.

- Họa sĩ Khánh Trường viết: "Hình như chỉ có thể đắm say và thủy chung được với một tình nhân duy nhất: mặt bố rộng và những mảng màu". Vậy sau những tác phẩm mang chủ đề Đồng Tính, ông có những dự án nào?

- Dự án về chủ đề Đồng Tính chưa kịp thực hiện thì bạo bệnh đã bất ngờ đến. Tôi bị tai biến mạch máu não, tay chân ảnh hưởng nặng. Hiện, tôi khá vất vả khi cần phải di chuyển cũng như cầm nắm vật dụng và phát âm khó khăn khi đối thoại. Đối với một họa sĩ, hai bàn tay là quan trọng nhất. Nói như thế để cô hiểu sự lao đao của tôi khi phải đối phó với nghịch cảnh. Tuy nhiên, tôi không tuyệt vọng. Còn nước còn tát, tôi tin một cách mãnh liệt, sẽ có ngày tứ chi tôi trở lại hoạt động bình thường.

Bây giờ, chả hơn gì một đứa trẻ, hàng ngày tôi phải tập lại nhiều thứ, tập viết, tập đi, tập nói... Nhà văn Thế Uyên khi nghe tin tôi bị bệnh, đã thư cho tôi, lấy tư cách một bệnh nhân đồng cảnh ngộ: "Hãy xem việc tập luyện là mục đích duy nhất từ nay đến cuối đời, và hãy nghĩ đó là một niềm vui." Nhà văn Thế Uyên, cô hẳn biết, cũng bị tai biến mạch máu não cách đây trên dưới 3 năm, bán thân bất toại, thư ông viết cho tôi bằng tay trái, cánh tay còn sử dụng được một phần, và là kết quả của 3 năm tập luyện kiên trì. Noi gương ông, tôi cũng đang chuyên cần tập luyện, và cố xem công việc ấy như một môn giải trí. Bài phỏng vấn này tôi đã mổ cò một cách cực kỳ khó nhọc, chữ được chữ mất, trong nhiều ngày. Nói thế, để gián tiếp nhờ cô sửa lỗi typo hộ, nếu cô muốn sử dụng. Nhà văn bác sĩ Ngô Thế Vinh thường ghé nhà thăm tôi, bảo, đánh máy cũng là một cách tập, để lấy lại sự chuẩn xác của các ngón tay.

Trở lại câu hỏi của cô, tôi đã thầm hứa, chủ đề Đồng tính từng dự định sớm muộn tôi cũng sẽ phải thực hiện bằng được. Tôi rất ghét bỏ cuộc trong bất cứ vấn đề gì. Từ hôm rời bệnh viện về nhà cách đây non 4 tháng, tôi đã thử cầm cọ vẽ. Phẩm chất, không biết có chủ quan chăng, tôi thấy không có dấu hiệu sút giảm so với khả năng đã có của mình. Chỉ một trở ngại, tốc độ làm việc chậm hơn vì tôi không thể ngồi lâu và nhất là không thực hiện được tranh có kích thước lớn, một đam mê của tôi. Trên diện tích rộng của mặt bố, ta tha hồ dàn trải bố cục, tha hồ vung cọ chụp bắt ý tưởng. Và cũng có thể xem là style riêng: tôi có thói quen tạo nhiều khoảng trống trong tranh. Có nhiều bức tranh của tôi, chi tiết chỉ đóng vai trò phụ, những khoảng trống mới là yếu tố tôi quan tâm, khai thác. Điều này, trong một bài trả lời phỏng vấn Huỳnh Hữu Ủy, tôi có giải thích, tôi chịu nhiều ảnh hưởng triết học Đông phương, nhất là Thiền học.

- Derek Walcott (Nobel văn chương 1992) tuyên bố rằng "Tôi muốn thà chỉ có một người đọc và cảm nhận thơ tôi thâm

sâu còn hơn là hàng trăm ngàn người đọc mà chẳng để tâm gì". Có phải vì cũng nghĩ như thế nên thơ ông ít xuất hiện trên Hợp Lưu ngoại trừ một bài thơ tựa đề HÙ ký tên Khánh Trường?

- Thơ ca là món khó nhá nhất. Nhưng có một nghịch lý, dù khó nhá, thơ ca lại được nhiều người làm nhất.

Ở hải ngoại, từ lúc tạp chí Thơ của Khế Iêm cổ vũ một cuộc cách mạng trong thi ca, kêu gọi mọi người hãy đoạn tuyệt với loại thơ vần vè trầm bổng du dương, làm một cuộc lên đường, mạnh dạn đi vào nền thơ ca mới như hậu hiện đại, tân hình thức, thơ phần mảnh... thì tôi có cảm tưởng ai cũng làm thơ được. Thơ không còn là độc quyền của các thi sĩ. Hay nói khác hơn, ai cũng có khả năng trở thành thi sĩ. Không tin, cô thử lật các tạp chí văn chương ở hải ngoại ra xem, gần như nhà văn nào cũng làm... "thơ".

Điều này có nhiều mặt mạnh, song cũng lắm điểm yếu. Mạnh, chả hạn chúng ta dễ dàng bày tỏ cảm xúc của mình qua năm mười câu "thơ", không cần dàn lời trải ý nhiêu khê như trong văn xuôi, hay vần vè cực nhọc như thơ truyền thống. Yếu, chả hạn đa số đều lẫn lộn giữa "thơ" và "cái gọi là thơ". Vì vậy mới có hiện tượng bộc phát đến bão hòa trong môi trường thơ ca hải ngoại nói riêng, cả nước nói chung.

Tôi từng nhận vô số những đoạn văn xuôi lủng củng, được ngắt hàng, gọi là "thơ" gửi đến tòa soạn hàng ngày. Thú thực, nhiều lúc phát khùng.

Có lẽ chính vì vậy, những thi sĩ đích thực, như Derek Walcott, mới phải mong ước, thà ít người cảm nhận thơ ông, còn hơn nhiều người tưởng rằng mình hiểu thơ, yêu thơ nhưng thực chất, chỉ là cái sự "tưởng" rất xúc phạm đến người làm thơ. Cá nhân tôi, thời còn trẻ có dan díu với thơ ca, như hầu hết những người yêu văn chương. Nhưng càng tiếp cận lâu với thơ, càng thấy nó không giản dị. Làm thơ theo kiểu làng nhàng để đăng báo, không khó. Nhưng để tạo ra một tác phẩm thực sự, chẳng phải chuyện đùa.Tôi đủ liêm sỉ và lương thiện nhận thấy mình không có khả năng "làm ra gió, tạo nên bão" trong thơ ca, vậy, tốt nhất tôi nên "cút đi chỗ khác" cho sạch sẽ mát mẻ môi trường. Trong văn xuôi cũng vậy, 8 năm nay tôi không sáng tác, bởi thấy cái viết của mình chả có chi xuất sắc, nếu có viết thêm thì cũng chỉ "nối dài" những cái đã viết, không ích gì cho văn học Việt Nam đã đành, có khi lại toa rập làm cho nền văn học ấy thêm trì trệ, lằng nhằng.

- Thi sĩ Hoa Kỳ Joseph Brodsky (Nobel văn chương 1987) xuất bản 500 cuốn thơ bán mãi không hết. Trong khi đó thi sĩ Việt Nam có người một năm xuất bản 4 tập thơ, có người tái bản thơ của mình. Theo ông đây có phải là dấu hiệu đáng khích lệ của nền thi ca có dấu ấn 4000 năm văn hiến hay không?

- Quả thực, như cô nhận xét, có nhiều "thi sĩ" Việt Nam cho ra đời mỗi năm hàng nửa tá thi phẩm. Người ngoại quốc nếu nhìn thấy thành quả này, có lẽ sẽ bật ngửa chết giấc, họ không tài nào hiểu nổi tại sao cái giống dân chỉ cần 3 người thôi, họp lại, là thành một góc chợ ngay (thử bước vào một nhà hàng Tây phương, nếu nghe chỗ nào lao xao nhất, cầm chắc, không con dân đại quốc Trung Hoa thì cũng dòng dõi con rồng cháu tiên Giao Chỉ!) mà tâm hồn lại lênh láng chất thơ đến vậy?! Ôi, nếu họ biết được rằng người Giao Chỉ chúng ta rất mê danh phận, nhất là những danh phận này dây mơ rễ má với văn chương nghệ thuật. Làm kỹ sư bác sĩ, Ph D này nọ, xoàng quá, ai học lại chẳng được. Nhưng làm thi sĩ, văn sĩ, họa sĩ... cái này không đùa nhé, nếu chả phải "thiên tài", học giả đầu cốt khỉ vẫn hoàn cốt khỉ! Trong các món ăn chơi, xem ra "thơ" có vẻ dễ chơi nhất. Ngôn ngữ Việt Nam giàu âm điệu, chỉ cần sắp xếp câu chữ khéo tay một chút, là thành "thơ" ngay. Nay một bài, mai một bài, vài ba tháng nhịn hủ tiếu, phở tái bún bò buổi sáng là thừa tiền để in ngay thôi. Trong chiều hướng ấy, những tập thơ, như bươm bướm, thi nhau ra đời. Làm chủ biên Hợp Lưu 12 năm, tổng kết, cái tôi nhận được nhiều nhất là "thơ", nhiều đến... ớn lạnh, đến đêm ngủ nằm mơ thấy mình bị đè ngạt thở dưới núi "thơ" cao ngất!

- Đây là trường phái Bùi Giáng, khi nhận định về một nhà thơ: "Nguồn thơ ông rất đặc biệt. Đọc mấy thi phẩm ông, tôi còn giữ lại một cảm tưởng hiu hắt. Rủi sao, tập thơ ông tôi bỏ lạc đâu mất, nên không thể dám mạo muội viết nhận định ra đây" . Trên Hợp Lưu: "Một tập thơ có lẽ khá tốn kém vì được in trên giấy tốt, với rất nhiều phụ bản màu, là những hình chụp phong cảnh của tác giả" . Thưa ông, có phải trên văn đàn đã xuất hiện thêm một trường phái nhận định mới có tên là trường phái Nguyễn Thị Giáng Châu?

- A, lối giới thiệu sách mới này xuất hiện trên các tạp chí văn chương với nhiều... sáng tạo, tựu chung, có tính cách "huề vốn". Hồi anh Mai Thảo còn sống, tôi vẫn thường trêu lối giới thiệu vô thưởng vô phạt này. Nếu tác phẩm của nữ giới, anh vuốt: "lại thêm một lẵng hoa trong rừng hoa...". Nếu của nam tử, anh tán: "giữa tất bật cơm áo quê người, vẫn sừng sững dựng lên một bản viết lữ thứ...". Chữ nghĩa lóng lánh thơ mộng thế, chả gây thương tổn gì đến ai, vui vẻ cả làng. Riêng tôi, lắm khi bực bỏ quá, cũng chỉ dám kín đáo xa gần, cố đừng xúc phạm đến tác giả. Bởi lẽ giản dị, mục giới thiệu sách mới nhằm giới thiệu đến độc giả những tác phẩm vừa phát hành, do tác giả gửi tặng. Nhận quà tặng mà đốp chát vào mặt người tặng thì vô giáo dục quá, nhưng muối mặt khen vung thiên địa thì lòng nhột nhạt không yên, chứng tỏ sự thiếu ngay thẳng với chính mình và với độc giả. Vì lẽ đó, "trường phái huề vốn" ra đời. Bật mí nghề nghiệp với cô cho vui: mỗi lần nhận được một cuốn sách mới, tôi lật ngay các trang đầu hoặc cuối hoặc bìa sau, tìm lời "tựa" hay "bạt". Nếu có, chỉ cần trích một đoạn ngắn những lời này, xong, khỏi mất lòng tác giả mà tôi cũng không có trách nhiệm nếu độc giả nghe theo lời "đường mật" của ai đó, ra tiệm thỉnh nhầm một xấp giấy lộn!

Nghiêm chỉnh mà nói, lối giới thiệu này rất tai hại. Đa số độc giả không có thì giờ lục tìm sách hay ở các hiệu sách, vì vậy các tạp chí văn chương, như gạch nối giữa độc giả và tác giả, đóng vai trò hướng dẫn, chỉ đạo, để người đọc khỏi mất thì giờ và yên tâm hơn khi chọn mua một tác phẩm. Mất tiền, không quan trọng lắm, điều đáng nói là họ sẽ có cảm giác bị lừa khi mua phải một tác phẩm tệ, khiến lòng tin của họ với các nhà văn nói chung, các tạp chí văn chương nói riêng, suy giảm, đưa đến hệ quả thị trường chữ nghĩa Việt Nam hải ngoại vốn èo uột càng èo uột, do khách hàng ít dần đi. Họ tìm đến các thú vui khác, an toàn và đỡ bực mình hơn.

Cho nên tôi vẫn mong Hợp Lưu có đủ tiền để có thể hàng tháng đến các nhà sách, các cơ sở xuất bản chọn mua các tác phẩm, hay, khen hay, dở, chê dở, không việc gì phải cả nể, độc giả hoang mang đã đành, bản thân người giới thiệu cũng chả vui gì.

- Những truyện ngắn của ông mang đầy dấu ấn bạo lực và dục tình. Như thế, ông có ý kiến gì khi Nguyễn Hưng Quốc cho rằng trong lịch sử văn học "tình yêu là đề tài nhất thời, không chừng tình dục mới là đề tài vĩnh cửu".

- Trong lời thưa cuốn "Có Yêu Em Không?", tái bản, tôi có viết, "... do xuất xứ, do thói quen, do nhiều yếu tố khác, mỗi nhà văn tự chọn cho mình một cách thế biểu hiện. Có người chỉ khai thác những phần tốt tươi của cuộc đời, có kẻ chỉ viết được, viết hay khi đề cập đến tình yêu, tình gia đình, tình bằng hữu... Kẻ khác, không sản sinh nổi một dòng nếu hắn không ngập sâu xuống đáy cùng vũng lầy đọa lạc..."

Đúng, tôi có khuynh hướng viết về bạo lực và dục tình.

Tại sao?

Năm 13 tuổi tôi bỏ nhà đi hoang. Vì miếng ăn, tôi sa chân vào một xóm điếm ở Đà Lạt. Hàng ngày, cùng vài đứa trẻ trang lứa, tôi ra đứng đầu các con hẻm chào hàng, dắt mối. Khách hàng thời điểm ấy hầu hết là lính tráng, lúc nào cũng say sưa nghiêng ngả và dữ dằn bạt mạng. Xóm gồm nhiều ổ điếm, mỗi ổ là một căn hộ có gác lửng. Phòng khách tầng dưới, cũng là nơi ăn ở của chủ, tức "Má Hai, Má Ba", theo tên gọi của giới giang hồ. Trên gác chia làm nhiều "buồng", mỗi "buồng" cách nhau bằng một tấm "ri-đô" vải nhựa. Tối, tôi ngủ ở một trong các "buồng" này, nếu vắng khách, còn trống, sau một ngày đứng mỏi rã hai chân ngoài đầu các con hẻm, miệng không ngớt léo nhéo những lời lẽ mời chào thô tục: "Anh ơi, đi không anh, có ghệ mới cắt chỉ từ dưới tỉnh lên, hàng họ hết sẩy... Anh ơi, chọi một phát lấy hên đi anh, có ghệ tơ đông ngò (*nhiều lông*) lắm...". Một tối, đang thiu thiu nửa tỉnh nửa mê, tôi nghe có tiếng đôi co bên kia "vách", "Ra đi cha nội... Uống chi lắm rứa? dai như đỉa, bộ tui sức trâu à?". Tiếng cười hềnh hệch: "Càng lâu càng sướng em ơi... Lẽ ra em phải thối tiền lại cho anh... Không cảm ơn còn bày đặt than thở...". "Tui chịu hết nổi rồi." Tiếp theo, tiếng động mạnh, có lẽ một thân thể bị đẩy rơi xuống mặt sàn gác. Tôi giật mình tỉnh ngủ. "Tui không đi nữa, để tui xuống nói Má hai tìm cho anh con khác. Tiếng đàn ông lớn giọng: "Đụ mẹ mày ngon. Tao đập chết mẹ mày bây giờ." "Thách đó, đập đi." và tiếng xô xát. Tôi tốc tấm "vách" chạy sang. Tên lính đang nắm tóc chị T kéo rịt xuống. Chị T không vừa, một tay bóp chặt hạ bộ tên lính, một tay quơ cào rối rít, cố gỡ nắm tóc dài đang bị tên lính làm chủ. Cả hai đều trần truồng. Chị T mới đến làm ở "động" non hai tháng, người nhỏ nhắn, không đẹp nhưng tính tình vui vẻ hào phóng. Chị rất thương tôi. Những hôm ế khách chị và đồng nghiệp đợi gánh hột vịt lộn ngang qua, gọi vào, chén. Tôi được hưởng ké, chị T luôn luôn bao giàn. Khi thấy chị T bị tên lính hành hung, tôi lập tức nhảy vào bênh. Tôi phóng người bám trên lưng tên lính, hai tay đấm thùm thụp vào đầu hắn. "A, thằng oắt con, muốn chết hử?" Tên lính thả chị T ra, vòng tay thộp cổ tôi, đẩy mạnh vào vách ván. Tôi nhỏ con, ốm yếu, chả hơn gì con nhái bén trong bàn tay hộ pháp của tên lính. Chị T được tự do, vội nhào xuống sàn, lật gối lấy con dao dấu bên dưới, chĩa về phía tên lính, hét: "Thả thằng nhỏ xuống." Tên lính cười hăng hắc, không quay lui, thay vì buông tôi ra, hắn lại đẩy lên cao. Tôi nghẹt thở, tay chân giẫy giụa điên cuồng. Chị T nhào tới. Và thật bất ngờ, ngoài dự đoán của tôi, của cả tên lính, chị T vung tay, đâm ngọt lưỡi dao vào sườn tên lính. Hắn giật bắn người, buông tay, tôi rơi xuống sàn, hắn cũng loạng choạng quị ngã, hai tay ôm bụng. Khi Má hai hay tin, sai người gọi cảnh sát đến thì tên lính cũng vừa thở hắt, giã biệt trần gian. Chị T bị bắt, bị tù. Ngày tôi được vào thăm, chị vuốt tóc tôi, cười buồn: "Thế này biết đâu lại hay, ra tù, chị sẽ về quê..." Chị khuyên tôi, "Đời em còn dài, không nên chôn vùi ở đó..." và chị nhắn Má hai trao tôi một phần số tiền chị đã dành dụm được trước đây, hiện Má hai đang giữ hộ. Nhờ số tiền, tôi mua vé xe đò xuống Qui Nhơn, ở đó, tôi sống chung với một thằng bạn cùng tuổi trong một toa tàu bỏ hoang cuối sân ga. Qui Nhơn thủa đó là một căn cứ quân sự của Mỹ, thành phố đầy lính tráng và gái điếm. Bar rượu mọc sấn sát dọc bờ biển, đúng như thơ Nguyễn Bắc Sơn: "Mai này đụng trận ta còn sống / về ghé sông Mao phá phách chơi / Chia bớt nỗi sầu cùng gái điếm / Đốt tiền mua vội một ngày vui." Ban ngày, tôi cùng thằng bạn lê la hết quán này đến quán khác. Thằng bạn đánh giày, tôi "danh giá" hơn, với cây chì than và tập croquis, tôi gạ, ký họa nhăng cuội các khuôn mặt đỏ gay men rượu của các chàng GI và phấn son lòe loẹt của các chị đượi. Hẳn nhiên vào thuở đó những tấm ký họa của tôi chả đẹp đẽ hay ho gì, nhưng trong cơn say, giữa tiếng nhạc bập bùng và da thịt đàn bà, một hai đô la đỏ (loại tiền dành riêng cho lính viễn chinh Mỹ) bố thí cho một thằng oắt con bản xứ, thật chẳng đáng chi. Trời vừa sụp tối, tôi cùng thằng bạn cắp sách vở đến các lớp học bổ túc. Trầy trật mấy năm, thằng bạn đỗ được cái tú tài bán. Hắn đăng lính, lon chuẩn úy, đóng đồng trên Pleiku. Ở đơn vị mới chưa được bao lâu, một đêm đồn bị tấn công, hắn chết. Tôi mất một thằng bạn quí. Người đã từng chia ngọt xẻ bùi với tôi suốt thời niên thiếu, người đã từng đưa lưng hứng chịu một con dao chặt nước đá lởm chởm răng cưa để cản đường cho tôi thoát thân, khi cả hai bị một băng nhóm khác thanh toán vì đã xâm phạm địa bàn hoạt động. Tình nghĩa giang hồ, như tôi thường nói nhiều lần, đẹp lắm, Lương Sơn Bạc lắm. Đó là loại tình cảm còn giữ nguyên dạng thô nhám, chưa bị so đo tính toán thiệt hơn bởi cái gọi là "trí thức" sau này tôi chung đụng. Mất mát lớn, và không còn ai thân thích ở thành phố đó, tôi vào Sài Gòn, rồi lính tráng, vợ con, trận mạc, thương tích, vượt biên, tình lớn, tình bé... Bao nhiêu cảnh huống tôi đã trải hơn nửa thế kỷ làm người, đã cho tôi thấy rất rõ thương yêu và thù hận, bạo lực và nhân ái là những khối thể bất khả phân ly, như phải có âm để có dương, phải có tối để có sáng, phải có đen để có trắng. Tình dục, một mặt của quan hệ phái tính, giúp con người đến gần nhau nhưng cũng có thể đưa đến bạo lực giết chóc. Tuy thế, dưới đáy sâu hủy hoại, bạo tàn, vẫn nẩy mầm những hạt giống tốt, nhờ những hạt giống này, sự sống được duy trì và tiến hóa. Cứ thế, vòng tròn quay đều, bất tận, từ ngàn xưa đến ngàn sau, làm thành lịch sử loài người.

Dù yêu văn chương, mê sách vở, tôi không có ý định viết văn, càng không nghĩ sẽ có một ngày mình trở thành nhà văn. Nhưng nhiều sự việc xảy ra cho mỗi con người khiến hướng đời lệch hẳn về một phía không ngờ. Ngày mới đặt chân đến đất Mỹ, thời gian đầu, chưa tất bật vì cơm áo, dư thời giờ, tôi tìm đọc sách vở báo chí hải ngoại. Càng đọc, cảm giác khó chịu càng tăng. Văn chương đích thực không có bao nhiêu, đa phần chỉ thoát thai từ thời sự, từ khuynh hướng chính trị, và tệ hại nhất là do não trạng căm thù, đã biến văn chương thành những thứ khẩu hiệu sắt máu, hàm hồ, khoác lác, không khác bao nhiêu với loại văn chương dưới chế độ Xã Hội Chủ Nghĩa tôi đã sống 10 năm. Nếu thế này mãi còn mong gì một tương lai khởi sắc cho văn học Việt Nam! Từ suy nghĩ này, manh nha trong tôi khuynh hướng "hợp lưu". Chỉ có hợp lưu, chỉ xóa bỏ hận thù, chỉ "bước qua lời nguyền", chỉ đồng qui mọi nỗ lực của tập thể lớn cho một mục đích thì sự viên mãn mới có hy vọng thành tựu. Nghĩ vậy thôi, chứ với tư cách một thuyền nhân vừa rời trại tị nạn, việc thực hiện ý nghĩ ấy còn quá xa vời. Cho đến ngày nhà văn Nguyễn Mộng Giác giao lại tạp chí Văn Học cho ba chúng tôi, Trịnh Y Thư (sau, được thay thế bởi Hoàng Khởi Phong), Cao Xuân Huy và tôi. Tôi phụ trách phần mỹ thuật của tờ báo, thỉnh thoảng thiếu bài, tôi kiêm luôn nhiệm vụ... "trám chỗ." Những truyện ngắn đầu tiên của tôi khai sinh từ đó. Sau này, với chủ trương "hợp lưu" như đã suy nghĩ buổi mới đặt chân đến đất Mỹ không được hai vị kia, chủ bút và tổng thư ký, tán thành, tôi tách riêng làm tờ Hợp Lưu, những truyện ngắn tiếp theo cũng nhằm mục đích "trám chỗ". Lạ một điều, mỗi khi ngồi trước màn hình computer gõ những con chữ đầu tiên, rồi chữ gọi chữ, hết trang này sang trang khác, nhiều lúc truyện được dẫn đến những tình tiết, bến bờ ngoài dự định của tôi. Khi hoàn tất, đọc lại, tôi giật mình phát hiện ra dục tình và bạo lực đã biến thành trọng tâm của truyện, của mọi câu chuyện. Nhiều lần tôi cố viết khác, cố nghĩ đến những điều thanh cao, thơ mộng, nhưng chỉ được một hai trang đầu, đâu lại vào đó, dục tình và bạo lực lại chen vào! Dần dần tôi hiểu rằng dấu ấn những năm tháng ngập sâu trong bùn sình vẫn còn hằn đậm trong tâm não. Tôi không thể trốn chạy chừng nào chưa nói hết, nói đủ. Nói, như nhìn lại chính mình, những hệ lụy quanh mình. Nói, một cách "ơn đền oán trả" theo đúng luật giang hồ.

Trong lời thưa của cuốn "Có Yêu Em Không?", tái bản,

tôi cũng có viết, dù thể hiện "cách nào, tôi tin, mỗi nhà văn đều có chung một ước mơ. Bằng đóng góp nhỏ nhoi của mình, biết đâu cuộc đời nhờ đó sẽ đẹp hơn, thanh cao hơn, đáng sống hơn. Nhà văn, tuy không làm nổi công việc cải tạo xã hội. Nhưng sẽ mãi mãi là những sứ giả tận tụy, không ngừng sống chết với những ước mơ. Tôi là nhà văn, tôi cũng đang cống hiến cho đời những ước mơ."

- Dương Thu Hương viết " Nghề văn, nói chung là một nghề nguy hiểm. Nghề văn, đối với đối với những người đàn bà một trăm lần nguy hiểm hơn" . Khánh Trường cũng nhận định rằng "văn chương hải ngoại sở dĩ có được thành tựu tốt đẹp hiện nay, phần lớn do công sức, tài năng của các cây viết nữ" . Vậy theo ông, những cây viết nữ có phải là những người rất can đảm không?

- Không dính dự gì đến "can đảm" hay "hèn nhát" cả!

Dương Thu Hương phát biểu lời trên trong hoàn cảnh viết của bà ta, hoàn cảnh của những nhà văn cầm bút dưới một chế độ chuyên chính, lạng quạng, sai đường lối là tàn đời! Cái gương nhãn tiền của nhóm Nhân Văn Giai Phẩm là một ám ảnh có thực, đã biến cái viết của những ngòi bút trung thực "yêu ai cứ bảo là yêu, ghét ai cứ bảo là ghét, dù ai ngon ngọt cho đường, cũng không nói yêu thành ghét, dù ai cầm dao đòi giết, cũng không nói ghét thành yêu" (Phùng Quán) đồng nghĩa với lòng can đảm.

Ở hải ngoại, sự thành tựu của các nhà văn nữ, phần lớn nhờ họ được giải phóng khỏi vị trí "đồ vật" mà các nước phương Đông thường mặc nhiên áp đặt lên thân phận nữ giới. Với xã hội phương Tây, người đàn bà có điều kiện để bình quyền hơn với nam giới. Vị trí xã hội thay đổi, lại nhờ nhạy cảm nữ tính, vốn rất gần gũi với văn chương nghệ thuật, họ viết hay là điều không có gì đáng ngạc nhiên. Mặt khác nữa, văn chương Việt Nam hải ngoại phần lớn được "sản xuất" bởi thế hệ thứ nhất, thế hệ còn hệ lụy nhiều với quá khứ. Đàn ông, những người trực tiếp cọ xát với thực tế trong thời chiến cũng như thời hậu chiến, vì thế cái viết của họ, dù nỗ lực bao nhiêu chăng nữa, cũng khó lòng thoát khỏi ám ảnh quá khứ. Văn chương thế giới ngày nay đã vượt xa nghìn dặm, trong lúc nhà văn Việt Nam còn mãi loay hoay với những chuyện thời sự của thập niên 70! Nhà văn nữ, may mắn hơn, họ hứng chịu gián tiếp thảm kịch, và bẩm sinh trời phú, phái nữ chóng quên thảm kịch, thích nghi nhanh với môi trường mới. Đó là những yếu tố khách quan vô cùng cần thiết để viết hay, viết cập nhật thời đại.

- Đa số các buổi ra mắt sách đều "nhục và thảm như mấy anh mãi võ bán thuốc dán ở các bến tàu, bến xe, phụ diễn bằng sự tiếp tay của vài con khỉ già bôi vôi vẽ mặt làm trò... khỉ" . Phải chăng đúng như lời ông nói "văn nghệ sĩ ngoài sự bất hạnh ra, còn là chủng loại mang bệnh tâm thần rất nặng"

- Nhiều lúc nhìn quanh, thấy bạn bè, anh chị em bị con vi trùng văn chương nghệ thuật nó hành, tôi có phẫn chí thở ra hơi hướm tiêu cực, chứ thực thà mà nói, chữ nghĩa tranh ảnh cũng chả khác gì ma túy, gây nghiện. Đã lỡ vướng vào rồi, là cuộc đời... từ bị thương tới chết! Nhiều bạn bè tôi hì hục sớm khuya làm thơ viết văn. Viết xong, vay mượn xanh xít đít đui để in. In xong, gọi điện thoại xin bạn bè ở địa phương này, vùng cư ngụ kia góp tiền tậu một tấm vé máy bay, rồi vác năm bảy chục cuốn sách đến ra mắt bà con làng nước. Vài ba chục "người yêu sách", năm bảy ca sĩ, ngâm sĩ, văn nghệ sĩ vườn lên bục gỗ hát hỏng, ngâm ngợi, tán tụng... Màn cuối cùng, nhờ một vài em gái khệ nệ ôm từng chồng sách đến từng bàn, cười duyên, cười lẳng, cười cầu tài, "Ông bà cô chú anh chị mua hộ một cuốn..." Hoạt cảnh ấy không khác bao nhiêu với hoạt cảnh bán thuốc sán lải của các "gánh" Sơn Đông mãi võ xưa kia. Vâng, thưa cô, nhục và thảm lắm!

- Du Tử Lê gọi Khánh Trường là "một gã giang hồ, phiêu bạt thứ thiệt" . Trần Vũ nhìn Khánh Trường qua hình ảnh một "Django" . Trần Đạo nói Khánh Trường là "ba cà chớn, du côn hơn đời" . Khánh Trường thú nhận hồi nhỏ rất mê đọc sách. Vậy có phải tác phẩm Thủy Hử (Thị Nại Am) trong Lục Tài tử Trung Quốc đã ảnh hưởng nhiều đến tánh tình của ông hay không?

- Sách vở có ảnh hưởng chăng đến cá tính một con người? Tôi không biết.

Hồi nhỏ, đọc truyện Tàu, trong đó có Thủy Hử có "108 anh hùng Lương Sơn Bạc", nào là tên du côn ngang tàng Lỗ Trí Thâm ăn thịt chó, nốc rượu như hũ chìm, nào là anh chàng hảo hớn (Tàu) Võ Tòng sát tẩu. Nói thực với cô, đọc thì đọc vậy, vì nghe thiên hạ tán vung thiên địa. Một thời, có lẽ đến bây giờ, các nhân vật ấy, những điển cố ấy là mẫu mực đạo lý và xuất xử của đàn ông con trai Á châu, vốn chịu ảnh hưởng của nền văn hóa nằm trong quỹ đạo Trung Hoa. Riêng tôi không "mặn" chút nào. Ảnh hưởng duy nhất còn tồn tại được của nền văn hóa này đến ngày nay trong tôi là triết lý Nam Hoa Kinh của Trang Tử. "Nhìn kìa, cá lội tung tăng vui nhỉ? - Anh không phải là cá, làm sao anh biết cá vui? Anh không phải là tôi, làm sao anh biết tôi biết cá vui hay buồn?" Lối lý luận cù nhầy này, ngẫm sâu, hay quá. Cho nên bản chất tôi gồ ghề gai góc như *cây* san hô hay tròn ủng như hòn bi ve chắc chắn không do Thủy Hử hay cái gì sốt. Tôi như thế vì tôi như thế. Tôi vẫn cho rằng hoàn cảnh xã hội có thể ảnh hưởng đến hướng nhìn cuộc đời của một con người, riêng bản chất thì khó sửa đổi, nếu không muốn nói, vô phương. Tôi can đảm hay hèn nhát, rộng lượng hào sảng hay hẹp hòi ti tiện... thì tôi sẽ như thế đã như thế, mãi mãi như thế cho dù hoàn cảnh sống của tôi thế nào chăng nữa. Có thể suy nghĩ của tôi sai, nhưng đó là suy nghĩ của tôi.

- Khánh Trường tuyên bố "mê sách đâu phải là một cái tội một căn bệnh." Vài thập niên nữa, những kệ sách sẽ biến mất. Nếu chỉ được giữ lại 7 cuốn sách (một tuần chỉ có bảy ngày!), thì ông sẽ giữ lại những cuốn nào?

- Vài tuần nay ban biên tập mới của Hợp Lưu tranh luận sôi nổi để có được quyết định chung cuộc: nên hay không đăng lại những tác phẩm đã lên website? Thời gian sau này, các tạp chí "dưới đất" đã vấp phải một trường hợp đau đầu: Báo in xong tòa soạn mới phát hiện, hoặc độc giả than phiền truyện ngắn này, bài thơ nọ, tiểu luận kia đã lên website A, B, C.... (làm sao trách các tác giả được họ gửi "chùa" chứ có bán bản quyền cho mình đâu?) Thực trạng đó nói lên một điều: Báo "trên trời" càng ngày càng chiếm ưu thế, thay đổi dần cách thưởng ngoạn của độc giả, vì tiện lợi, nhanh chóng, ít tốn kém, lại có thể trao đổi trực tiếp với tác giả, nếu muốn. Cái thú cầm trên tay một cuốn sách còn thơm mùi giấy mực, nhìn cách trình bày bìa, những trang trong, kiểu chữ, size chữ.... đã bị thay thế bởi màn hình computer, với cái kính lúp, muôn chữ nghĩa hình ảnh to nhỏ thế nào tùy ý. Vì thế, đã có nhiều chuyên gia tiên đoán, có thể vài thập niên nữa thư viện sẽ biến thành nhà bảo tàng, nơi lưu giữ vốn văn hóa của nhân loại vào một thời điểm... xa xưa, để cháu con ta tham quan! Nếu sự kiện trên thành hiện thực, thì việc giữ 7 hay 7 triệu cuốn sách cũng giống nhau, chả việc gì phải chọn lựa. (Nghĩa đen thì thế. Nghĩa bóng, tôi sẽ chỉ giữ sách... của tôi. Văn mình vợ người mà! :)

- Nhà văn Nguyễn Huy Thiệp đã và đang bị đánh phá, nhất là từ khi kịch bản Suối Nhỏ Êm Dịu xuất hiện, mà nhà phê bình Thụy Khuê bảo là "dẫn đến sự tha hóa, tiêu hủy con người tự bản thân" . Khi chủ trương tờ Hợp Lưu, họa sĩ Khánh Trường cũng bị đánh phá thê thảm như vậy. Bây giờ xin ông cho biết hậu quả của những hành động kém văn hóa ấy?

- Hậu quả là nhờ những đánh phá này, Hợp Lưu được tò mò tìm đọc, do đó, đã sống dai như giẻ rách đến ngày hôm nay. Lại tái ông mất mã! :)

- Qua mục " Kim Thi, Ngày... Tháng..." trên Hợp Lưu, độc giả rất thích thú khi nghe kể lại những sinh hoạt trong cộng đồng người Việt hải ngoại tại một vùng mà ông gọi là "nước Bolsa". Sau gần 20 năm sống tại đó, xin ông cho biết tình trạng hiện nay ra sao?

- Như bất cứ một cộng đồng nào, bên cạnh những mặt tích cực, cũng lắm cái tiêu cực. Về mặt tiêu cực, tôi chưa thấy một dân tộc nào... trung thành với... vốn cũ như dân tộc ta. Chuyện chống Cộng chả hạn. 20 năm trước, lãnh tụ nhớn bé của phong trào đã chống như thế, 20 năm sau, lớp cũ, và cả lớp kế thừa, vẫn bổn cũ soạn lại, bài bản y chang. Nói theo ngôn ngữ chúng tôi thường khảo với nhau: "Đó là thành phần bị đứt dây cót, đồng hồ cóc chạy nữa". Lạ thực, và tài thực. Tôi, trí thông minh hình như không tệ lắm, vậy mà nghĩ mãi không ra!

- Ông có khá nhiều kỷ niệm về Mai Thảo. Sau mười ba năm lăn lóc với Hợp Lưu ông cảm nhận gì về câu thường nói của người đàn anh này: "Hừm! Ra cái đếch gì!"

- Nó gói ghém cả một nhân sinh quan đấy cô ạ. Tưởng chả có gì ghê gớm, nhưng nếu sống gần Mai Thảo, biết được hành trạng thời tuổi trẻ của người đàn ông này, mới hiểu, để thấy mọi thứ đều "ra cái đếch gì". Mai Thảo đã phải kinh qua một quá trình dài làm người, với tất cả vinh quang và tủi nhục của kiếp người, từ lúc thanh xuân phơi phới ("Nếu cuộc đời là trái núi, hãy đứng dậy mà xem, cuộc đời sẽ nằm dưới chân ta" - Mai Thảo - Bản Chúc Thư Trên Ngọn Đỉnh Trời) đến lúc tay run, mắt mờ, răng rụng ("Thế giới có triệu điều không hiểu /càng hiểu không ra lúc cuối đời" - Thơ Mai Thảo).

Thời vàng son của Mai Thảo, đầu tàu Sáng Tạo, chủ bút nguyệt san Nghệ Thuật, tạp chí Văn, tiểu thuyết gia hàng đầu của miền Nam, mỗi ngày không dưới 6 truyện dài viết từng kỳ cho các nhật báo, "mầm non văn nghệ" gặp Mai Thảo là "run như run thần tử thấy long nhan" (thơ Hàn Mặc Tử.) Mai Thảo hét ra lửa mửa ra khói, Mai Thảo kênh kiệu, trịch thượng, Mai Thảo mặt lạnh như tiền ở các chiếu bạc, Mai Thảo vua sàn nhảy trong những vũ trường xập xình tiếng nhạc quá đêm... để rồi, cuối thập niên chín mươi, người đàn ông ấy, nhà văn hàng đầu ấy, đã trở thành một ông già hom hem nát rượu, đơn chiếc, suốt ngày nằm dài trên chiếc giường sắt cá nhân với chiếc ly thủy tinh cáu bẩn và chai cognac (loại 2 chữ, rẻ tiền) dưới chân giường, trong căn phòng nhỏ 9 thước vuông. Thỉnh thoảng vài văn hữu, đàn em ghé thăm, mang đến cho ông một chai rượu, chiếc phong bì trong xếp thẳng thớm một hai trăm đô la. Cái "uy" của Mai Thảo không còn nữa, tất cả đều nhìn Mai Thảo bằng con mắt trắc ẩn của những con người còn khỏe mạnh nhìn một đồng loại sắp vĩnh biệt trần gian. Thế đó, chỉ chưa đầy 5 năm ngày vĩnh biệt cõi đời, người đàn ông một thời "làm ra gió, tạo nên bão" đã gần như ra khỏi trí nhớ nhân gian. Tất cả đều là huyễn mộng. Tất cả đều "ra cái đếch gì." Đây là bài học lớn nhất Mai Thảo để lại cho tôi. Tôi, một người em văn nghệ, một người bạn vong niên cuối đời của người đàn ông ấy. Hợp Lưu gắn bó với tôi 13 năm, khi từ giã cuộc chơi, triết lý "ra cái đếch gì" đã giúp tôi nhẹ nhàng thoải mái hơn trong quyết định.

- Cuộc đời đầy đau khổ và gian truân của Khánh Trường đã được mô tả trong những trang viết chân thành và cảm động . Dù vậy, nếu có phương tiện, ông có muốn tạo ra một KHÁNH TRƯỜNG JUNIOR bằng phương pháp tạo-sinh-vô-tính -clone- hay không?

- Để làm gì, thưa cô?

Sống như thế, suốt bao nhiêu năm, chưa đủ sao?

Không kể, nếu đi sâu vào lĩnh vực này - clone - tôi nghĩ nhân loại sẽ phải đối diện với những câu hỏi, cho đến nay, vẫn chưa có câu trả lời thỏa đáng: Tên KT "phó bản" này được nuôi nấng, dạy dỗ, đào tạo trong hoàn cảnh sống khác với hoàn cảnh sống hắn đã kinh qua. Vậy, hắn có còn là KT nữa chăng, hay nói theo khuynh hướng Phật giáo, thân xác vốn giả ảo, chỉ là cái vỏ linh hồn đã mượn, để đi qua cõi trần gian này trong một kiếp trên vòng quay vô thủy vô chung của luân hồi nghiệp báo. Nếu chấp nhận khuynh hướng này thì một thai nhi, được tạo ra từ một tế bào gốc, cũng chả khác bao nhiêu với một thai nhi kết tinh trong bụng người mẹ. Thai nhi ấy, con người sẽ trưởng thành ấy, thuần túy chỉ là một cái "vỏ".

- Nếu đúng như nhà văn Trần Vũ dự đoán , đi tu không thành chánh quả, ông có trở lại lèo lái Hợp Lưu và vui với "nồi buồng chín tã" không?!

- Tâm cảnh tôi đã khác, trở lại lèo lái Hợp Lưu hay buông bỏ vĩnh viễn không còn là mối bận tâm của tôi. Vả, như đã nói từ đầu, Hợp Lưu đã định hình, đã có một sinh mệnh riêng. Văn hữu viết vì tờ báo, vì đường hướng Hợp Lưu đã vạch và theo đuổi 13 năm qua, chứ không phải vì tôi.

- Xin ông cho một lời khuyên với giới trẻ nào thích viết về đề tài tình dục mà chưa dám xuống đường "phát vãng trinh tiết" như nhà văn Trần Vũ nhận định.

- Chả riêng gì tình dục. Hãy xem công việc viết lách như một nhu cầu, chừng nào nhu cầu đòi hỏi, thỏa mãn nó. Nói cách khác, hãy viết cái gì muốn viết, và tuyệt đối trung thực với lòng mình. Văn chương giống tình yêu, chỉ tác động đối tượng khi xuất phát từ sự thành thực. Mang của giả cho đi, sẽ nhận trả những hồi đáp giả.

- Cả đời, tôi chỉ sợ không đủ trung thực để nói thật, chứ "sợ ai, còn khuya!". Đây là lời tuyên bố của họa sĩ Khánh Trường. Thế mà theo tiết lộ của ông về cách cư xử đối với các cây viết nữ thì độc giả có cảm tưởng ông hơi "nể" họ! Vậy... hơi khuya rồi, xin ông hãy nói thật: Django Khánh Trường nể vợ hay sợ vợ?

- Tôi có tuyên bố như thế ư?

Nếu có thế thì âu lúc ấy tôi bị "điếc" nên "không sợ súng" rồi. Thế mới biết, bút sa gà chết. Nguy hiểm thật! Xin cho tôi được nói lại: Thưa cô, tôi nể lắm, sợ lắm, không chỉ nể vợ, sợ vợ, mà còn nể, sợ tất cả mọi sinh vật có tên là đàn bà. Bằng chứng nhãn tiền, tôi nể cô rất mực, nếu không, tôi đã chẳng cực nhọc ngồi gõ từng chữ trật vuột thế này đâu.

- Mark Twain nói "Không người đàn ông hay đàn bà nào thật sự biết được tình yêu hoàn hảo là gì cho đến khi họ đã kết hôn với nhau một phần tư thế kỷ " . (Ở tuổi ông) ông có tin là có tình yêu hoàn hảo hay không?

- Ôi các ông bà nhà văn! Bao giờ các ông ấy cũng lấy mình làm mẫu số chung, rồi kết luận như đinh đóng cột xuyên qua kinh nghiệm của chính bản thân mình. Mark Twain hẳn nhiên khi phát biểu câu ấy, cũng không ra ngoài "truyền thống" trên. Riêng tôi, đã thấy nhiều cặp vợ chồng rất tâm đầu ý hợp từ lúc yêu nhau, đến lúc lấy nhau, sống bên nhau gần trọn kiếp người. Dĩ nhiên trong khoảng thời gian dài dằng dặc ấy, thi thoảng cũng có lúc cơm không lành canh không ngọt, nhưng đó chỉ là những bóng mây xám, những cơn mưa rào, nó không làm hại đến hạnh phúc, ngược lại, nhờ đó, hạnh phúc trở nên ngọt ngào hơn. Nhìn những cặp vợ chồng này, tôi nghĩ, nếu có kiếp sau, chắc chắn họ sẽ gặp lại nhau, và sẽ tiếp tục yêu nhau, như đã.

Từ đó suy ra, có vẻ như cái mà cô gọi là "tình yêu hoàn

hảo", hay ít lắm cũng gần với hoàn hảo không phải không có. Rất tiếc, cái gì quí thường hiếm. Con người luôn luôn va chạm với những tình huống bất ưng, đến nỗi sự bất ưng trong tình yêu trở thành đương nhiên, trở thành định luật.

- Xin tất cả mọi người, đã yêu tôi, đã ghét tôi: Hãy tha thứ cho tôi, nếu trong dĩ vãng tôi có những lầm lỗi.

- Xin cảm ơn nhà văn / họa sĩ Khánh Trường.

Lê Quỳnh Mai

lão ngoan đồng trương đình quế

Họa sĩ / Điêu khắc gia Phạm Văn Hạng trong một phát biểu có nhắc đến ông bạn vong niên tôi rất mực yêu mến, họa sĩ/ điêu khắc gIa Trương Đình Quế. Ông đã từ trần nhiều năm trước, nhưng mỗi lần nhớ lại, trong tôi vẫn dâng lên một cảm xúc bùi ngùi.

Gàn 60 năm trước Trương Đình Quế là thầy dạy nhiệm ý năm tôi học lớp đệ ngũ ở trung học Phan Thanh Giản, Đà Nẵng.

Ngày ấy (kể cả bây giờ) tôi chỉ là một đứa trẻ rắn mắt, ham chơi hơn ham học, Nên dĩ nhiên rất dốt. Có lần cô giáo Quách Thị Trang, thầy dạy Pháp văn, đã phê vào bài tập của tôi một câu nhớ đời, "Prend toi ça ! » (đồ con heo). Con heo thật ! Tôi không khá bất cứ môn học nào, kể cả môn nhiệm ý hội họa. Môn này phụ, không quan trọng. Học cũng được, không học, chẳng sao. Một lần, quá chán với những phương trình, định lý rối rắm, nhức đầu, tôi đánh bài chuồn, nhảy cửa sổ (tôi lựa chỗ ngồi cạnh cửa sổ để dễ biến khi muốn) ra phố. Lang thang mỏi chân vẫn chưa đến giờ tan học. Tôi bỗng nhớ, hôm ấy, ở hội Việt Mỹ có triển lãm hội họa của thầy Trương Đình Quế. Tiện chân tôi ghé vào phòng tranh. Bấy giờ tuy chưa hiểu nhiều cái đẹp của hội họa, tôi vẫn còn nhớ đã xúc động khi đứng trước một bức tranh, nhỏ thôi, nhưng thật ấn tượng. Tranh ít màu và giản dị, thầy Trương Đình Quế đã sử dụng phương pháp pha trộn chất liệu (mix materials), ba cây nhang, vài mảnh giấy vàng mã được dán trên nền xám đục với những tảng màu quằn quại, cuồng cuộn. Tôi không nhớ tên tranh, nhưng đứng trước tác phẩm này, người xem không thể không liên tưởng đến không khí chiến tranh đang rất sội động, tang tóc. Vào thời đó tuy phương pháp vẽ bằng cách pha trộn nhiều chất liệu đã có từ lâu và khá phổ biến ở phương Tây. Nhưng ở Việt Nam ít có họa sĩ nào sử dụng. nhất là ở một tỉnh nhỏ (thuở ấy) như Đà Nẵng. Có lẽ Trương Đình Quế là một trong rất ít hoa si miền Trung dẫn ngọn cờ đầu (không lâu sau họa sĩ Phạm Văn Hạng đã dùng… da người chết trong biến cố Mậu Thân – 1968- để kết hợp vẽ tranh, và được giải thưởng Tổng thống).

Một lần khác, thầy Trương Đình Quế đặt trên bàn một chiếc mũ, bảo học trò nhìn, vẽ. Tội vẽ, giống và… hình như đẹp. Vậy mà khi chấm, thầy chỉ cho 03, thua xa thằng bạn ngồi cạnh, vẽ chiếc mũ thành cái gì đó, giống… củ khoai lang: 08! Tôi bất mãn, khiếu nại. Thầy phán: Vẽ giống chỉ là thợ vẽ, ngày nay đã có máy chụp hình làm công việc đó. Em vẽ giống, nhưng thiếu óc sáng tạo. Nếu theo nghề vẽ, em sẽ chỉ là thợ vẽ thôi.

Đối với những thằng nhóc con như chúng tôi thuở đó, bài học này quả lả ngoài sự hiểu biết của những đầu óc non nớt. Cho nên nỗi bất mãn còn đeo đẳng mãi một thời gian dài. Có lẽ vì thế tôi nhất định đi sâu vào lĩnh vực hội họa, một phần, để xem lời phán của thầy Quế có đúng không?

Cho đến khi trưởng thành, lăn lộn nhiều năm trong nghề, tôi mới vỡ lẽ điều thầy Quế phán xưa kia có phần không sai. Họa sĩ Hiếu Đệ, một người bạn vong niên khác, cũng từng nói, vẽ đẹp, chỉ là bước đầu, khi đã nắm vững kỹ thuật, hình họa, họa sĩ phải biết "quên" (giống các thiền sư, tu tập đến một cấp độ nào đó, họ sẽ "phùng Phật, sát Phật") để không phải chỉ vẽ bằng đôi tay, mà quan trọng hơn, vẽ bằng cái đầu. Một họa sĩ thiếu óc tưởng tượng, kiến thức, tư duy siêu hình, sẽ chỉ sản sinh ra nhưng bản vẽ "hiện thực" tầm thường.

Trương Đình Quế với tượng Trịnh Công Sơn

Sau này, như họa sĩ Phạm Văn Hạng, Trương Đình Quế nghiêng hẳn qua điêu khắc. Tượng của "chàng" bay bướm, tài hoa. Chất phóng khoáng rất rõ trên từng góc cạnh, đường cong, nét gãy. Điểm đặc biệt là chàng coi nhẹ tiền bạc. Nhận được một oder, chưa thực hiện, "chàng" đã đốt sạch tiền cọc vào những trận nhậu mù mịt với bè bạn. Đặc biệt hơn nữa, "chàng" vui vẻ làm "chùa" chân dung cho mọi văn nghệ sĩ chàng thích. Có, đưa chàng tí tiền còm, cùng chè chén. Không có, chả sao. "Chàng" chạy một moto, phân khối lớn. Nhìn "chàng" cao to, tóc râu bạc trắng, dài, trông bụi đời như một tay chơi thứ thiệt. Nhưng bạn và vợ "chàng" không yên tâm tí nào khi thấy chàng ngất ngưỡng trên chiếc moto, từ thành phố về ngoại ô, nơi ngụ cư của chàng, sau một cuộc nhậu.

Tôi quen biết rất nhiều văn nghệ sĩ, thuộc mọi lĩnh vực, Trương Đình Quế là một trong vài người tôi cho là nghệ sĩ trên cả nghệ sĩ.

Khi thân với Trương Đình Quế (ông không cho tôi gọi bằng thầy, "mày với tao là đồng nghiệp. Làm ơn dẹp mẹ nó tiếng thầy cho tao nhờ."), chúng tôi thường bù khú rượu chè.

Những năm sau 75 bọn văn nghệ sĩ đa số đều khốn đốn; chạy xe ôm, đạp xích lô, buôn bán sách cũ lề đường, làm thầy phong thủy, bán rượu thuốc chữa bách bệnh, mua đổi đồng nát ve chai… Thỉnh thoảng "trúng mánh", tụ lại, một lít rượu đế, đĩa lạc rang, hay sang hơn, một con khô mực, thế là thành tiệc. Rượu vào lời ra đôm đốp, vui đáo để. Trương Đình Quế luôn to tiếng nhất, "chàng" thường cướp micro, độc diễn ngâm thơ của mình. Hoàng Ngọc Tuấn (đã mất, tác giả của Hình như là tình yêu; Thư về đường Sơn Cúc... Không phải nhà phê bình văn học HNT bây giờ, ở Úc) nheo đôi mắt lèm nhèm, hấp háy vì không tiền mua kính cận, than bằng giọng Huế trọ trẹ: "Chết mẹ rồi, bọn mình lại sắp bị Trương Đình Quế tra tấn.". Mặc kệ phê phán, châm chọc, Trương Đình Quế vẫn ông ổng ngâm ngợi. Cũng như tôi, mọi người đều đồng quan điểm: chưa ai làm thơ dở bằng… Trương Đình Quế. Dở thật. Dở quá. Những câu kéo không vần điệu đã đành, còn tối tăm, hủ nút, tôi e chính tác giả còn không hiểu, nói chi người nghe! Thế nhưng chàng cứ tỉnh bơ, hết bài này đến bài khác. Quả, tra tấn không sai. Nguyễn Tôn Nhan hài hước: "Trương Đình Quế xứng đáng là thi bá, Dộ… dô… nhậu không có thơ Trương Đình Quế mất ngon." "Chàng" cười, tươi rói, tin NTN nói thật. "Chàng" ngây thơ như một đứa trẻ. Không biết ai đã đặt cho chàng biệt danh; Lão ngoan đồng Trương Đình Quế. Không sai.

"Chàng" ngây thơ và cả tin đến tội nghiệp. Một lần nhậu

ở nhà Nguyễn Tôn Nhan, có hiện diện cua một cô gái chàng rất thích ("chàng" vốn rất thích mọi đàn bà con gái, bất kể tuổi tác). Suốt buổi "chàng" dở trò tán tỉnh. Trương Đình Quế ngoài "tài" làm thơ dở, còn thêm một "tài" nữa, là tán gái… cũng dở không kém. Vô duyên, lúng ta lúng túng như gà nút dây thun. Cuối cùng, cô gái tinh quái thỏ thẻ: "Anh nói thương em, nhưng lấy gì làm bằng? Thôi thì anh ăn hết cây ớt kia đi, em mới tin." Cô gái đưa tay chỉ cây ớt - loại cây kiểng - ở góc nhà. Trương Đình Quế đứng bật dậy, tiến nhanh đến chậu ớt, nhổ, tuần tự thồn vào mồm cả rễ, cây, lá, trái… nhai, nuốt. Một bạn nhậu hét lớn: "Lấy cho Trương Đình Quế ly nước, thằng chả tắt thở vì cay bây giờ."

Trương Đình Quế tửu lượng không khá nhưng thích uống và uống liều mạng. Khi say, chàng lăn đùng ra ngủ sau khi đã nôn ói đến mật xanh mật vàng. Ở bất cứ chỗ nào. Ngay chỗ ngồi, trong quán. Bên thùng rác, ngoài lề đường. Trong nhà vệ sinh, nồng nặc mùi nước tiểu. Có lần ở nhà tôi "chàng" say, lăn đùng ra sàn nhà, ngáy. Nửa đêm "chàng" mót tiểu, mở tủ quần áo, tiểu tồ tồ vào đấy. "Chàng" tưởng cửa tủ là cửa cầu tiêu!

Nhà Trương Đình Quế ở Làng Báo Chí. Muốn vào thành phố phải qua cầu xa lộ. Đường xa, xe cộ đông đúc, đi, về rất nguy hiểm nếu say. Chị Hương – vợ Trương Đình Quế, cũng là họa sĩ - đã nghìn lần năn nỉ ỉ ôi khuyên chàng bớt nhậu. Nhưng vô ích, "chàng" mê bạn bè, rượu chè hơn mê vợ.

Tôi đi rồi, khá lâu sau tôi nghe nói chị H. chịu không thấu, bán nhà chuyển về Đồng Nai, hy vọng đường sá xa xôi, anh sẽ bớt về thành phố tìm bạn bè. Chị tính sai. Trương Đình Quế vẫn đi, đường xa không về được thì ngủ lại, ở đâu đó. Có khi cả tuần biệt vô âm tín!

Ngày vợ tôi – BDTL – lên đường sang Pháp theo diện đoàn tụ, Trương Đình Quế đổi một tranh lụa của anh lấy bức sơn dầu của tôi.* Bức tranh này, như Họa sĩ/điêu khắc gia Phạm Văn Hạng đã thấy ở nhà Trương Đình Quế, có một "lai lịch" khá đặc biệt. Có dịp tôi sẽ kể.

Trương Đình Quế, Hoàng Ngọc Tuấn, Nguyễn Tôn Nhan, Phan Nhự Thức, Phạm Thiên Thư, Bùi Chí Vinh, Phương Huệ, Trụ Vũ, Nguyễn Mai, Hà Nguyên Thạch, Rừng, Nguyễn Tiến Văn, Trần Mạnh Hảo, Đynh Hoàng Sa, Phạm Việt Cường, Cao Bá Minh, Huy Tưởng, Trần Quang Lộc, Duy Trác, Phạm Chu Sa, Phù Hư, Nguyễn Trọng Khôi, Đoàn Thạch Biền (Nguyễn Thanh Trịnh) … Bạn bè của một thời, khốn khó nhưng vui. Ai, với tôi, cũng có chung những kỷ niệm đáng nhớ.

bạch hóa

Khi tôi bạch hóa chuyện viết dâm thư, bán, lấy tiền nuôi Hợp Lưu, đã có nhiều dư luận trái chiều. Kẻ bênh bảo phương tiện xấu, cứu cánh tốt, nên cảm thông. Người chống phẫn nộ, không được, chả thể biện minh tôi làm đĩ để có tiền thang thuốc cho mẹ già bệnh liệt giường. Cá nhân tôi hoàn toàn không caire chuyện bênh chống. Tôi làm, chịu trách nhiệm hành vi của mình, không đổ thừa vì cái này cái nọ. Mệt. Tôi vốn "ba nhe" (chữ của sư trưởng Hạ Quốc Huy), chưa bao giờ tôi sợ dư luận, dù tốt hay xấu, tôi "bất chấp". Khi các họa sĩ khác vẽ đàn bà cởi truồng e ấp, tạo dáng sao cho mỹ thuật, thanh cao, tôi mần một lèo 40 bức to chần dần với đủ mọi tư thế "thô tục", vú vê mông đùi, tam giác to thồn thện, ú na ú nần, mum múp, đỏ loét. Khi Việt Nam, từ xưa cho đến lúc Qua Khe Hở ra đời, chưa ai dám viết dâm thư, tôi tỉnh queo viết một truyện dài những 300 trang với 40 phụ bản vẽ tay cực kỳ nhạy cảm. Khi vào thời điểm hằn thù trong ngoài lên đến đỉnh điểm, tôi ra báo Hợp Lưu, công khai đăng mọi sáng tác của những nhà văn, thơ "Việt cộng", để rồi bên ngoài gọi tôi là quân đón gió trở cờ, ăn cơm quốc gia thờ ma cộng sản, phản bội đồng đội, bôi tro trét trấu lên "chính nghĩa quốc gia". Bên trong, ngày tôi về nước năm 2000, "được" R25, thuộc Công An thành phố Sài Gòn "mời" đến "làm việc" suốt 7 ngày. Ra Hà Nội thêm 4 ngày nữa, lại được diện kiến Khổng Dụ (hình như thiếu tướng công an?) và "anh Ba Ngộ" (sau này tôi nghe nói là bộ trưởng CA gì đó) với đủ màn, khi ve vuốt, lúc hăm dọa "chúng tôi có thể bắt anh bất cứ lúc nào". Chưa kể nửa đêm, tại khách sạn, đang ngủ bị dựng dậy vì tiếng đập cửa rầm rầm, mở ra, một bọn 5, 7 đứa đầu trâu mặt ngựa xông vào, đòi xin tí huyết vì tôi đã ồn ào khiến chúng không ngủ được (tôi đang "say giấc nồng", làm sao ồn ào! Cái trò dùng côn đồ uy hiếp này hình như rất quen). Ban ngày, vừa ngồi xuống uống cà phê vỉa hè cạnh hotel, bà chủ quán đã mét, "anh là ai mà người ta ngồi ở đây cả ngày, đợi anh ra là quay phim…". Chưa kể, lúc ở SG, vali tôi bị lục tung khi tôi ra ngoài (để tìm tài liệu, vì hình như qua báo cáo của ai đó, Hợp Lưu có nhận tài trợ của Mỹ), và trước đó không lâu nhạc sĩ Diệp Minh Tuyền đã có một bài dài trên báo Sài Gòn Giải Phóng lên án Hợp Lưu là tờ báo phản động, thực thi kế hoạch diễn biến hòa bình của đế quốc Mỹ (bài này tôi có đăng lại trên Hợp Lưu, các bạn sẽ đọc nay mai). Nói tóm lại, mọi phê phán khen chê về tôi đã "bão hòa", tôi quá quen rồi. Ngày nay, trên 70, lại bệnh tật, có thể lên tàu bất cứ lúc nào, ngày mai, tuần sau, tháng tới, năm kế, hay 5 năm, 10 năm nữa, không sao tiên đoán được. Tôi đã viết hồi ký nhưng đọc lại thấy bị cảm tính chi phối nhiều quá, tôi không muốn xuất bản. Nên nhân Thành Tôn và Nguyễn Vũ scan đưa lên mạng toàn bộ Hợp, Lưu cũ, tôi sẽ công khai nhiều vấn đề liên quan đến tờ báo này, để trả lời không ít nghi vấn về Hợp Lưu. Điển hình, nhà phê bình Nguyễn Tiến Văn và vài người khác đã hơn một lần hỏi tôi: HL có nhận tài trợ của Mỹ không. Trả lời: KHÔNG. Ở những số đầu, qua Đoàn Văn Toại, Viện Vận Động Dân Chủ của Quốc Hội Hoa Kỳ có đề xuất sẽ tài trợ cho HL mỗi năm 10.000 đô (số tiền này sẽ tăng hàng năm, như tờ Quê Mẹ của Võ Văn Ái ở Paris, qua công báo họ gửi cho tôi, năm ấy Quê Mẹ nhận tài trợ là 80.000 đô. Chả biết bây giờ lên đến bao nhiêu. Chắc phải cao lắm. Những ai nhận tài trợ của Mỹ đều biết, hàng năm phải báo cáo đã dùng tài trợ vào việc gì. Thường người nhận tài trợ luôn khai khống linh tinh để xin thêm tiền, trò này là "chuyện thường ngày ở huyện", quá quen. Không ai không tường). Tôi triệu tập một cuộc họp nội bộ tại tòa soạn HL (nói cho oai, thực ra là garage nhà tôi) gồm Nhật Tiến, Đỗ Hữu Tài (con trai tướng Đỗ Mậu, tác giả hồi ký Việt Nam Máu Lửa Quê Hương Tôi), Hoàng Chính Nghĩa (tức Lê Bi, Lê An Thế), Phan Tấn Hải, và mấy người nữa, tôi quên. Tôi trình bày sự việc. Anh Nhật Tiến nói: Không nên nhận. Ngày xưa Sáng Tạo của Mai Thảo nhận tài trợ, mang tiếng đến bây giờ. Mọi người đều cùng quan điểm với anh Nhật Tiến.

Vì vậy Hợp Lưu không có tiền in.

Vì vậy tôi viết dâm thư.

Do bệnh, nói năng khó khăn, tôi đã không trả lời rõ ràng câu hỏi của Nguyễn Tiến Văn. Nay, Hợp Lưu số 3 tái xuất, tôi nhân tiện công khai.

lọc máu

Suốt đêm thức trắng, mệt ngất ngư.

Lọc máu nhiều cái thực phiền. Thông thường những người phải lọc máu vì thận bất khiển dụng, không thể làm cái công việc tối quan trọng: lọc và thải những độc tố ra ngoài cơ thể. Có thể ví thận như một nhà máy, lọc mọi tạp chất có trong nước sông, nước suối, để biến thành nước sạch chúng ta dùng hàng ngày. Lọc máu, còn gọi là chạy thận, theo cách gọi ở Việt Nam, là nhờ máy làm thế công việc này cho thận. Bệnh nhân lọc máu phải tuân thủ vài cấm kỵ, nếu không, nhiều phiền hà, rắc rối sẽ xảy ra: không được ăn các thực phẩm rau trái có các màu xanh, vàng, đỏ, vì những loại thực phẩm này có nhiều chất sắc, máy không lọc được; uống nước ít, càng ít càng tốt, thận không làm việc nên bệnh nhân thường không tiểu tiện hoặc rất tượng trưng! (nếu thận chưa hư hẳn, còn hoạt động... khiêm nhường khoản từ 5 đến 10%!), nghĩa là nếu uống nước nhiều, nước không thoát ra được qua đường tiểu, sẽ tích tụ trong người gây phù thủng, cao máu. Trung bình, cách ngày một lần lọc máu, và lượng nước được máy lấy ra, tùy trọng lượng cơ thể của bệnh nhân, bs sẽ ấn định. Tôi, mỗi lần máy lấy nước ra đúng 2kg. Nếu không đủ, nước còn nhiều trong cơ thể gây phiền hà như vừa nói, lấy quá

2kg, cơ thể thiếu nước sẽ bị vọp bẻ, đau tắt thở! Hôm qua chàng y tá trông gà hóa cuốc thế nào lại cho máy lấy của tôi 2.50kg nước. Kết quả: suốt đêm tôi bị vọp bẻ, không chợp mắt được mươi phút!!! Thức trắng một đêm cũng chả chết thằng tây nào, khổ nỗi, các bạn hẳn đã từng nếm mùi vọp bẻ, đau thấu trời! Để bớt đau, tôi có kinh nghiệm là ngồi dậy, thòng chân xuống sàn. Ngồi, thòng chân, nước chảy xuống, bớt bị hành chăng? Tôi không biết. Chỉ thấy đỡ khổ. Nhưng với một bệnh nhân, ngồi như thế, từ đầu đêm đến sáng, quả là… "quá tải"!!!

Vậy mà, sức con người ta hình như… vô giới hạn. Bằng chứng sau một đêm ngồi thức trắng, tôi vẫn còn bò ra được phòng khách, lết vào bàn và gõ lảm nhảm những dòng này. Suốt đêm, để quên thời gian và cái đau, tôi thả rong trí óc, cho thăm thú lang bang mọi chuyện. Nghĩ đến Mai Thảo và bài thơ Dỗ Bệnh của ông già.

Mỗi lần cơ thể gây thành bệnh
Ta lại cùng cơ thể chuyện trò
Dỗ nó chớ gây thành chuyện lớn
Nó nghĩ sao rồi nó lại cho

Bệnh ở trong người thành bệnh bạn
Bệnh ở lâu dài thành bệnh thân
Gối tay lên bệnh nằm thanh thản
Thành một đôi ta rất đá vàng.

Không hiểu tại sao mấy tuần nay tôi luôn nghĩ về ông già. Nghĩ và nhớ.

Có thời gian vì cơm không lành canh không ngọt, tôi làm mình làm mẩy bày đặt ra ở riêng, thuê một studio dành cho người độc thân, tọa lạc sau nhà hàng Song Long, cạnh "con đường báo chí" Moran, nơi đặt bản doanh của các tờ báo lớn: Người Việt, Viễn Đông, Việt Báo… Mai Thảo cũng ở nơi này, sát cạnh phòng tôi, sau vì quá yếu không lên nổi cầu thang (chúng tôi ở tầng 2), anh chuyển xuống tầng 1, ngay dưới. Ban đêm không ngủ được, anh thường lấy gậy (không biết ai đó đã cho anh một cây gậy nhưng không bao giờ thấy anh sử dụng) chọt lên trần. Tôi nghe tiếng gõ, biết anh gọi, choàng thức chạy xuống. Trong ánh sáng vàng vọt của ngọn đèn ngủ, bộ xương khô Mai Thảo ngồi trên chiếc giường sắt cũ kỷ, tựa lưng vào tường, trên tay ly rượu lưng lửng. Anh ngước nhìn tôi, mĩm cười, móm mém: "Uống với tôi vài ly. Ngủ không được, uống một mình, buồn quá." Tôi liếc nhìn chiến đồng trên tường, 2 giờ sáng. "Khuya quá rồi, sao anh không ngủ?" Nụ cười móm mém chưa tắt trên đôi môi khô nẻ: "Ngủ cái đếch gì. Cậu buồn ngủ à, thì về ngủ đi, tôi uống một mình vậy." Thực tình tôi buồn ngủ ríu mắt, nhưng nhìn ông già, nhìn căn phòng lạnh lẽo, nhìn ánh sáng vàng ủng của ngọn đèn ngủ, nhìn sương mù đậm đặc bên ngoài cửa sổ, nhìn những tàu lá chuối bất động trong đêm khuya đứng gió. Tôi cảm được nỗi cô đơn của ông già. Và rồi với cầm chai rượu, rót vào chiếc ly không. Tôi uống. Một hai ly đầu hơi nhọn. Nhưng dần dần tôi nhập cuộc. Cơn buồn ngủ rút đi. Mai Thảo vẫn tì tì, ông không say, nhưng men rượu tạo hung phấn, ông gợi nhắc những ngày tuổi trẻ, những năm theo kháng chiến, đi buôn, di cư vào Nam. Rồi khai sinh tạp chí Sáng Tạo, và viết sách, viết báo. Mai Thảo kể, để có tiền rượu chè, trai gái, nhảy đầm, thù tiếp bạn bè, có lúc anh phải viết 6 truyện dài cho 6 nhật báo. Nhiều ngày say quá không viết nổi, tòa báo phải nhờ người viết thay một kỳ (có anh nhà văn trẻ, chưa tiếng tăm làm công việc này. Anh ấy có tài bắt chước y chang văn phong Mai Thảo, và thêm tài có thể tạo ra 2.000 chữ - trung bình cho một kỳ báo – mà cốt truyện vẫn "dậm chân tại chỗ". Ví dụ nếu tác giả đang viết đến đoạn chàng đang ngồi nhấm nháp ly bia trong quán, đợi nàng đến thì anh nhà văn trẻ bèn cho chàng nhìn ngang nhìn ngửa. Nhìn bức tranh chợ trên tường vẽ lũy tre xanh, cánh đồng lúa chín vàng, mục tử trên lưng trâu, con đường đất quanh co dẫn về xóm xa có mái tranh nhả khói trong chiều tà. Nhìn đám khách trong quán, anh con trai ngồi cạnh cửa ra vào có khuôn mặt choắc, hai mắt láo liêng, môi mỏng, tai chuột, ngữ này thuộc típ lừa thầy phản bạn… Cứ thế, anh nhà văn trẻ cho chàng hết nhìn quanh lại nhìn ra đường, xe cộ nườm nượp, nữ sinh học về, tà áo trắng vờn bay trong gió, nón lá che nghiêng… Dông dài vô thưởng vô phạt, 2.000 chữ có thừa mà diễn tiến câu chuyện vẫn y chang, ngày mai tác giả muốn lái đi đâu tùy ý.) Cũng có lúc vì viết nhiều quá, Mai Thảo lầm truyện này với truyện kia. Có lần một độc giả thư về tòa báo phàn nàn, sao nhân vật nữ lại về nhà mẹ ruột thăm con, trong khi cô ấy vẫn còn đi học, độc thân, sống với gia đình. Tòa báo hỏi tác giả, Mai Thảo thú thực, đã nhầm nhân vật nữ này với nhân vật nữ khác ở một truyện đang viết dở cho một tờ báo bạn. Tòa soạn phải rối rít xin lỗi vị độc giả nọ.

mai thảo 2

"Nếu ta nằm xuống, cuộc đời là trái núi, hãy đứng dậy mà xem, cuộc đới sẽ nằm dưới chân ta."

(Mai Thảo)

Đi ăn trưa với Nguyễn Xuân Nghĩa.

Quán vắng, trưa hè, chúng tôi chọn chỗ ngồi ngoài hàng hiên. Thoáng, nhìn ông đi qua bà đi lại. Cũng vui.

Nói linh tinh đủ chuyện, văn học, hội họa, bằng hữu trong, ngoài giới, cá tính, thói quen, chứng tật, giả, thực của từng người.

Nhắc đến Mai Thảo, chúng tôi cùng một nhận định: Một tay chơi, một trượng phu hào sảng, một bằng hữu tốt bụng, thủy chung, một người suốt đời sống với chữ nghĩa, cho chữ nghĩa, và trân quí rất mực chữ nghĩa.

Mai Thảo thẳng tính, chửi không vị nễ bất cứ người nào. Nhưng chửi xong là quên, không để bụng. Nhớ mỗi lần gặp Vũ Huy Quang, MT dấm dẳng, "mày cũng viết lách cơ à,cái thằng chợ giời?". Thằng chợ giời thích nge MT chửi, chọc lại, "Chàng mặc áo, chấm, ngắn tay. Văn phạm gì kỳ vậy? Thế là MT nộ khí xung thiên, chửi vung táng tàn, chửi vuốt mặt không kịp. Nhưng lâu không gặp, lại nhớ, hỏi, "Vũ huy Quang đâu rồi, gọi, hỏi có muốn uống thì lại đây."

Đi nhậu với MT phải luôn luôn trong tư thế chuẩn bị .. bị đánh! Nguyễn Xuân Nghĩa nhắc một lần đi nhậu. Quán đông, nhiều bọn trẻ, tên nào cũng ngầu, chắc chắn tên nào trong thắt lưng cũng có chó lửa. Vậy mà chỉ vài ly, MT lớn giọng «bảo mấy thằng nhóc bên cạnh câm mồm đi, ồn ào quá.» NXN hoảng,phải bưng ly chạy qua vuốt, «ông già say rồi, đừng chấp,nào, các bạn, tôi mời chầu này.» Tôi, tửu đồ tâm giao vong niên của MT, dĩ nhiên nhậu hàng ngày, và cũng dĩ nhiên gặp sự cố tương tự hàng ngày. Cũng may, mặt mày tôi cũng ngầu, và du côn cũng có số má, nên đều tai qua nạn khỏi!

Thế giới có triệu điều không hiểu
Càng hiểu không ra lúc cuối đời
Chẳng sao, khi đã nằm trong đất
Đọc ở sao trời sẽ hiểu thôi.

MT

Hình ảnh cái bộ xương khô với đủ loại dây nhợ gim cắm khắp người bị ông già bứt hết giữa khuya, cho được ra đi sớm, nằm bất động, trái tim đã ngừng đập, trong nussing home, hơn 20 năm trước gợi nhớ những giây phút... hung hăng ngày nào cùng ông lê la hàng quán khiến tôi không cầm được nước mắt.

Anh Mai Thảo, *"Nếu ta nằm xuống..."* Vâng, tôi sẽ không nằm xuống đâu, cho dù đứng dậy cũng chả để làm gì ra hồn.

mai thảo (nữa)

Parking lot nhòa trong sương. Dưới ánh sáng vàng vọt của những bóng đèn gắn cách khoảng trên vì tường cao, ngăn khu chung cư và khu business kế cận, những chiếc xe già, cũ kỷ nằm bất động trong các vạch sơn trắng. Dọc tường những cây hồng nở rộ hoa, những đóa hoa đủ màu, vàng, hồng, đỏ bầm… to, ngậm sương, làm tôi nhớ mấy câu thơ của anh, người đang cùng tôi chén chú chén anh,

Sớm ra đi sớm hoa không biết
Đêm trở về đêm cành không hay
Vầng trăng có lúc tìm ra dấu
Nơi góc tường in một bóng gầy.

Tôi nâng ly rượu nhấp một ngụm, chỉ tay ra ngoài cửa sổ,

- Anh nhìn kìa, hoa hồng của anh.

Mai Thảo xoay nghiêng nhìn theo hướng tay tôi, bỗng ngâm,

Đêm thân ái có muôn hoa hồng nở
Em tới đây tình tự một đôi lời…

Giọng trầm, lãng đãng, nhựa hơi men.

- Thơ ai vậy anh?

- Đinh Hùng.

- Em không thích thơ Đinh Hùng.

- Hườm…

- Mấy ông thi sĩ tiền chiến đa phần đều nghiện nên thơ thường đẫm mùi bàn đèn. Vũ Hoàng Chương nữa, em cũng không thích.

- Hườm…

- Thơ của họ yếm thế, ủy mị gì đâu, đọc, phát mệt.

- Nó là hơi thở của thời đại.

Chúng tôi tranh luận lang bang chuyện thơ ca. Tựu chung tuy chỉ cách nhau trên dưới 10 năm tuổi tác nhưng quan niệm mỗi người chúng tôi có khác khi nói đến thơ tiền chiến. Thâm tâm tôi ngạc nhiên, Mai Thảo, đầu tàu Sáng Tạo với Thanh Tâm Tuyền, Cung Trầm Tưởng… những ngọn cờ tiên phong cho một lên đường mạnh mẽ và dứt khoát tách lìa hẳn lãnh địa cũ, với rất đông những "người khổng lồ": Xuân Diệu, Huy Cận, Đinh Hùng, Vũ Hoàng Chương, Quách Thoại… Thế mà chả bao giờ tôi nghe anh nhắc đến những chiến hữu đã cùng anh làm nên một khởi đầu ngoạn mục, khai sinh một nền văn học nhanh chóng sung mãn, lớn mạnh của miền Nam Việt Nam sau 1954. Ngược lại, mỗi khi có dịp nhắc đến thơ, Mai Thảo luôn dành cho những Quang Dũng, Hoàng Cầm, Đinh Hùng, Vũ Hoàng Chương… sự trân trọng.

Tôi nói,

- Em không mặn lắm với Thanh Tâm Tuyền, Cung Trầm Tưởng… Thơ họ chỉ là những phó bản của thơ Pháp. Cái mới mà người ta không tiếc lời ca tụng thực ra chỉ là những làm dáng điệu đàng ra vẻ tân kỳ, văn minh, rất trưởng giả học làm sang, kiểu "*Paris có gì lạ không em…*" (Nguyên Sa), nhưng ít ra đã thổi vào nền thơ ca Việt Nam một làn gió mới, chứ cứ ngồi đó khóc than mãi "*lũ chúng ta đã sinh nhầm thế kỷ*", làm sao khá nổi!

Một ngạc nhiên nữa, tuy không đồng thuận với tôi nhiều điều nhưng chưa bao giờ Mai Thảo nặng lời, trái lại, nhiều lúc anh làm tôi cảm động. Số Hợp Lưu ra mắt có bài phỏng vấn của tôi với Mai Thảo. Mọi người đều kinh ngạc. Ai cũng biết Mai Thảo không đồng tình với chủ trương "hợp lưu". Theo anh, văn học miền Bắc chỉ là khẩu hiệu, bích chương, nên chuyện "hợp lưu" với một nền văn học như thế là chuyện không thể. Nhưng anh vẫn bằng lòng cho tôi phỏng vấn, và vẫn nương nhẹ trong các câu trả lời. Tôi hiểu anh thương tôi, muốn dùng uy tín của mình để tiếp sức cho một thằng em muốn làm "chuyện lớn". Mai Thảo thương tôi, chả phải vì tài năng của tôi, thương, có lẽ phần nào anh nghĩ tôi giống anh, độc lập trong suy nghĩ, cách sống và hào sảng, trượng phu.

Cho nên trong những cuộc rượu khuya khoắc chuyện văn chương chữ nghĩa thì ít, chuyện đời tư thầm kín lại nhiều.

Ngoài rượu, Mai Thảo nhẵn mặt ở các vũ trường, nhất là Đêm Màu Hồng. Vũ trường này đối diện với thương xá Rex. Uống rượu cừ khôi, nhảy đầm giỏi, đánh phé "mặt lạnh như tiền", MT nổi tiếng là một tay chơi có số má. Một thời anh sống "già nhân ngãi non vợ chồng" với một vũ nữ lai Tây khá đẹp, cô này yêu anh và ghen khủng khiếp. Anh kể, có lần chở người tình đi chơi ngoại ô (MT có một xe hơi hiệu Mustang. Thuở ấy, sắm được xe hơi, nếu không thuộc hàng đại gia, ắt việc viết lách cũng hái ra tiền nếu là nhà văn hàng đầu), chả hiểu "nàng" ghen tương thế nào đó, đưa đến cãi nhau, xô xát. "Cô ấy dữ như cọp", MT cười mỉm, nâng ly nhấp một ngụm rượu, quay mặt nhìn ra bên ngoài cửa sổ. Khu chung cư ngủ say im lìm, ngoài lộ lớn tiếng động cơ xe hơi vút qua, rồi nhanh chóng tan nhòa vào sự tịch mịch của đêm. Đôi mắt đục của MT bỗng trở nên xa xăm. Anh kể tiếp, cô ấy nhào vào anh, cấu véo loạn xạ, khiến anh lạc tay lái, chiếc xe lạng quạng rời lộ, lao xuống ruộng, lật nghiêng. Cũng may, ruộng khô, không thấp lắm, nên loay hoay một hồi, chiếc xe cũng trở lại mặt lộ được. Cô vũ này có thai với anh, nhưng hai người cùng đồng ý phá bỏ. Cô vũ nữ hẳn vì nghề nghiệp, không muốn vướn bận con cái, MT tất nhiên sợ sẽ mất tự do, điều bấy giờ MT xem là quan trọng hang đầu. Vả, sống với vũ nữ, chỉ xác thịt, không tình yêu, làm thế nào trở thành vợ chồng được.Sau này MT thường tâm sự với vợ tôi (anh rất thương Oanh, vợ tôi. Có lẽ thuở đó tôi hơi… hoang đàng, rượu chè gái gú bậy bạ, Oanh thường "mét" với MT. Với tư cách như anh, MT khuyên bảo, và cũng thổ lộ với Oanh những thầm kín, nên ngoài tôi, Oanh cũng biết được nhiều điều, tôi nghĩ, ít người biết). Anh hối hận ngày xưa đã xúi cô ấy phá thai. Già, bệnh tật, một thân một mình, phải tự lo từng cái ăn cái mặc, anh mới cảm được mái ấm gia đình quan trọng dường nào. "Nếu cô ấy không phá, bây giờ thằng bé - MT tin cái thai là con trai – đã lớn, đã vợ con, tôi đã thành ông nội." MT cười buồn.

Một chuyện tình của MT nữa. Chuyện này, theo cảm nhận của tôi, là chuyện tình lớn nhất trong cuộc đời MT.

Có lần tôi xuống định chở anh đi nhậu. Anh nói, "Không được, chốc nữa cô ấy đến". Tôi nhìn anh, nhìn mái tóc thưa chải gọn gẽ, nhìn bộ quần áo thẳng nếp, sơ mi tay dài cài khuy điệu đà, và nhìn khuôn mặt rạng rỡ với nụ cười mím cố hữu nhưng rất tươi. Hiếm khi thấy MT như thế. Tôi biết "cô ấy" là ai,. Nhiều lần, trong men say, anh đã kể về "cô ấy" bằng lời lẽ của một cậu trai mới lớn, với mối tình đầu đắm say. Tôi cười, "Vui nhé". Và khép cửa, ra xe. Tôi muốn anh thoải mái, tự nhiên tiếp người đẹp... lão.

Vì "cô ấy" vẫn còn sống (dù nghểnh ngảng, trong nusing home), và con cháu vẫn quanh đây, nên tôi không thể dông dài chuyện tình này. Vả, nó đã được nói đến nhiều lần trên báo chí, truyền thông, hẳn mọi người không lạ gì. Chỉ kể một chuyện vui, liên quan đến thơ MT.

Khi tôi đọc bốn câu thơ:

Đặt tay vào chỗ không thể đặt
Nhưng mà đặt được có làm sao
Mười năm gặp lại trên hè phố
Cười tủm còn thương chỗ đặt nào

Tôi hỏi,

"Ai vậy anh?"

Anh cười móm mém,

- Thì cô ấy chứ còn ai!

mai thảo (lại nữa)

Trên đường Bolsa ngày xưa có một restaurant tên Phở Ngon, rất rộng, có bục sân khấu nho nhỏ, các ca sĩ đi hát về khuya, các nhạc sĩ, văn sĩ, ký giả… tụ hội rất vui hàng đêm. Tôi nhớ tiếng kèn Đặng Nho, một người bạn tôi thích. Bốn mươi năm không gặp, chả hiểu còn sống hay đã chết. Bạn bè văn nghệ mỗi ngày một vơi. Tiếng hát mạnh của Nguyễn Đức Quang, nhạc sĩ du ca của một thời, cũng đã thành đất. Trước, mỗi lần gặp tôi trên chiếc xe lăn, anh thường lắc đầu trắc ẩn,

"Ráng khỏe vui với anh em…"

Tôi không khỏe nhưng vẫn lây lất đến hôm nay, còn anh thì… Buồn quá, bạn bè.

Một buổi tối tôi đến Phở Ngon cùng với Cao Xuân Huy, Phạm Công Thiện, Phạm Việt Cường, hình như có cả Lê Giang Trần (phải không, LGT? Già, trí nhớ cùn nhụt). Bàn cạnh là Mai Thảo cùng vài người bạn đứng tuổi. Chúng tôi uống cô nhắc. Hơn nửa chai, tôi bắt đầu muốn cà khịa. Tôi có một tật vô cùng xấu, vì tật này tôi mất nhiều bạn: say, hay quậy. Ai làm tôi gai mắt, thế nào tôi cũng tìm cớ cà khịa. Đánh nhau không hơn ai, nhưng lại muốn đánh nhau, để… bị đánh! Nay già rồi, lại tật nguyền, máu nóng xưa kia đã nguội, nghĩ lại, bậy bạ hết sức. Mai Thảo oang oang mắng Vũ Huy Quang,

"Mày mà viết lách gì, thằng chợ giời!"

Vũ Huy Quang:

"Anh nói thế nào, tôi cũng có sách xuất bản hẳn hòi."

"Hườm… vất sọt rác, văn chương phải giời đất, viết như mày…"

Vũ Huy Quang rất yêu Mai Thảo, anh thích chọc cho Mai Thảo nổi giận, chửi vung, để vui.

Ngược lại Mai Thảo chưa ghét bỏ ai bao giờ. Anh chửi, như một thói quen, một cách mắng yêu, chỉ trong bàn nhậu. Suốt cuộc đời sống với văn chương, tôi cũng như mọi anh em khác, chưa thấy Mai Thảo chửi ai trên giấy trắng mực đen.

"Sao lại chửi nhau nhỉ, chữ nghĩa đẹp lắm cơ, phải tử tế với nó."

Bài học này, một cách gián tiếp, Mai Thảo đã dạy tôi. Mấy mươi năm cầm bút, nhiều lúc bức xúc quá, vì bị dí đến chân tường, tôi có phản ứng, nhưng kìm được ngay. Tôi nghĩ đến Mai Thảo.

Nhưng đó là chuyện sau này, khi đã quen với Mai Thảo, tình thân gắn bó chúng tôi, hơn cả anh em ruột. Tuy không đồng ý với chủ trương hợp lưu do tôi chủ xướng, nhưng người đầu tiên tôi phỏng vấn cho số Hợp Lưu ra mắt là nhà văn Mai Thảo. Anh trả lời tôi vì tình thân hơn vì chính kiến.

Trở lại chuyện chính.

Nghe Mai Thảo mắng Vũ Huy Quang, tôi nóng máu đứng dậy qua bàn anh, cà khịa,

"Văn chương anh ra cái đếch gì, ỏng a ỏng ẹo làm duyên làm dáng không giống ai. Bày đặt chửi người này người nọ."

Mai Thảo nhướng mắt, nhìn,

"Thằng nào thế nhỉ...."

Phạm Công Thiện nói với qua,

"KT, mày say rồi. Mai Thảo, nó say, bỏ qua đi."

"Hườm... Say à, uống được nữa không, ngồi xuống."

Thế đấy, tôi quen Mai Thảo như thế đấy.

Hình như có một sợi dây vô hình gắn bó chúng tôi. Tôi gây với anh nhưng lòng tôi không bực bỏ. Anh cũng thế, mấy mươi năm, chưa một lần anh mắng tôi. Chả phải anh sợ vạ gì tôi, anh thương tôi như thương một đứa em ngỗ nghịch.

Trên dưới 50 tác phẩm của anh, tôi đọc, không thích phần lớn. Xưa, anh sống thuần túy bằng chữ nghĩa, có dạo anh viết đến 6 truyện dài đăng từng kỳ cho 6 nhật báo. Nhậu, nhảy đầm, bài bạc, gái trai nhăng nhít, thì giờ đâu để đầu tư. Viết nhiều như thế làm sao hay được. Nhiều đến nỗi anh không nhớ đã viết gì, trước đó. Anh đến tòa báo, bảo quản lý đưa anh số hôm qua, đọc sơ lại để nắm diễn tiến câu truyện, hầu viết tiếp.

Thậm chí khi các nhà xuất bản gom lại in thành sách, độc giả đọc, than phiền sao nhân vật nữ này chưa có chồng, giữa truyện lại về thăm con, đã gần 4 tuổi. Anh đã nhớ lầm một truyện khác, khi viết!

Nhưng tôi rất mến anh, bởi phong thái sống, bởi sự hào sảng (anh thường chia hai cọc tiền vốn kinh niên mỏng của mình cho tôi những lúc tôi sạch túi), trượng phu, nam tính, không bao giờ làm phiền ai, ngoại trừ trường hợp chẳng đặng đừng. Anh luôn tự trọng. Vô cùng tự trọng. Tôi có một phòng kế phòng anh, một hôm tôi bệnh, nằm bẹp dí trong phòng. Anh cũng đang bệnh, văn hữu đến thăm, anh bảo,

"KT nó bệnh, qua với nó đi, tôi không sao."

Tôi chỉ bệnh do thời khí. Anh bệnh, như ngọn đèn cạn dầu, mỗi ngày một yếu. Anh không lo cho bản thân, chỉ lo cho thằng em ngỗ nghịch.

Một buổi sáng tôi qua tính chở anh đi uống cà phê. Cửa phòng khép hờ, tôi gõ cửa vài lần, không ai lên tiếng. Tôi hẩy nhẹ vai, bước vào. Phòng trống. một bức vách ngăn chia "phòng" trước và "phòng" sau, nơi có bồn rửa mặt, bồn tắm, cũng là nơi để chén đĩa soong nồi, bếp điện. Mai Thảo đang lốp ngốp trong bồn ngập nước, ướt sũng, cố bước ra ngoài bồn nhưng không được, anh quá yếu, không nhấc chân nổi qua thành bồn. Tôi vội bước nhanh lại, bế anh ra giường, lục tìm bộ quần áo khô,

"Anh thay đồ đi, lạnh."

Mai Thảo cười hom hem, chữa thẹn,

"Bố khỉ cái bồn tắm, sao nó làm cao thế."

Tôi nhìn anh, ứa nước mắt.

Đó là những ngày cuối đời. Không lâu sau anh vào phòng hồi sinh. Tôi, Đỗ Ngọc Yến, Nguyễn Xuân Hoàng, Bùi Bảo Trúc vào thăm. Anh da bọc xương, nằm thoi thóp trên giường, ống mủ ngang dọc khắp người,

"KT, lấy chai rượu mời anh em hộ tôi, hôm qua say quá không dậy nổi, xin lỗi các bạn nhé."

Bùi Bảo Trúc nói nhỏ,

"Mai Thảo lẫn rồi."

Ngày hôm sau chúng tôi đến, Mai Thảo đã ra đi, người ta đã mang anh xuống nhà xác.

Cô y tá nói,

“Nửa đêm ông bức hết dây truyền dưỡng khí, truyền nước biển. Sáng ra chúng tôi đến thì ông đã chết.

Trên bia mộ Mai Thảo, tôi đề nghị khắc bốn câu thơ của anh:

Thế giới có triệu điều không hiểu
Càng hiểu không ra lúc cuối đời
Chẳng sao, khi đã nằm trong đất
Đọc ở sao trời sẽ hiểu thôi.

chuyện. Thực tình tôi không muốn nghĩ gì cả. Thực tình tôi muốn đầu óc trắng tinh như trẻ thơ. Nhưng dĩ nhiên không được. Tôi sắp bảy mươi mốt. Hàng nghìn những biến cố đã in hằn dấu vết trong thân tâm tôi, làm sao xóa sạch.

modern times

Năm 1986, tôi đến Mỹ, bằng cấp không, nghề nghiệp không, tiếng Anh không, đô xanh, vòng vàng kim cương hột xoàn không... Tóm lại, nói theo ngôn ngữ giang hồ, trên răng dưới lựu đạn, trần xì dầu trăm phần trăm. Người ta mách đến Sở Xã Hội nhờ xin việc làm.

Theo lời mách, tôi gặp cựu đại tá Cao Tiêu, nguyên cục trưởng Tâm Lý Chiến, chủ nhiệm nhật báo Tiền Phong, bán nguyệt san Chiến Sĩ Cộng Hòa của miền Nam VN, bỏ của chạy lấy người trước 30 tháng 4, 75 một ngày, và đã định cư trên xứ sở này từ sau "tháng tư đen" (ngôn ngữ của tập thể chống cộng). Cao Tiêu, tôi có biết. Xưa, anh rất "ngầu", đi làm, bệ vệ trên xe jeep có tài xế lái, quân phục oai phong, ba mai trắng sáng trắng trên cổ áo. Anh cũng làm thơ, khá nổi tiếng (được giải thưởng tổng thống). Tập thơ của anh (tôi quên tên) in trên giấy hoa tiên màu ngà sang trọng. Sang mỹ, từ đại tá cục trưởng Tâm Lý Chiến anh tuột một lèo xuống thành cán sự của Sở Xã Hội quận Orange County (còn khá, tôi từng gặp nhiều trường hợp cười ra nước mắt. Một hôm ống nước nhà tôi nghẹt, giọi công ty nước, họ cho người tới sửa. Một công nhân đứng tuổi, người Việt, đang hì hục tháo gỡ những ốc vít phía ngoài cửa sổ, nơi có hộp đồng hồ nước. Tôi ra, định bắt chuyện, tán dóc. Bác công nhân ngẩng lên cười thân thiện. Tôi giật thót. Ông này xưa kia là một… vị tướng tôi từng tiếp xúc nhân theo một bà chị đi đấu thầu cung cấp lương thực cho một trại binh).

Lật tìm trong xấp giấy tờ chất cao trên bàn, khoảng 10 phút, ông cựu đại tá cho biết, một công ty nhỏ chuyên sản xuất miếng nhựa che nắng trên xe hơi, cần một họa sĩ vẽ trang trí. Anh đưa tôi đến. Vẽ trang trí miếng nhựa ấy, chuyện nhỏ, dễ như… đi đái. Nhưng khổ nỗi, vẽ trên computer! Lúc bấy giờ computer chưa thịnh hành, còn khá xa lạ với người bản xứ, nói chi đến một tên mán từ đảo mới sang. Nên dĩ nhiên tôi "được" lắc đầu, thank you. Lần thứ hai, xuống cấp, ông cán sự xã hội, cựu đại tá cục trưởng Tâm Lý Chiến đưa tôi vào một restaurant, xin làm công việc… rửa chén. Nhìn mấy anh Mễ bê từng chồng đĩa cao quá đầu, tôi hoảng quá, một phần tư chồng đĩa kia chưa chắc tôi đã bê nổi, nói chi…

"Thôi anh ạ, tôi kham không nổi đâu!"

"Thế làm gì bây giờ?"

"Anh tìm xem có việc gì nhè nhẹ, lương hạng bét cũng được."

Một tuần sau anh gọi cho tôi,

"Cậu hên lắm nhé, tôi đã tìm ra công viêc phù hợp khả năng của cậu rồi."

"Việc gì anh?" Tôi nôn nóng hỏi.

"Vẽ đồ gốm, vẽ tay nhé, không còm pu tơ pu tiếc gì hết. Làm được không?"

"Dĩ nhiên được, tuyệt quá."

Lần này, qua thử tay nghề, tôi được nhận, lương 10 đô một giờ. Bốn mươi hai năm trước mức lương đó xem là khá cao.

Tôi vui, rất vui. Lương cao, lại đúng nghành nghề, còn gì sung sướng bằng. Trước khi chính thức đi làm, tôi rũ một đám bạn cũng từ đảo mới sang, nhậu một chầu ngoắc cần câu, ăn mừng.

Xưởng đồ gốm khá lớn, manager đưa tôi đến một cái bàn dài, có trục lăn phía trên. Đứng thành hàng một bên cái bàn là khoảng 20 người, già trẻ trai gái có đủ, tôi được chỉ định vào hàng. Sau đó manager đưa ra một mẫu vẽ được ghim trên tấm bảng gỗ đặt trên giá đầu bàn. Mẫu vẽ là một khóm hoa cách điệu, hiện đại, đẹp. Manager phân công, mỗi người vẽ một chi tiết. Tôi, một lá cỏ. Đại khái, khóm hoa cách điệu kia không phải chỉ một người vẽ, mà là công trình của hơn 20 nghệ nhân. Cái bình gốm trơn được đặt lên trục lăn đầu bàn, người đầu tiên sẽ vẽ một chi tiếc nào đó, bình gốm chạy tới đâu, người kế tiếp vẽ chi tiết đã được chỉ định. Đến tôi, chỉ vung tay quẹt một đường bút lông thành lá cỏ, xong. Bình gốm từ từ chạy, người kế, một cánh hoa… Cứ thế, đến người cuối thì khóm hoa đã hoàn tất. Qui trình lặp lại với bình gốm khác, y chang. Tám tiếng đồng hồ trừ 20 phút ăn trưa, công việc duy nhất của tôi là quẹt một lá cỏ! Khoảng trên dưới một tuần, đổi mẫu mới. Tôi làm hơn tháng, đêm ngủ nằm mơ thấy bị chìm ngập trong vũng lá cỏ, cánh hoa, cành, nhánh… muốn phát điên. Nhớ hồi nhỏ xem phim charlot, phim Modern Times, Chalie chaplin đóng vai một công nhân cơ khí trong một xưởng sản xuất dây chuyền, nhiệm vụ của anh ta là dùng khóa vặn một con ốc, ngày này qua tháng khác, duy nhất một động tác, đến nỗi đi đứng nằm ngồi, hai tay anh công nhân cũng thao tác hành động vặn ốc. Cuốn phim chọc cười, nhưng cười ra nước mắt. Nó tố cáo thời đại mới, thời đại làm việc theo hệ thống dây chuyền, biến con người thành những robot. Tôi là một họa sĩ, thêm bày đặt làm thơ, viết văn, tâm hồn mẫn cảm, chịu không thấu công việc quá sức nhàm chán kia, nên đành… quit job, ra sao thì ra.

Thất nghiệp. Chạy khắp nơi tìm job mới.

Trời thương, đọc báo Việt thấy một cơ sở sản xuất sơn mài (dỏm) cần họa sĩ vẽ tranh. Mừng quá, đến xin việc. Qua thử tay nghề, được nhận vào làm việc. Cơ sở không trả lương tháng nhưng được ăn lương theo sản phẩm. Vẽ nhiều ăn nhiều, vẽ ít ăn ít, tự do hoàn toàn. Còn gì thích bằng. Tranh chợ, quẩn quanh mấy đề tài: Cá vàng bụng ỏng mắt lồi; Hồ sen; Con trâu với trẻ mục đồng, xa xa có mái tranh thấp thoáng sau rặng tre xanh. Quen thuộc hơn, cầu Tràng Tiền với những nữ sinh áo tím đạp xe đạp qua cầu, dưới sông, vài con đò; Lăng Ông Bà Chiểu nghi ngút khói hương, tấp nập thiện nam tín nữ; Chùa Một Cột; Gác chuông Thiên Mụ… Tôi vẽ, quen tay, nhanh như chớp, có ngày tôi sản xuất bốn năm tấm. Mỗi tấm được trả 40 tì. Đỗ đồng nếu chăm chỉ, mỗi tháng chí ít cũng được 4.000 đồng. Số lương quá lớn đối với một anh refugee mới đến Mỹ chưa được bao lâu. Nhưng (lại nhưng!!!) một ngày tôi phát hiện ra mình bị bóc lột quá đáng. Một tấm ván ép mười đồng cưa thành bốn, cộng sơn, công trả họa sĩ, hóa chất bóng phủ lên mặt tranh giả sơn mài. Tổng cộng khoảng 60 đồng. Thế mà cơ sở bán ra, cho các nhà hàng, đại lý ở những tiểu bang ngoài Cali là 700 đồng/tấm. Gấp hơn mười lần tiền vốn. Thuở ấy, mới sang, đầu óc còn nặng lối suy nghĩ của một anh Việt "có khí tiết kẻ sĩ", thà chết đói chứ không chịu để bọn con buôn bóc lột (!!!) Thế là lại quit job.

Một hôm đến chơi nhà nhạc sĩ Trần Duy Đức, gặp Du Tử Lê đang làm báo Tay Phải trong garage.

" Anh làm một mình?"

Tôi hỏi, không dấu nổi ngạc nhiên.

Du Tử Lê cười,

"Bên này, mỗi người một tờ báo, chuyện bình thường."

Anh nhìn tôi, hỏi,

"KT đã làm gì chưa?

"Đang thất nghiệp."

"Thế thì làm báo với mình, cho vui."

"Trời, tôi biết gì mà làm!"

"Layout, ai cũng làm được, KT là họa sĩ, càng dễ."

Thế đấy, tôi bước chân vào làng báo qua tờ Tay Phải của Du Tử Lê. Từ Tay Phải, tôi quen thân các nhà in, các tờ báo khác. Nhờ biết vẽ và khéo tay, lại biết viết, tôi được làng báo khá cưng, không chỉ làm cho Tay Phải, các tờ báo khác cũng gọi tôi cộng tác, hoặc viết, hoặc layout, hoặc vẽ minh họa nhăng nhít. Có thời gian tôi layout cho những 4 tờ báo, chưa kể viết, vẽ linh tinh. Thường, layout cho mỗi tờ báo tốn khoảng 3 giờ, xong, được trả 200 đồng. Mỗi tuần 4 tờ, có được 800 đồng, thêm vẽ vời thượng vàng hạ cám, tranh, chân dung…, trình bày bìa cho các trung tâm sản xuất băng casette (thuở ấy chưa có CD), các nhà xuất bản. Bốn mươi năm trước đô la còn có giá lắm, đi chợ, chỉ 50$ đủ chất đầy cả xe thịt, cá, rau trái, sửa tươi, thức uống, đồ khô…, đủ dùng cả tháng. Một gallon xăng chỉ 25c, một cái hamberger 50c. Tiền bạc rủng rỉnh, lại tự do muốn làm muốn nghỉ, tùy ý. Đó cũng là giai đoạn tôi sa vào thế giới ăn chơi. Không ngày nào không nhậu. Tôi uống nhiều. Uống xả láng. Một mình có thể nốc tỉnh queo một chai cô nhắc. Bạn bè gọi tôi là "Vương tưởu". Khó ai uống rượu qua mặt tôi. Cao Xuân Huy, Phạm Công Thiện cũng là hai cao thủ nhậu, nhưng xem chừng "chưa biết mèo nào cắn miểu nào" khi đụng độ với tôi. Khổ thay, cái giá phải trả: 16 năm nay phải ngồi xe lăn! Nhưng ngày đó tôi nào có biết, mà dẫu biết cũng bất cần. Chưa thấy quan tài chưa đổ lệ.

Làm báo, nhiều chuyện với độc giả tưởng nghiêm túc, nhưng với chúng tôi, như đùa.

Chả hạn, không tờ báo nào không có "Mục tử vi Đông

Tây" hàng tuần. Không có ông chiêm tinh gia hay thầy tướng số nào phụ trách cả. Tôi từng là Chiêm tinh gia Tri Mệnh tiên sinh. Tôi viết nhăng cuội chừng vài mươi lá số, rồi mỗi tuần lựa ra 12 lá, sửa lại cho phù hợp với từng tuổi. Tuần này 3 tháng trước, là Canh Tuất thì tuần này 3 tháng sau có thể sẽ là Mậu Tý. Không ai nhớ để thắc mắc sự trùng hợp… quái gỡ kia. Những lá số phải viết thế nào cho thông minh, dí dỏm và… vô thưởng vô phạt, cốt ai đọc cũng thấy thấp thoáng… giống mình, giàu lòng nhân, tốt bụng, cả tin, và tiền hung nhưng hậu bao giờ cũng kiết.

Chả hạn, Mục "Chuyện khó tin nhưng có thực". 90% là tin dỏm. Một lần trên tờ Dân Chúng của thi sĩ Nguyên Sa đi bản tin do ông sáng tác: Oan hồn một phi công Đức Quốc Xã đã phải bay suốt 40 năm nay trên bầu trời vì đã đánh rơi chiếc chìa khóa nên không thể mở cửa buồng lái. Kèm theo là hình một máy bay bà già của Đức Quốc xã xưa. Như thực!

Chả hạn nữa, Mục "Gỡ rối tơ lòng". Không có ông nào, bà nào, anh nào, cô nào rảnh, ngồi còng lưng kể lể những chuyện trời ơi của mình để nhờ cô Tâm Vấn, bà Thiện Tâm gỡ hộ mối tơ lòng rối như mớ bòng bong! Tôi từng đóng vai này cho một tờ báo. Mỗi tuần tôi sáng tác ra vài lá thư lâm li bi đát, gay cấn trái ngang, ký tên hoặc "Người vợ đau khổ" hay một tên cha căng chú kiết nào đó, Hồng Cúc, Lê Thị Nguyệt Mơ, Trần Huỳnh Mạnh… và rồi cũng chính tôi trả lời, gỡ rối, rất ư tình nghĩa, sáng suốt, với một cái tên thập phần đoan trang, Bà Hạnh Nhân. Cũng y như thực!

Còn hàng tá mục khác. Mục nào cũng phải hay, hấp dẫn, lạ. Tờ báo sẽ có nhiều người tìm đọc, quảng cáo sẽ bề bộn. Chủ báo sẽ tha hồ lượm bạc. Tất cả nhờ công lao của những tay viết mướn. Khổ nỗi những tay này đều trên răng dưới lựu đạn, bày vẽ cho thiên hạ mần tiền thì cực hay nhưng bản thân lại cực dở khi muốn mần tiền.

new refugee

Ngày tôi mới đến Mỹ, thuê nhà ở một khu chung cư. Nơi này tụ hội mọi sắc dân. Việt Nam, nhiều nhất. Kế tiếp là Mễ, Trung Hoa, Miên, Lào, Phi Châu, Trung Đông, Ấn Độ… Đủ mọi màu da, tiếng nói, tôn giáo, phong tục. Đúng là Hiệp Chủng Quốc thu nhỏ. Vì thế nơi này lắm trò vui. Cạnh tôi, bên trái, một gia đình đến từ Iran. Bà vợ và cô con gái lớn mỗi khi ra ngoài luôn choàng áo chùng đen, che kín mặt. Con gái thứ của tôi mới 6 tuổi, thấy, ba chân bốn cẳng chạy bay vào nhà đóng cửa thập thò nhìn qua cửa sổ. Con bé sợ, nó nghĩ đến những bà phù thủy thường xem qua phim ảnh. Mỗi ngày ba buổi, gia đình này quây quần trong phòng khách cầu kinh, tiếng ê a vang rân cả dãy chung cư. Bên phải, tổ ấm của một anh Chệt. Bà vợ có lẽ dân đồng cô bóng cậu, căn hộ cửa nẻo luôn đóng kín, tối hù. Sát cửa chính kê trang thờ, chả hiểu thờ ai, khói hương luôn nghi ngút. Mỗi tháng 2 ngày, rằm, mùng một, thể nào cũng có màn cúng kiến, đốt vàng mã khói lửa mù trời (gia chủ cũng biết khôn, đốt ngoài sân, trong thùng thiết. Lạng quạng hỏa hoạn là cái chắc. Nhà cửa ở Cali, vì sợ động đất nên không cho dùng vật liệu nặng như gạch đá, mà chỉ được bill bằng gỗ, dễ cháy). Đối diện, cách một sân cỏ, là dãy chung cư gồm 6 căn, nơi ngụ cư của 2 Miên,

1 Lào, 3 Việt Nam. Mỗi chiều, đến khuya lơ khuya lắc, luôn ầm ỉ tiếng đàn ca hát xướng la lối ỏm tỏi. Mọi sự cố đều phát xuất từ căn giữa của một gia đình Việt Nam. Anh chồng, chủ gia, còn trẻ, chắc dân nhậu cao thủ, nên cứ khoảng 5h chiều là "chàng" gầy độ, tôi một hai lần cũng được "chàng" mời. Rượu, thường loại cô nhắc 2 chữ (VS), rẻ. Mồi, tùy bữa, khô mực, khô cá, thịt quay, gà hấp muối, giả cầy, và ngoạn mục nhất, dựa mận chó, chả chìa chó, thịt luộc chó thứ thiệt (chả hiểu "chàng" tóm được ở đâu đó, mang về nhốt sân sau, đợi đêm, trấn nước trong bồn tắm, trụng, cạo lông, mổ, mần thịt, chế biến… để chiều hôm sau làm cái đưa cay. "Chàng" cũng như tôi và bao lũ "mọi" khác mới qua nên coi thường luật pháp Mỹ, điếc không sợ súng. Chao ôi, nếu cảnh sát mà biết, vồ, ở tù mọt gông cả lũ.

Tôi có một kỷ niệm khó quên tại nơi này.

Ở 2 trại tị nạn trên đất Phi tôi đều có 2 cuộc triển lãm ra trò. Tiếng lành đồn xa, một studo chụp ảnh của người VN nghe tin qua vài anh refugee đến trước, đã tìm gặp tôi, làm quen, và bỗng dưng hào sảng biếu tôi hai nghìn đô (vào thời điểm đó 2.000 đô là một số tiền không nhỏ) để "anh mua một chiếc xe làm chân". Chả hiểu ông chủ studio này có "mát dây" không, tự dưng tốt bụng một cách gần như "giả tưởng" với một tên "lính mới". Số tôi thỉnh thoảng vẫn được lộc bất ngờ như thế. Từ ngày đó, thỉnh thoảng tôi có đến thăm ân nhân, và tiếp tục âm thầm băn khoăn về khoảng tiền ân nhân đã cho tôi. Mới đến, chân ướt chân ráo, nơi ăn chốn ở còn chưa yên, nói chi xe cộ. Nhưng một anh mán, ở VN chỉ cởi Honda, nghe nói đến xế hộp, sướng mê. Nên dù chưa biết lái, nhưng có tiền, cũng hồ hởi đọc báo tìm mua một chiếc xe cũ, tuy chỉ 2.000, nhưng vào thời điểm đó cũng thừa sức bê về một xế hộp còn bảnh chọe. Tối, ra công viên gần nhà tập lái. Nửa tháng, lái được, dù rất lạng quạng. Một bữa đưa xe vào parking, chập chờn thế nào thay vì đạp thắng lại nhấn… ga. Chiếc xe chồm lên, phóng qua bục xi măng, lao thẳng vào căn hộ của dãy chung cư phía trước. Bung cửa, sập tường, nguyên cái xế hộp nằm lọt thỏm giữa phòng khách. Hoảng quá, tôi bỏ số de, chiếc xe lại lao lui ra ngoài, đụng mạnh vào một chiếc khác đang nằm ngoài parking! Trời Phật độ trì, nhà vắng, nếu không, có tử vong là cái chắc. May mắn hơn nữa, luật Cali không giải quyết những rắc rối xảy ra trong parking. Mọi người liên quan tự thương lượng dàn xếp, khôn xong mới tìm luật sư. Manager được gọi đến, qua estimate, tôi phải làm lại tường, thay cửa mới, mất 800 đồng. Chiếc xe bị đụng có bảo hiểm lo. "Cũng còn may, của đi thay người". Vợ tôi nói.

Không lâu sau tôi đến thăm ký giả Nguyễn Tú A, ông này hết hành nghề báo chí, chuyển sang làm dịch vụ, đại diện DMV đổi bằng lái xe, viết đơn mướn, bán bảo hiểm nhân thọ..., khi về, vượt đèn đỏ, đâm vào một xe khác, bật tung nắp cốp, vẹo frame. Chiếc xe được một tiệm sửa xe kéo về, chủ tiệm người VN rất vô lương tâm. Thấy tên mán mới đến còn ngu ngơ, hắn rảo một vòng quanh chiếc xe rồi lắc đầu, "hỏng nặng quá, chỉ còn nước vất vào nghĩa địa." Tiếng Anh tiếng u còn ngọng, tôi lại phải đưa cho hắn 50 đồng, nhờ hắn gọi xe kéo mang đến nghĩa địa xe hơi vất bỏ (Nghĩa địa xe hơi, chỗ chứa những xe bị đụng nặng, nếu sửa, có khi tốn tiền hơn mua xe khác , những anh nghèo thường vào đấy tháo gỡ những bộ phận cần, như kính chiếu hậu, que gạt nước mưa, kể cả nguyên máy xe còn xài được... chả hạn, trả tiền cho người trông coi nghĩa địa, giá rất bèo. Một tuần sau tôi tình cờ nhìn thấy chiếc xe của mình chạy phom phom ngoài phố Bolsa. Chiếc xe có hư gì đâu, máy móc còn tốt nguyên, nắp cốp bung, mua ở nghĩa địa xe hơi chỉ từ 30 đến 50 đồng, frame vẹo, kéo ra, balance lại, tốn khoảng 100 đồng. Bán cho dân mới đến, giá chót cũng được 1.500 đồng. Thằng chủ tiệm vô lương tâm ,mất dạy.

Thật thà mà nói, tôi tự biết mình tối dạ nhưng hình như chưa đến nỗi chạm đáy ngu. Riêng khoảng máy móc, chả hiểu sao tôi lại u mê hơn người (làm báo ngót 40 năm, vọc computer cũng trên 30 năm, thế mà cho đến giờ này vẫn rất i tờ, bạn bè dạy cái gì làm ơn ghi ra giấy hẳn hòi, 1, click vào chỗ nào, 2, chỗ nào, và 3, 4… Đừng giải thích lôi thôi. Tôi không hiểu đâu). Nửa tháng sau tôi tậu chiếc xe khác, một chiếc truck. Bấy giờ tôi nhận vẽ tranh cho cơ sở sản xuất sơn mài dỏm, với xe này, tôi có thể chất ở thùng sau hàng tá tranh. Giao, nhận hàng, tiện vô cùng.

Một lần lên SJ gom tiền báo, sẵn dịp thăm vài người bạn, trở về, chỉ một phần 4 đường, cốp xe bốc khói mù mịt, chiếc xe hục hặc một hồi rồi tắt máy. Cảnh sát xa lộ đến hỏi, tôi giải thích nguyên do và không hiểu tại sao. Chàng cảnh sát trẻ mở cốp xe kiểm tra: hết nhớt, cháy máy! Chàng nhanh chóng giúp tôi gọi xe tô kéo về một garage quen, người Việt. Cũng may trên SJ tôi có thâu được gần 1.000 tiền bán báo. Thay máy cũ mua ở nghĩa địa xe hơi mất 800! Đây là tai nạn do sự cố máy móc lần thứ 2. Trước đó vài năm, lúc mới biết lái, tôi đến một thành phố kế cận có việc, nghe bạn bè nói nếu sử dụng free way sẽ nhanh và gần. Tôi mạo hiểm thực thi lời mách bảo.

Nhưng đâu ngờ chỉ vì trò mạo hiểm này, tôi bị thót tim gần 5 giờ trên cái xa lộ 6 lane thênh thang. Ban đầu khi nhập được vào xa lộ, tôi hồ hởi chạy phom phom, nghĩ, chạy xa lộ sướng thật, không đèn xanh đèn đỏ, mặt lộ rộng, cho chạy tốc độ cao. Nhưng, coi kìa, cái exit vào, để về nhà, tôi đã nhìn thấy bảng báo hiệu, khổ nỗi nó lại nằm phía bên kia, muốn vào phải sang một lúc những 4 lane, xe cộ nườm nợp, làm sao qua. Đành chạy tiếp. Mồ hôi bắt đầu vả ra, dù trời không nóng. Tôi chạy, chỉ trên một lane duy nhất từ khi nhập vào free way, không dám sang lane, phía sau xe nối đuôi như mắc cưởi vun vút lao tới. Cũng không thể chạy chậm, sẽ bị bóp còi inh ỏi, chạy nhanh, sợ cảnh sát vồ. Thế là cứ chạy, thêm gần 5 tiếng đồng hồ, đến địa phận một thành phố khác, cách nhà hơn 200 dặm. Xe hết xăng, nằm ụ giữa xa lộ. Cảnh sát đến, gọi xe tô kéo về một trạm xăng gần đó.

Chuyện dài tị nạn nói mãi vẫn chưa hết, các bạn hẳn đã biết nhiều. Tôi chuyển qua chuyện khác, vui không kém.

Sau này, khi bước chân vào làng báo, đầu tiên là báo chợ, còn gọi là báo lá cải, không bán, nhưng thu nhập rất khá, nhờ quảng cáo. Cách đây 3 năm một tờ báo bị một tờ khác đưa ra tòa. Tôi không nói đến nguyên nhân ở đây, chỉ nói đến kết quả: bị đơn thua, phải bồi thường cho nguyên đơn gần 5 triệu đô la. Ai ở Mỹ đều biết đất nước này nhiều kiện tụng nhất. Chuyện gì, nhỏ, lớn, hay quái gỡ, vô duyên thế nào cũng có thể lôi nhau ra tòa. Do đó nghề luật sư luôn được mùa. Nhưng đã đụng đến luật sư là đụng đến tiền bạc. Chả ông luật sư nào nhận cãi cho một thân chủ nghèo. Thắng, thua cũng chả ăn được giải gì. Trong vụ trên, hẳn luật sư đã điều nghiên tình trạng tài chính của bị đơn cẩn thận trước khi nhận cãi. 5 triệu đô bồi thường, giá chót luật sư cũng được 20% huê hồng. Đơn cử trường hợp trên nhằm chứng minh làm báo lá cải nếu thành công, sẽ có thu nhập rất khá.

Muốn thành công tờ báo phải "hay", nhiều người tìm đọc. Nhờ vậy, thân chủ quảng cáo sẽ tìm đến.

Muốn tờ báo "hay" các chủ báo phải tìm ra một vài anh thợ viết giỏi. Tôi không giỏi nhưng thuộc loại… thập bát bang võ nghệ. Cái gì làm cũng được, layout, vẽ minh họa nhăng nhít, viết lách lẩm cẩm… nên được các chủ báo chiếu cố.

Để giúp tờ báo "hay", tôi thường chế ra nhiều mục vớ vẩn cốt mua vui cho độc giả.

Bốn mươi năm trước chưa có điện thoại thông minh, xeo phôn xeo phiếc còn xa lạ, ngay cả trong những phim khoa học giả tưởng, các anh chị sản xuất kịch bản cũng chưa nghĩ ra, nói chi ngoài đời. Trong các phòng mạch, bà con chờ khám bệnh;

Ngoài phố, ngồi ngóng xe bus; Ở các cơ quan hành chính chờ lấy môn bài mở quán bia ôm; Tại sở thương binh xã hội chờ gọi tên phỏng vấn xin eo phe, trợ cấp thất nghiệp; Ngoài phòng đợi DMV chờ kêu tên nộp phạt tuần trước nhậu xỉn lái xe vượt đèn đỏ… Để giết thì giờ, chỉ bằng cách một cách duy nhất: đọc báo. Nhưng chuyện chính chị chính em, khoa học, xã hội… nhức đầu, khô như sỏi, chán. Bà con thường tìm đọc những mục vui vui, vô thưởng vô phạt, đại loại như "Tìm bạn bốn phương", "Tử vi tướng số", "Chuyện khó tin nhưng có thật"… Người nhẹ dạ, thích đọc, dù gì cũng đáp ứng được phần nào những nhu cầu thầm kín. Người sâu sắc, từng trải biết chuyện bịa nhưng thấy dí dỏm, cũng đọc. Hiểu được tâm lý ấy, các ngài chủ bút thúc các anh thợ viết moi óc tìm ra những mục mới, thuộc "những con tương cận" các mục vừa nêu, để có thêm người đọc. Độc giả đông tất quảng cáo nhiều, báo dày cộm, số in bề bộn, nhà in tăng thu nhập, chủ báo lượm tiền mỏi tay, nhuận bút trả cho bọn thợ viết khá. Tương quan dây chuyền. Tất cả đều có lợi.

Một trong những mục do tôi "sáng tác" là mục " Dân Giao Chỉ Mới Đến Mỹ Nói Tiếng Anh".

Ngày xưa, khi lính Mỹ còn tràn lan ở miền Nam VN, hẳn những người lớn tuổi không lạ gì thứ tiếng Mỹ các mợ me Mẽo thường dùng với các anh GI, điển hình và quen thuộc nhất, hầu như ai cũng biết là câu thông dụng: nô sít ta we (no star where). No: không. Star: sao. Where: Nơi nào, ở đâu. Theo các chị, nô sít ta we, hiểu qua ngôn ngữ Giao Chỉ là "không sao đâu", giọng miền Bắc. "Chẳng răng mô". Giọng miền Trung. "Hổng sao mà". Giọng miền Nam. Các anh GI nghe lần đầu, hẳn ngẩn tò te, nhưng nghe mãi, kèm ngôn ngữ đôi tay, các anh cũng hiểu. Riết, trở thành một loại tiếng lóng, cũng vui.

Tương tự, một thành phần dân VN mới nhập cư, cũng có một loại tiếng Mẽo thần sầu không kém.

Hồi còn ở chung cư, một buổi sáng có anh hàng xóm đồng hương hớt ha hớt hải, đạp xe đạp về, chưa đến nhà anh ta đã oang oang,

"May hết biết, tí nữa bị bắt bỏ bót."

"Răng rứa?". Tôi hỏi.

"Vượt đèn đỏ."

Không đợi hỏi tiếp, anh ta kể,

"Ngang ngã tư, không để ý, tui vẫn chạy tỉnh queo, dù đèn đỏ. Thằng phú lít huýt còi chặn lại. Nó xí xô xí xào, tay chỉ trụ đèn giao thông, tui không hiểu nó nói gì nhưng đoán nó đang bảo tui vừa vượt đèn đỏ. Hoảng quá, tui chỉ cái thắng, nói đại, "may bờ rớt nô ít" (my brake no eat). Thằng phú lít có vẻ mặt đần thấy rõ, lại xí xô xí xào một hồi nữa rồi khoát tay cho tui đi. Hú hồn."

Brake no eat, thắng không "ăn" là nghĩa làm sao? Bố thằng phú lít cũng không hiểu nói chi nó. Tôi phì cười,

"Ông nói tiếng Anh trời sợ."

Một lần khác, hai chị hàng xóm chửi nhau, một chị người An Nam, chị kia, Mễ. Cả hai đều mù tiếng Anh, nên cứ tiếng mẹ đẻ phun thoải mái.

Trận khẩu chiến đã hơn nửa giờ vẫn bất phân thắng bại. Tao chửi tao nghe, mày chửi mày nghe, chả chị nào rụng một cọng lông chân.

Chị An Nam tức quá, bèn xổ tiếng Mỹ,

"You.... you... đờ rin may bờ lớt han đi kép." (you... you... drink my blood handicap).

Dĩ nhiên chị Mễ ngẩn tò te. Tôi nghe, cũng ngẩn tò te.

Tối, nằm bên vợ, tôi thắc mắc,

"Nè em, hồi chiều bà Năm chửi drink blood handicap là nghĩa làm sao?"

"Anh tối dạ nhỉ. Vậy mà cũng nhà văn nhà báo."

Tôi tự ái, nhưng nghĩ cho cùng vợ nói cũng đúng, bèn nỉ non,

"Em thông minh, giải thích cho anh hiểu đi."

Vợ tôi lên mặt,

"Này nhé, anh thấy ở các bãi đậu xe có cắm bảng handicap, vẽ chiếc xe lăn, dành cho người tàn tật?"

"Sao nữa?"

"Tàn tật, ngồi xe lăn thường què. Bà Năm nói you drink my blood handicap nghĩa là "mày uống máu què của tao". Vậy mà cũng không hiểu."

À, tôi phục vợ tôi quá mạng. Hiểu được loại tiếng Anh này, quả là thông minh hơn người.

Còn nhiều nữa thứ ngôn ngữ thần sầu này. Nhưng bài viết dài quá rồi. Tạm ngưng, kỳ sau tiếp.

nguyễn tất nhiên

nhớ ngày mất của nguyễn tất nhiên, 3/8/1992

tranh ĐINH CƯỜNG

Người ta tìm thấy Nguyễn Tất Nhiên chết trong xe hơi, ở khuôn viên một ngôi chùa thuộc thành phố Westminster, Nam Caliufornia, USA. Bên cạnh xác Nhiên là một ống thuốc ngủ rỗng ruột. Nhiên đã tự kết liễu đời mình, một cuộc đời đầy ắp khổ đau.

Nhiên ra đi, là một mất mát cho Văn học VN, cho bạn bè thân quen.

Nhưng tôi nghĩ, với Nhiên, lại là một giải thoát.

Có nhìn thấy Nhiên những tháng ngày trước khi rời bỏ cõi trần gian này mới hiểu điều tôi vừa nói là đúng. Ban ngày, lang thang vất vưởng mọi nơi. Ban đêm ngủ trong chiếc xe cà tàng lẽ ra đã nằm trong nghĩa địa xe hơi từ lâu. Hoặc đến nhà bạn bè xin ngủ nhờ, nếu là mùa đông, vì thời tiết bên ngoài lạnh cóng, nếu ngủ trong xe, sáng ra nhiều khả năng biến thành cây nước đá.

Nhiên bị bệnh, tôi nghĩ Nhiên bị tâm thần phân liệt, càng lúc càng nặng. Rất nhiều lần đang ngồi quán uống cà phê với anh em Nhiên bỗng đứng dậy:

"Tao phải đi".

"Đi đâu? Cà phê chưa uống hết mà."

"Không được, tao phải đi, bọn CIA (hoặc FBI hoặc KGB hoặc Công An…) sắp đến, nó đang tìm bắt tao"

Và thế là Nhiên vội vã rời khỏi quán, lầm lũi trên vĩa hè, mất hút.

Nhà tôi là một trong vài địa chỉ Nhiên thường ghé mỗi lần cần ngủ qua đêm. Nhiên đến rất khuya, thường, sau 1, 2 giờ sáng. Đang ngủ, choàng thức khi nghe tiếng gõ. Tôi mở cửa, nhìn thấy Nhiên mặt mày tái mét, co ro trong bộ quần áo mỏng manh, run bần bật.

"Lạnh quá!"

"Vào đi"

Nhiên vào, bước vội đến sofa, gieo mình xuống.

Chưa đợi khí nóng của máy hit sưởi ấm, Nhiên đã lên tiếng:

"Có gì ăn không? Tao đói quá."

Vợ tôi từ phòng ngủ ra, lên tiếng:

"Đợi một lát, có ngay."

Bà ấy đến tủ lạnh soạn ra một ít thức ăn, hâm lại cho nóng bằng macroweve, rồi dọn lên bàn, kèm theo 2 lon bia. Xong, vào trong bê một mớ chăn gối vất trên sofa (nhà tôi chỉ có 2 phòng, một cho hai đứa nhỏ, một của vợ chồng tôi, Nhiên dĩ nhiên sẽ ngủ ở sofa như mọi lần). Không câu nệ màu mè, Nhiên vớ ngay chén đũa, xới cơm, ăn ngấu nghiến. Thường, tôi uống với Nhiên thêm vài lon bia nữa, rồi đứng lên:

"Thôi, tao đi ngủ đây. Mày cũng thế, ngủ đi."

Trời chưa sáng hẳn, tôi ra phòng khách, nhìn thấy một mớ lon không lăn lóc dưới thảm, Nhiên bỏ đi từ lúc nào.

Bẳng đi một thời gian dài không thấy Nhiên xuất hiện. Sau đó tình cờ gặp Nhiên trong quán cà phê. Tôi hỏi:

"Sao lâu quá không ghé tao?"

Nhiên đưa tay gãi gãi sau ót (một cố tật, Nguyễn Hoàng Nam, em của Nhiên, cũng làm thơ và cũng có tật gãi gãi sau ót, như Nhiên. Mỗi lần Nam đến nhà tôi, khi cậu ấy về, vợ tôi thường hỏi tôi" Giống ông NTN quá, hắn có… điên như anh hắn không." Tôi cười: "anh đâu biết, bữa nào hắn tới, em hỏi hắn xem."):

"Tao không thể đến nhà mày được."

"Tại sao?"

Nhiên trả lời, rất nghiêm trọng:

"Vì... vì... vợ mày yêu tao quá. Nếu tao đáp lại tình yêu ấy thì tao có lỗi với mày. Cho nên tao không thể đến nhà mày nữa."

Trời ạ! Đúng là... Tôi phì cười nhìn Nhiên, cứng họng.

Ngoài ám ảnh lúc nào cũng bi CIA (hoặc...) tìm bắt, Nhiên còn có một "nỗi niềm" khác. Đó là bát cứ người nữ nào, già trẻ, đẹp xấu không thành vấn đề, nếu nói chuyện, dù chỉ một hai câu, là đều... yêu Nhiên. (Nhân viên nữ ở tòa soạn nhật báo NV hẳn chẳng lạ gì vơi "nỗi niềm" này, của Nhiên.)

Nhưng có một điều, cho đến bây giờ, sau 24 năm ngày N mất, tôi vẫn không hiểu nổi: dù đầu óc không bình thường như thế, Nhiên vẫn làm thơ, thơ lại rất hay và rất tỉnh.

Một lần N đưa tôi một chùm thơ, 3 ngày sau N trở lại,

"Đưa lại tao bản thảo hôm trước, một vài câu tao muốn sửa."

Sau hai ngày nữa, N đến trao cho tôi bản thảo mới, 11 bài thơ, trên 11 tờ giấy trắng, chữ viết ngay ngắn, rõ ràng, không tẩy xóa.

Cái gì khiến N tỉnh táo, sáng suốt như thế, với thơ?

Tôi không hiểu, mãi mãi không hiểu.

Mời các bạn đọc 11 Minh Khúc N trao cho tôi không lâu trước ngày tự hủy. Có lẽ đây làn những bài thơ cuối cùng.

MINH KHÚC, 89

ví dù lá đỏ đường xưa
ngoài hiên những nụ tình chưa muốn tàn

ví dù tóc gọi thời gian
ngàn mây phiêu lãng cũng cần suối sông

ví dù gối đã lìa chăn
thì chăn gối cũng bao lần với nhau

ví dù trước đã lìa sau
thì sau trước trước sau sao vẫn là

ai gieo tiếng dữ rồi ra
lược gương nhau nhé tình ta với mình!

Westminster, CA, 14.7.89

MINH KHUC 2

khi mà, dòng đã xa sông
thì trăng vẫn chiếu buồn trong tháng ngày

khi mà, chim đã xa bay
thì cây vẫn trái tình hoài trông mong

khi mà, mồ cỏ thu đông
thì xuân xanh vẫn phượng hồng hè xưa

khi mà, lạnh bếp tàn tro
me long lanh lá rừng chưa hết ngàn

đường duy tân – chợ bến thành
chân ai thả bộ còn in khoé cười

đời quên sao có ngậm ngùi
đời nhớ sao lại có người cố quên?

Westminster, CA, 19.7.89

MINH KHÚC 3

khi em cùng nắng tan trường
áo đơm hương gió lòng thơm hương chiều
có người không biết rằng yêu

phần ai quả tráp khăn điều phúc ai?

khi em mỏng mảnh hình hài
nơ nhung cho tóc đừng bay mất hồn
có người ngơ ngẩn hoàng hôn
hay hàng trụ điện suốt đường tương tư?

khi em bước nhẹ dường như
không gian mà một tờ thư tỏ tình
có người vừa tức giận mình
vừa không biết phải theo nhìn... để chi?

khi em là nắng xuân thì
là mưa trung học ước gì song đôi
có người – không phải là tôi
vì thơ tôi đẹp hơn tôi thất tình!

Westminster, CA, 22.7.89

MINH KHÚC 4

chút lòng, đáp lễ cho nhau
vết đau hạnh ngộ kiếp sau bù đền

chút tình, đáp nghĩa nhân duyên
dấu sinh ly mãi còn riêng vợ chồng

chút son thô, chắc đủ hồng
cho môi ai dễ thương còn thương thêm

em cười, không sót chút duyên
cho anh chê xấu mà quên chữ tình
em tươi, không sót chút hiền
cho anh chê nết không thèm dây dưa

thôi thì tan hợp nghìn xưa
thì thôi gió đập đò đưa mặc đò...

Santa Ana, CA, 25.7.89

MINH KHÚC 5

tay đèn ngoắc bóng phố khuya
phố khuya khuya phố chia lìa ước mơ
và, cô đơn giết mòn chờ
và, hun hút có ai ngờ vẫy theo?

cô liêu tôi đứng nghe chiều
bảo đêm khua thức bao điều tàn phai
và, mang cũ kỹ thêm vài
và, tôi đứng đợi ngày mai chút già...

Westminster, CA, 26.7.89

MINH KHÚC, 90

đường không gian – đã phân ly
đường thời gian – đã một đi không về...

những con đường mịt sương che
tôi vô định lái chuyến xe mù đời
cu tí ngủ gục đâu rồi?
băng sau, ngoái lại, bời bời nhớ con!

đường trăm năm – nát tan lòng
đường ngàn năm – hận, xin đừng trả nhau!

những con đường cuối năm nào
cho tôi tìm lại cành đào ba sinh
khi em lễ mễ với tình
thắp nhang tạ tội sinh thành con đi...

đường chung đôi – đã chia đời
đường chia đôi – vẫn hơi người quẩn quanh

chim đêm hót tiếng đau tình
đau tim tôi chở lòng thành kiếm em...

Westminster, CA, 2.1.90

MINH KHÚC 7

ơn đời tha thứ cho nhau
ơn người buông thả nhau vào nhớ quên
ơn sông kỷ niệm dòng hiền
mang mưa hiện tại kêu thềm nhà xưa:

nhà xưa có lửa hương vừa
có đau đớn đủ có chưa trọn đời
có dòng nhẫn nhục rơi rơi...
xuống môi run rẩy khóc muồi trăm năm
có chung mang một chỗ nằm
có riêng quang gánh nên đường đôi nơi!

ơn chim hót tiếng thương người
sáng nay thức dậy vườn đời thiếu nhau!

Westminster, CA, 9.1.90

MINH KHÚC 8

tình cần chăng?
một làn hương ngát đau thương
trái tim mòn mỏi trông!

tình cần chăng?
một dòng sông thuỷ chung
cùng bóng trăng nghìn trùng xa!

tình cần nhau chén khổ qua
chồng chan vợ húp thiệt thà khen ngon!

tình cần nhau cọng hành thơm
chút tiêu cho ngọt râu tôm ruột bầu!

tình đày nhau đến bao lâu
một duyên hai nợ thì âu cũng là...

tình đày nhau đến chia xa
lẽ đâu là... lẽ đâu là... qụa kêu?

Santa Ana, CA, 1.2.90

MINH KHÚC 9

đong tình đong nghĩ cho nhau
trái tim nhân loại dù sao cũng còn
đâu đây, đâu đó, bên đường...
có thêm một tấm lòng thương tấm lòng!

nợ đời, trả kiếp chưa xong
ai đem đổ biển đổ sông nợ tình...

cho nhau nhiều ít chân thành
cũng như hương lửa ba sinh hãy còn
sẻ chia khúc ruột đoạn trường
kẻo vua lê trách chàng trương phũ phàng!

nợ đời, trả chút văn chương
nợ tình, ừ, trả con đường em đi...

sông không trách nước không về
qua sao trách bậu lỗi nghì trúc mai
chỉ xin sợi vắn sợi dài
tóc mai nhắn gió thương hoài ngàn năm...

bữa qua qua bỗng đau lòng
nhớ hôm bậu hát bài đừng xa nhau...

Westminster, CA, 27.4.90

MINH KHÚC 10

đẩy nhau đến tận tàn đời
đủ chưa? đau khổ bật lời yêu thương
hiu hiu gió nhẹ nhàng, thường
bóng cây thư thả động lòng tháng năm...

xô nhau cuối tận đường hầm
gặp chưa? tia sáng từ tâm nhiệm mầu
hay là hóc hiểm thâm sâu
vẫn nuôi ích kỷ cho màu tàn phai...

dìu nhau trên những đường dài
đâu đâu cũng tiếng người thay đổi lòng
rồi sao? có thấy chi không?
con ơi, bố mẹ diễn tuồng sinh ly...

Santa Ana, CA, 21.6.90

MINH KHÚC 12

bây giờ em đã xa tôi
hay là sông núi xa đời lãng du
bây giờ đêm dã nghìn thu
hay là nhật nguyệt thôi bù đắp nhau
bây giờ tình đã chai đau
hay là cây cỏ bạc đầu tuyết sương
bây giờ ảnh đã lìa gương
hay hoa vạn thọ trong lòng thu đông?
bây giờ chín khúc cửu long
hay sông vẫn một dòng trăng không là...
bây giờ mây của hôm qua
tiếng con qua khản kêu ca một mình
sương hoàng hôn đẹp bình minh
nắng ban mai mới tinh trên nấm mồ
á à lệ vẫn chưa khô
a ha trời đất mơ hồ hay tôi.

nguyễn trọng tạo

Rời khỏi nhà một bạn nhà văn (nữ), Nguyễn Trọng Tạo rủ tôi và hai người bạn nữa đi làm một phùa "tươi mát".

Buổi trưa.

Tựa lưng vào bờ thành nội rêu phong, ngôi quán được dựng lên cẩu thả bằng mọi vật liệu phế thải: ván thùng, carton, tôn, thiết. Quán nhỏ, mỗi bề chừng 3m, trong cùng sát vách là một quầy gỗ cao ngang ngực, trên lỏng chỏng hàng bia chai, tủ thuốc lá nhỏ. Trên vách hình một ca sĩ cắt ra từ lịch treo tường, dán băng keo bốn góc vào vách. Giữa quán kê một bàn gỗ cũ, bẩn, với 6 ghế đẩu tuổi đời có lẽ cùng một ngày sinh với chiếc bàn. Đây là một quán "bia ôm", theo lời giới thiệu của anh tài xế taxi, đã đưa tôi và hai người bạn đến. Nguyễn Trọng Tạo theo sau, trên chiếc honda dame gà tàng. Trong quán có ba cô gái trẻ, chạc trên dưới 20. Hai cô nói giọng Huế, một cô giọng Bắc, nặng, nếu tôi đoán không nhầm cô nàng ở miệt ngoài, vùng Thanh Hóa, cái vùng đất khi xưa trong chiến tranh bị bom đạn cày nát, và đói nghèo triền miên. Cô nàng này hẳn là hệ quả của một thời tan thương còn rơi rớt. Cả ba có vẻ chưa rửa sạch nước phèn, chân tay cục mịch, nói năng bổ bả. Cô giọng Bắc đẫy đà, cao to ngang ngửa tôi, nhảy bổ đến, vòng tay giang rộng ôm choàng khi tôi vừa bước vào, “Ngồi với em đi nào, gớm, trông đẹp giai ghê nhỉ, hôm nay nàm chồng em nhé?” Em giọng Huế lùn nhất ỏn ẻn, “Coi tề, dị rựa, thấy trai như mèo thấy mỡ, tơm tớp”. Tuy nói thế nhưng em cũng nhanh không kém, bắt ngay một ông bạn đi cùng. Em còn lại đẩy NTT và người bạn trẻ nhất ngồi xuống đầu bàn, kéo ghế ngồi giữa, rồi cười rất đĩ, vít đầu NTT hun chùn chụt, một tay không quên với xuống vuốt đùi người bạn trẻ, “Hai con nớ lựa trước, em chậm nhưng được những hai chồng, lời, phải không hai anh?” Em giọng Bắc đứng dậy đến góc nhà mở nắp chiếc thùng ván lôi ra mấy chai 33 đặt lên bàn cùng sáu cốc thủy tinh, “Các anh uống với chúng em nhé?” Khỏi cần hỏi, nghề của các em là dụ khách uống, càng nhiều càng tốt, và khách vào đây cũng chỉ để uống, lấy trớn cho các màn linh tinh các cái tiếp theo. Sang đến chai thứ 2, không khí rôm rả hẳn, em giọng Huế có mái tóc dài bỗng đứng lên, “Các anh muốn coi vũ xếch xi không.” “Muốn.” Người bạn trẻ nhất nói lớn. “Hai mươi nghìn thôi, bằng lòng không? (tiền VN bấy giờ, khoảng 5 đô Mẽo)”, em giọng Huế hỏi. Nguyễn Trọng Tạo quay nghiêng nhìn tôi. Tôi gật đầu, “OK”. Em giọng Huế nhanh nhẹn leo lên bàn sau khi bảo hai em kia gạt các chai bia và ly tách vào một góc . Em bắt đầu nhún nhảy, uốn éo theo tiếng gõ đập xuống mặt bàn ầm ỉ của đám tửu đồ và hai em còn lại. “Vũ công” sau chừng 3 phút giáo đầu, từ từ… tụt quần, rồi tụt luôn xì líp. Nguyễn Trọng Tạo cười hăng hắc. Người bạn trẻ ngồi cạnh hét lớn, “Ui cha!” Trên bàn, em giọng Huế tiếp tục nhún nhảy, uốn éo. Phần hạ thể nung núc, đen ngòm. Bắp đùi to, nức nẻ chứng tỏ em đã có con, da em ngăm ngăm và sần sùi, cũng chứng tỏ em một thời bì bõm ruộng sâu. Tôi từng ra vô các tụ điểm ăn chơi ở mọi nơi, từ Mỹ châu, Âu châu sang Á châu, chả lạ gì những màn vũ khỏa thân, thậm chí tôi vẫn thường "tiếp thị" vài người bạn văn từ trong nước ra bằng những chầu "tươi mát" nếu họ muốn. Nhưng lần đầu tiên trong đời tôi xem một màn vũ sexy "ngoạn mục " như thế này. Lòng tôi không chút xao động. Giữa một túp lều vá víu bằng đủ mọi vật liệu phế thải, trên một mặt bàn xiu vẹo cũ bẩn với một "vũ công" chưa rửa sạch nước phèn, tay chân cục mịch, da dẻ sần sùi. Tôi bỗng nhớ không lâu trước đó tôi cùng Cung Tích Biền, Lê Thánh Thư, Nguyễn Tôn Nhan đi bia ôm ở Sàigòn. Con bé tiếp tôi khoảng 13 tuổi, mặt còn búng ra sữa. Con bé ép tôi uống, và cũng uống (tất cả các cô gái bia ôm đều phải dụ khách uống nhiều, họ càng uống thì chủ quán càng lợi, em nào không dụ được khách uống tất nhiên có nguy cơ bị đuổi việc). Một lúc con bé say quá, nằm lọt thỏm trong lòng tôi ngủ khò. Tôi nhìn con bé, nhớ đến con gái út, năm đó nó có lẽ cùng tuổi với con bé. Lòng tôi bỗng vương vướng. Tôi không là đứa đàng hoàng. Hiểu theo nghĩa cơm nhà quà vợ, chân chỉ hạt bột. Cũng hoang đàng hư hỏng, cũng rượu chè gái trai nhăng nhít. Nhưng cảm giác vương vướng hôm ấy có thực. Như hôm nay, nhìn em "vũ công" cởi truồng trên mặt bàn gỗ xiu vẹo, giữa một quán bia ôm vá víu, lụp xụp. Em đã bỏ lại đứa con thơ cho bà mẹ già, bỏ lại mái tranh xơ xác, bỏ lại mảnh vườn, miếng ruộng và những tháng ngày đói khổ cơ cực để ra thành phố, hàng ngày leo lên mặt bàn tụt quần phơi hĩm nhún nhảy, mong có được miếng cơm nuôi thân, nuôi mẹ, nuôi con. Có thể tôi đã đẩy trí tượng của mình đi quá xa. Bi thảm hóa vấn đề. Nhưng làm sao ngăn được sự mẫn cảm vốn đã lỡ mọc rễ trong tội? Sự mẫn cảm vẫn thường khi biến tôi "lòng chợt từ bi bất ngờ".

Tôi không thân với Nguyễn Trọng Tạo, lần đầu tiên tôi

gặp, biết và đi bia ôm với người làm thơ này, nhưng khi đọc bản tin của Luân Hoán về cái chết của NTT tôi chợt nhớ lại chuyện xưa. Bài viết không phải cho người đã khuất. Tôi không quen và không thích ai điếu kiểu này. Rất nhiều bạn văn nghệ đã ra đi trước tôi. Chưa bao giờ tôi viết ai điếu cho ai. Ngay cả với người bạn vong niên tôi trân quí nhất, Mai Thảo, cũng không.

Bài viết chỉ là một hồi tưởng, bắt nguồn từ một bản tin.

những ngày cuối năm

Trời trở lạnh nửa tháng nay. Cây đào trước nhà đã bắt đầu rụng lá. Không lâu nữa những búp hoa sẽ nhú. Năm cũ sẽ qua. Năm mới sắp đến.

Tôi lấy chiếc áo lạnh khoát lên người, xuống đường. Dù nhà có cà phê tôi vẫn thích ra quán. Ngồi, nhìn quanh, nghe thiên hạ đấu hót, cũng vui. Đi uống cà phê, thật ra không phải vì ghiền chất nước nâu sẫm này, mà vì nhớ không khí hàng quán. Những người "ghiền cà phê" hẳn biết rõ điều này. Mười sáu năm nay, từ ngày bị tai biến phải ngồi xe lăn, tôi tránh gặp bạn bè. Chả phải vì mặc cảm tật nguyền (trong cuốn tự điển của mình không có từ mặc cảm. Mặc cảm, bố khỉ). Chỉ vì do di chứng, tôi nói rất khó khăn, phát âm ngọng nghịu, người nghe không hiểu, hỏi đi hỏi lại. Mệt, lại bực mình. Tội từng… chửi thề, gát máy cúp ngang một cuộc điện đàm. Sau đó không bao giờ nữa tôi nhấc điện thoại, cứ buộc phải nghe người ta what tới what lui liên tục khi tôi nói. Tức trào máu! Thôi thì tránh gặp, khỏi đối thoại, khỏe cho cả hai. Vì thế tôi thường ra quán cà phê gần nhà. Dễ dàng đến, lại chả phải nơi tụ họp bọn văn nghệ sĩ, nên rất ít khi tôi gặp người quen. Khi xe lăn dọc vách tường cao bao chung quanh khu chung cư, tôi thấy một bà già ngồi dựa lưng vào góc tường, chỗ khoảng trống giữa hai khóm cây, tẩn mẩn vuốt thẳng những tờ giấy bẩn, nhàu nát. Bà già vừa vuốt, vừa lầm bầm nói một mình. Chiếc miệng móm, nhăn nhúm nằm dưới sống mũi cao, tuy đen đúa, nhăn nheo nhưng vẫn phảng phất nép đẹp cõ lẽ của một thời xa xưa. Khuôn mặt bà già dù đen sạm, và bẩn, không hiểu sao tôi vẫn nghĩ người đàn bà này có một thời xuân sắc. Tôi húp từng ngụm cà phê nóng, nhìn quanh. Quán hôm nay vắng. Chỉ có một gã trung niên ngồi góc bên trái và một cặp tình nhân, tôi đoán thế, ngồi gần quầy tính tiền. Họ đối thoại nhỏ, âu yếm, thỉnh thoảng thiếu nữ vỗ tay lên đùi chành trai trẻ, cười khúc khích, ngước mặt, ném tia nhìn bằng đôi mắt ướt, đắm đuối, cho thanh niên. Có vẻ như câu chuyện của họ hấp dẫn lắm. Tôi đoán mò, chắc là chuyện… chăn gối đêm qua! Tôi phì cười. Óc suy luận của một ông già hết… xíu quách. Nhảm hết sức. Nắng đã lên. Tôi quay nghiêng nhìn vách tường ngăn khu chung cư và khu thương xá có quán cà phê tôi đang ngồi. Hình ảnh bà già nhem nhuốt, ngồi dựa góc tường vuốt thẳng những tờ giấy bẩn trở lại trong tâm trí. Bà già trông có vẻ quen. Tôi đã gặp? Nhưng lúc nào? Ở đâu? Nắng dội xuống khu parking rộng, liếm dần vào chái hiên, nơi kê vài chiếc bàn lộ thiên tôi vẫn thường ngồi. Về thôi. Tôi gọi tính tiền, dời khỏi quán. Chiếc xe lăn ngang chỗ cũ, bà già đã bỏ đi, những tờ giấy bẩn vung vải. Poster quảng cáo đêm ca nhạc của một ca sĩ từ Việt Nam sang, tổ chức tại sòng bài Pachanga, lộ ra giữa khoảng tường trống. Cộ ca sĩ "đinh" của đêm ca nhạc này không đẹp, nhưng cô ta có một cái mũi thật ấn tượng, cao, thẳng. Vợ tôi nói mũi sửa đấy, bây giờ kiểu mũi này đã thành mốt, một khuôn, giống nhau như đúc. "Mũi Đại Hàn". Đàn bà con gái ở Việt Nam bây giờ đua nhau sữa "mũi Đại Hàn". Tờ quảng cáo ca nhạc. Sống mũi cao. Trí nhớ tôi lóe sáng. Bà già…

*

Đèn bỗng tắt. Bóng tối phủ tràn khắp rạp. Tiếng ồn cũng lắng xuống. Màn mở. Cô ca sĩ trong bộ quần áo it vãi nhiều thịt bắt đầu phần trình diễn của mình. Cô ca sĩ hát không hay nhưng luôn luôn tạo được bầu khí sôi động mỗi khi cô xuất hiện. Những động tác bò, trườn, giật, nẩy… theo tiếng đàn trống nhanh, mạnh và đèn màu chớp sáng, quay đảo, khiến khán giả bị du vào một thế giới cuồng loạn, ngồi không yên. Màn trình diễn chấm dứt nhưng những tiếng huýt gió, những tiếng bis, bis không ngớt nổi lên, khắp rạp. Cô ca sĩ cúi đầu cảm ơn và tự giới thiệu một bài hát nữa. Khán giả cuồng nhiệt vỗ tay. Đây là đêm thứ hai TD, tên cô ca sĩ, trình diễn tại thành phố này, theo hợp đồng với bầu show. Chỉ còn 24 giờ nữa bước sang năm mới. Chúng tôi phải trở lại OC trước 30. Tôi đón TD phía cửa sau. Chúng tôi đi nhanh ra parking lot. Tôi vừa mở cửa xe vừa nói,

- Mình phải đi ngay..

- Em đói quá, kiếm cái gì ăn đã.

- Không được, trễ quá rồi.

- Nhưng em đói…

- Ráng đi, đến trạm xăng thiếu gì đồ ăn.

- Em muốn xỉu…

Tôi cương quyết,

- Anh đưa em về khách sạn nhé. Ăn xong ngủ một giấc, sáng dậy thích thì theo bạn rong chơi, không thích nằm đợi mốt về. Em đã có vé mà. Anh phải về ngay, mỗi năm một lần tết, anh không muốn vợ càm ràm. Mệt lắm.

- Anh cũng biết sợ vợ sao? Về một mình buồn chết. Thôi, chạy đi.

Chiếc xe rời chỗ đậu, ra xa lộ. Tôi tăng tốc. Chiếc xe lướt

nhanh. Hai ánh đèn quét trên mặt đường vắng một luồng sáng vàng ủng. Tiếng động cơ êm nhẹ, như ru. Xe bắt đầu lên đèo, quanh co, chậm. Tôi quay nghiêng nhìn TD. Hình như cô ta đã ngủ. Đôi mắt khép, sóng mũi cao, đôi môi mọng, vầng trán phẳng. Tôi nhìn xuống, thấp hơn, khuôn ngực nở hé lộ sau cổ áo rộng. Cô ca sĩ đẹp, và hấp dẫn.

Trưa nay đi ăn với P, một người bạn đã có chung những kỷ niệm lính tráng thời trai trẻ. Thỉnh thoảng, một hai năm tôi vẫn đến thành phố này, trước, giang hồ vặt, sau, gặp bạn cũ. P nói,

- Thức ăn ở đây không bằng dưới OC, nhưng tao nghĩ riêng món mì quảng của quán này vô địch.

- Right?

- Yeah.

Ngoài cửa quán lao xao. Một đám người trẻ ập vào. Cô gái đi đầu nhận ra tôi,

- Hi, gặp anh ở đây, bất ngờ nhé.

- Em có show trên này?

- Yeah.

Cô gái dong dỏng cao, chân dài, bụng thon, ngực nở. Chiếc áo thun rộng cổ, hở rốn. Quần jean bạc màu, hai đầu gối rách cố tình, đáy sệ. Đôi ủng màu da bò. Cô bé trông ngổ ngáo,

- Cho bọn em ngồi chung nhé?

- Tự nhiên.

Cô gái gọi chủ quán kê thêm bàn.

Bọn người trẻ đều là đồng nghiệp của cô gái, ồn ào, ăm ắp sức sống.

Qua trao đổi tôi được biết nhóm ca sĩ này đều ở OC, chạy

show trên này. Ngày mốt họ về.

- Còn anh, bao giờ về?

- Tối nay.

- Cho em theo với.

- Em cùng đi với các bạn mà.

- Ngày mai bọn nó lên SF rong chơi, mốt mới về, em không thích, muốn về ngay.

- Ok.

Chiếc xe đã qua hết đoạn đường đèo, đồng bằng trải rộng. Tuy đêm tối không nhìn thấy gì nhưng nhiều lần đi trên địa hình này, tôi biết hai bên đường là bình nguyên rộng, ngút tầm nhìn.

TD vẫn ngủ mê mệt. Đến một trạm xăng, tôi ghé vào. Tắt máy. Nghiêng người qua, tôi lay vai cô gái,

- Dậy đi. Vào rửa mặt cho tỉnh. Anh mua sandwich hotdot nhé?

- Thội, để em ngủ, mệt quá.

Chúng tôi về đến OC khi trời vừa ửng sáng.

- Đến rồi. Đi ăn không?

- Giờ này hàng quán chưa mở cửa.

- Quán Việt chưa, nhưng quán Mỹ over night thiếu gì.

- Ăn đồ Mỹ chán chết.

- Nhưng em đói mà. Đói, thứ gì cũng ok.

Chúng tôi vào một tiệm Mỹ, over night. Ăn xong tôi đưa TD về khu chung cư cao cấp, nơi cô cư ngụ.

*

Một thời gian dài, dễ chừng bốn năm năm tôi không gặp TD, cũng không thấy hình ảnh, tên TD trên báo chí như mấy năm trước. Tôi dò hỏi thì được biết cô ca sĩ trẻ đã theo chồng về TX. Tôi đoán TD đã lấy gã luật sư tuy hơi đứng tuổi nhưng nghe nói khá giàu. Gã này tôi có quen, mê TD ngất ngư, theo TD nhiều năm. Cô ca sĩ không chịu, chê gã này "già, lại cù lần, trông mặt mày táo bón, chán kể gì." Tôi thắc mắc, TD đổi ý rồi sao? Vả, tay luật sư vẫn ở CO mà. Dò hỏi thêm, thì ra TD lấy một bầu show nổi danh hào hoa, ăn chơi nức tiếng. Nghe nói tay này còn dan díu với chất bột trắng. Nghệ sĩ lấy nghệ sĩ, tất nhiên. Dù thâm tâm tôi nghĩ, giá như TD lấy gã luật sư vẫn hơn. Ca sĩ, dù tài năng và nhan sắc đến đâu thì cũng chỉ có một thời. Tuổi xuân qua đi, hào quang sẽ dần tắt. Vật chất ổn định sẽ giúp những tháng ngày còn lại bình yên, êm ả.

Nhưng tôi không ngờ cuộc đời TD lại buồn thảm như đã.

Sống với tay bầu show hai năm, TD có con, một bé gái. NH, chồng TD, lại ngựa quen đường cũ, cặp với một ca sĩ mới đang lên, bỏ bê vợ con. TD bế con trở lại OC. Lúc này cô ca sĩ bất hạnh có thêm một bệnh mới do người chồng ăn chơi truyền sang, bệnh lậm bột trắng! Về OC, không đi hát, lại mang theo con nhỏ và bệnh ghiền ma túy. Vật chất của TD rất lao đao. Cô gái rơi dần xuống bùn nhơ. Trở thành gái bao của bọn đàn ông thừa tiền ham sắc. Cuộc sống buông tuồng đã biến cộ gái một thời xuân sắc tàn tạ nhanh chóng. Một ngày đói thuốc, cô gái cuống cuồng đi tìm, nhưng chả ai thèm ngủ với người đàn bà dung nhan đã tàn héo nữa. Tuyệt vọng, cô lao đầu vào xe, cố tình tìm đến cái chết. Cô được người ta đưa vào bệnh viện, cứu sống. Khi TD ra khỏi nhà thương thì cô con gái bé nhỏ của cô đã bị cảnh sát mang vào viện cộ nhi. TD không được quyền nuôi con. Đau khổ, thường xuyên đói thuốc, đã dần đẩy TD suy sụp không phương cứu gỡ. Nghe nói TD đã thành người mất trí.

*

Khi điều khiển chiếc xe lăn ngang qua cây đào bắt đầu rụng lá trước cửa nhà, tôi nhìn lên tìm những nụ hoa sắp nhú. Chỉ một hai tuần nữa thội, cây đào sẽ nở hoa trắng xóa. Đông tàn, xuân đến. Những chồi cây khô rồi sẽ bừng thức. Màu xanh sẽ phủ kín, và những bông hoa sẽ thi nhau khoe sắc. Đời cây chỉ ngủ, không chết. Mùa rét mướt sẽ qua, nắng xuân sẽ phủ kín đất trời, cây lại hồi sinh. Nhưng đời người không như thế. Sẽ tàn, sẽ đi vào lòng đất, sẽ vĩnh viễn giả biệt trần gian, mang theo chất chồng khổ lụy. Làm sao ngờ được thiếu nữ năm xưa nhan sắc phơi phới, ngồn ngộn, với chiếc áo thun rộng cổ, hở rốn, khoe hai gò ngực vun cao và khoang bụng phẳng lì lại là một bà già bẩn thỉu, mất trí bây giờ, ngồi xổm dựa vách tường, tẩn mẩn đếm từng tờ giấy nhàu nát?

phùng nguyễn
một chặng đường hợp lưu

Phùng Nguyễn (PN): *Có người bảo tôi tạp chí Hợp Lưu, trong khi thực hiện được vai trò của mình trong một thời kỳ văn học [Việt Nam] đặc biệt, đã không có những đóng góp nổi bật trong việc tạo ra một hay nhiều trào lưu văn học đáng kể trong cùng giai đoạn đó. Dựa trên những nhận định của Trần Vũ trong "Hợp Lưu 12 năm - trang tôn kinh huyền hoặc" mà tôi có phần đồng ý, Hợp Lưu ít nhất đã có những hoạt động đáng kể trong việc bảo trợ và khuyến khích những táo bạo trong thơ, đặc biệt là những bài thơ diễn đạt/chuyên chở "dâm tính" trong những năm tháng điều này còn bị xem là cấm kỵ trên các tạp chí văn học trong và ngoài nước. Theo anh thì Hợp Lưu đã có những tác động nào trong sự xuất hiện của một hay nhiều trào lưu văn học trong thời gian qua?*

Khánh Trường (KT): Theo tôi nghĩ, có lẽ chúng ta - những người cầm bút ở hải ngoại cần nhìn lại chính mình, để thấy rõ hơn vị trí và vai trò của chúng ta đối với văn học Việt Nam, bao gồm cả trong lẫn ngoài nước.

Sau biến cố 1975, suốt thời gian dài gần ba thập niên, đã có trên hai triệu người bỏ nước ra đi, qua nhiều hình thức. Hai triệu người ấy sinh sống rải rác khắp mọi lục địa trên hành tinh này. Ở nhiều nơi, nhờ điều kiện địa dư, khí hậu, kinh tế... họ quần tụ thành cộng đồng lớn. Điển hình như tại hai miền Nam Bắc California, Mỹ quốc. Đã có cộng đồng lớn, tất nhiên không thể không có những sinh hoạt mang tính văn hóa sắc tộc. Một trong các sinh hoạt mạnh mẽ và đa dạng, đa hiệu nhất là báo chí, sách vở, âm nhạc... Nhờ báo chí, sách vở, âm nhạc..., qua báo chí sách vở, âm nhạc... chúng ta có phương tiện để giãi bày nỗi niềm nhớ tưởng quê xưa, để nguôi ngoai mối sầu xa xứ, để thét gào cơn đau "mất nước", để vạch trần tội ác của "kẻ thù không đội trời chung", để nuôi dưỡng hờn căm hầu mong một ngày trở về.... giải phóng quê hương!!!

Văn học Việt Nam Hải Ngoại hình thành và phát triển trong chiều hướng đó. Nếu có thì giờ nhẩn nha soát lại những tác phẩm tiêu biểu của hai thập niên đầu tính từ 1975, chúng ta sẽ thấy hầu hết đều xoay quanh các tiền đề vừa nêu trên. Những "Cùm Đỏ", những "Đại Học Máu", những "Thép Đen", những "Cuộc Chiến Chưa Tàn"..., cùng vô số tác phẩm đại loại như thế đã ra đời, tràn ngập các hiệu sách, bão hòa trên báo chí. Tôi tự hỏi, liệu chúng ta có nên đặt tên và gọi là trào lưu này khuynh hướng nọ cho một dòng văn học ngập ngụa máu me căm thù và đặc sệt tính thời sự như thế chăng?

Tất nhiên tôi không phủ nhận vào những năm cuối của thập niên thứ hai và đầu thập niên thứ ba, đã xuất hiện một số người viết mới. Lớp người này không liên hệ nhiều với quá khứ, nhờ thế, tầm nhìn của họ rộng hơn, bao dung hơn, công bình hơn, khai phóng hơn, nhân bản hơn, và đáng mừng vô cùng là họ đã thoát được ra khỏi vòng vây trùng điệp mìn chông ý thức hệ của lớp đàn anh. Trong giới hạn nào đó, họ đã có những đóng góp đáng kể cho dòng văn học lưu vong. Nhưng theo tôi, những đóng góp ấy chỉ nên xem là những thành tựu có tính cách cá nhân. Họ không đủ sức và cũng không thể làm thành trào lưu hay khuynh hướng văn học. Ngô đồng nhất diệp lạc/ thiên hạ cộng tri thu. Chỉ một chiếc lá ngô đồng rơi cũng đủ để báo cho thiên hạ biết mùa thu đã đến. Nhưng anh A vừa có được một truyện ngắn khai mở lạ lùng, chị B vừa xuất bản một tuyển tập ăm ắp chất liệu hiện đại, không có nghĩa anh A chị B này đã dự báo hay đã tạo nên trào lưu, đã gây thành khuynh hướng.

Công việc ấy, phải do những tờ báo, những diễn đàn văn học uy tín chủ trương, khơi động. Hợp Lưu đã hơn một lần thử nỗ lực làm công việc ấy. Nhưng cũng đã hơn một lần Hợp Lưu thất bại!

Với lớp già, viết, là phương cách để giải tỏa một nỗi niềm, biện minh một quá khứ, hoài vọng một tương lai, u hoài một thân phận (lưu vong). Với lớp trẻ, viết, để tiêu khiển, để giết bớt thì giờ của một cuối tuần "em (anh) có hẹn nhưng em (anh)… cóc đến," để thư giãn giữa hai múi thời gian ngồi dán mắt vào màn hình computer, trong văn phòng, nơi làm việc. Viết, với họ, không bao giờ và chưa bao giờ trở thành nhu cầu thiết thân, như hơi thở, như khí trời, như "tôi cần viết như tôi cần sống!" Chưa kể, lực lượng cầm bút cả già lẫn trẻ ấy mỗi ngày mỗi rơi rụng dần theo năm tháng lưu vong. Lớp già, tay run, mắt mờ, nối đuôi nhau vào viện dưỡng lão hay ra nghĩa trang. Lớp trẻ, xa dần tiếng Việt. Trong giao tiếp, trong công việc, họ đối thoại với nhau bằng ngôn ngữ bản địa, suy nghĩ cùng nhau qua ngôn ngữ bản địa, đến một lúc họ mặc nhiên trở thành người bản địa. Tiếng Việt, văn chương Việt, nghệ thuật Việt chỉ còn là một hoài niệm, lâu lâu, nghĩ về với một tâm thức dửng dưng, hay khá hơn, nhói nhói một tí bùi ngùi. Dù dửng dưng hay nhói nhói bùi ngùi, cuối cùng, cũng chỉ để… quên! Chưa kể sự cũ mòn, cliché, đồng dạng và nghèo (tác giả). Hãy thử lật vài ba tạp chí văn học tiêu biểu của hải ngoại mà xem! Quanh đi quẩn lại cũng chừng ấy tên tuổi, với chừng ấy cách viết, bằng chừng ấy văn phong, lặp lại chừng ấy cấu trúc… Hôm nay, xuất hiện trên báo này, tháng sau, có mặt ở báo khác…, cứ vậy, luân chuyển mải miết trong vòng quay luân hồi nghiệt ngã. Tài năng cỡ Tolstoi mà bị xoay hay tình nguyện xoay kiểu ấy, cũng phải đến lúc chỉ sản sinh ra… rác!!!

Thế còn các hiện tượng mới?

Xin thưa, họa hoằn lắm mới thấy xuất hiện một, hai. Điều cười ra nước mắt là bên cạnh vài tài năng thực sự, đa phần, nếu công bình nhận xét với ít nhiều hào phóng, thì cũng chỉ "thường thường bậc trung" Vậy mà, rất nhanh, họ trở thành đối tượng tuyên dương, ca tụng, đánh bóng, săn lùng, mời mọc của các chủ bút. Tại sao? Giản dị: Người viết hiếm hoi quá, lại cứ hao hụt dần. Thôi thì, có còn hơn không, nỗi lo "chạy bài" như nhà nghèo chạy gạo của các chủ bút dẫu thế nào cũng nhẹ đi đôi phần. Cứ nhắm mắt tán hươu tán vượn vung vít vào, cho "nhà văn" sướng. "Nhà văn" sướng, ắt sẽ cộng tác dài dài với mình. Lấp đầy được năm mươi trang báo trong thời buổi kiệm ước văn khôn bài khó này kể cũng đáng bỏ công.

Tôi không cường điệu. Thực trạng tôi vừa trình bày là có thực, sự khánh kiệt trầm trọng các tác giả là điều không thể chối cãi. Từ đó suy ra, Phùng nghĩ xem, với số ngòi bút có thể đếm được trên mười đầu ngón tay, lại chỉ xem công việc viết lách như một trò tiêu khiển, thì việc tạo ra trào lưu, dựng nên khuynh hướng, coi bộ cũng chả khác chi chuyện mấy chàng thi sĩ tiền chiến nằm dài cạnh bàn đèn thuốc phiện, rít khói, ngửa mặt, nhắm mắt "mơ theo trăng và vơ vẩn cùng mây!" Nói cách ví von kiểu Mai Thảo, thì "Có chứ, thỉnh thoảng ta cũng có làm ra gió, có tạo ra bão đấy chứ. Nhưng mà, bố khỉ, chỉ là gió và bão trong… tách trà!"

Để kết luận, tôi có thể khẳng định không chút đắn đo:

Trong môi trường văn học hải ngoại, chuyện tạo nên một trào lưu, một khuynh hướng là chuyện viễn mơ, không tưởng. Hợp Lưu không làm được. Các tờ báo khác cũng thế, không làm được.

Tuy nhiên, trong giới hạn khiêm tốn hơn, tôi tạm bằng lòng với thành quả này: Suốt 12 năm qua, trên diễn đàn Hợp Lưu, không ít những tài năng mới đã xuất hiện, đã trưởng thành, đã dành được cho mình một chỗ đứng vững vàng trong dòng văn học lưu vong. Họ là ai? Nếu độc giả theo dõi kỹ tạp chí Hợp Lưu từ số đầu tiên đến hôm nay, hẳn biết. Tôi nghĩ không cần phải kê khai tên tuổi họ ở đây.

PN: *Nhà văn/chủ bút Nguyễn Mộng Giác bảo tôi "Làm biên tập một tờ báo văn chương cũng giống như làm bức vách cho người treo tranh. Tranh có đẹp thì người ta mới kéo đến xem. Gỡ tranh đi thì chỉ còn trơ lại... bức tường xám xịt!" Nhà văn/chủ bút Nguyễn Xuân Hoàng thì khẳng định "Không có nhà văn viết bài làm sao ra báo!" Còn chính anh, họa sĩ/nhà văn/ chủ bút Khánh Trường, thì so sánh công việc biên tập với công việc của người dọn bàn trong tiệm ăn. Món ngon do đầu bếp nấu nướng, anh chỉ lo dọn ra cho gọn gàng đẹp mắt, không có nhiều... lỗi "chín tã'"quá là được! Đây là những lời vàng ngọc cho tên lính mới tò te là tôi. Tuy nhiên, thí dụ như tôi có tham vọng dọn một bữa tiệc thực ngon, thực độc đáo, thực... Hợp Lưu, trong bảng thực đơn gồm có món gan kangaroo bên Úc, món cầy tơ ở quê nhà yêu dấu, cặp nhung hươu sao Gia Nã Đại, mấy cái hamburger khổng lồ của Mỹ, kèm theo thùng bia đen và mấy chai rượu vang đỏ ở tận trời Tây mà quý ông/bà đầu bếp mải hục hặc nhau vì một hay nhiều lý do nào đó cho nên cứ em chả với thèm vào thì tôi phải làm sao?*

KT: Câu hỏi "tôi phải làm sao?" để có được "một bữa tiệc thật ngon, thật độc đáo" không phải chỉ là "tham vọng" của riêng Phùng, mà chắc chắn đã là "tham vọng" của bất cứ ông/bà chủ bút nào, từ Đông sang Tây, từ xưa đến nay.

Cá nhân tôi, rất nhiều lần tự hỏi thế. Có lúc trả lời được, thành công. Nhiều khi bí, thất bại. Qua những thành công và thất bại ấy, tôi rút được kinh nghiệm: làm chủ bút một tờ báo, nghĩa nào đó, là làm dâu trăm họ. Ý này thực ra chả mới mẻ gì. Cũ xì. Nhưng khổ thay, lại đúng vô cùng. Văn mình, vợ người. Nói cách khác, mỗi ông/bà nhà văn là một ông/bà trời con. Cho nên, khi tiếp xúc với họ, cách tốt nhất là tìm cách quên mình đi, triệt tiêu mình đi. Nếu quên không được, triệt tiêu chả xong, thì gắng thu nhỏ mình lại, dấu kỹ mình vào một xó góc nào đó, và nhớ sắm cho mình một bộ mặt thực dễ thương, thực hiền lành, thực "nai".

Trong nhãn giới của các thiên tài văn học nghệ thuật đã, đang, hoặc sẽ cộng tác với các tạp chí, thì chỉ có hai loại chủ bút. Một: tài năng phải siêu quần bạt chúng, có thể xếp ngang hàng với họ, hoặc nếu thua, cũng chỉ chút đỉnh không đáng kể. Loại chủ bút ấy xứng đáng cho họ cộng tác. Loại thứ hai, tuy tài năng chả có gì, nhàng nhàng thôi, nhưng "vô hại," "chơi được." Trường hợp thứ nhất, nếu tôi đoán không lầm, hình như rất hiếm, hiếm đến độ gần như… tuyệt chủng! (Cũng hợp lẽ thôi, mỗi nhà văn/nhà thơ là một ông/bà trời con. Vậy thì, ngoài trời ra, thử hỏi, còn gì nữa???!!!). Trường hợp thứ hai chiếm đa số. 12 năm đảm nhiệm chức vụ chủ bút Hợp Lưu, tôi may mắn được xếp vào loại thứ hai. "Vô hại," "Chơi được!" Chỉ cần được phê chuẩn như thế, là xem như ta đã thành công đến 60%. Tôi từng nhận không ít những cú điện thoại: "Bài này tôi viết theo yêu cầu của báo A, nhưng thằng ấy (chủ bút báo A) nói năng, cư xử khó ưa quá, thành ra tôi đổi ý, gửi cho KT."

Đã có được 60%, vậy, 40% còn lại nằm ở đâu? Vẫn theo kinh nghiệm bản thân, đó là sự tinh nhạy trong nhận xét, có một khả năng cảm ứng văn học ở tầng cao. Nói theo ngôn ngữ bình dân tôi vẫn thường sử dụng với bạn bè: có "khứu giác" của loài… cẩu, đánh hơi được ngay mùi vị thơm thối của tác phẩm. Điều này tương đối dễ dàng với một bản văn xuôi, một bài tiểu luận, một đoạn tùy bút… Nhưng sẽ vô cùng khó khăn với một tác phẩm thơ ca. Ai cũng biết, nhiều vị viết văn xuôi tuyệt vời, thế mà khi đụng đến thơ thì… - xin lỗi - không ngửi được! Ngược lại, nhiều nhà thơ viết mãi không xong một đoạn văn xuôi cho ra hồn, nhưng nếu cho sử dụng đến món tủ, thơ, thì lắm khi ta thất kinh hồn vía, tự hỏi làm cách nào tên ấy có thể nghĩ và sản sinh ra được những dòng chữ diệu kỳ đến thế?

Đã nói đến cách ứng xử của chủ bút với tác giả. Cũng như đã đòi hỏi ở chủ bút một trực giác bén nhạy, một cảm thụ văn học ở tầng cao, cùng một vốn liếng văn học cần thiết. Như thế, đủ chưa?

Tôi nghĩ, hình như còn thiếu.

Thử duyệt qua nội dung của bất cứ tờ báo nào đang hiện diện trên thị trường chữ nghĩa, trong lẫn ngoài nước, xưa và nay, ta sẽ thấy dấu ấn rất đậm của người chủ bút. Dấu ấn này làm nên vóc dáng và hấp lực của tờ báo. Nó phản ảnh trung thực cá tính, thói quen, trình độ, tài hoa và khả năng quyền biến của người chủ bút. Nó bàng bạc khắp nơi, trên từng trang báo, qua khuynh hướng chọn bài, qua cách duy trì và triển khai các mục thường xuyên theo một mục tiêu định trước; rồi thư tòa soạn, trả lời thư tín,… Kể cả những yếu tố có vẻ không dính dấp gì đến nội dung, như cách sắp xếp mục lục, bài nào đi trước, bài nào đi sau, làm cách nào tạo được ở độc giả cảm giác xuyên suốt, nhất quán, khi theo dõi trọn vẹn một số báo, dù đôi khi, túng bài, cả số báo chỉ là tổng hợp một số bài vở hổ lốn, đầu cua tai nheo… Đó là chưa kể cách trình bày quảng cáo, quyết định dùng font chữ gì, kích thước bao nhiêu cho những nhan đề… Tất thảy, bàng bạc khắp nơi, mỗi nơi một tí, sẽ làm thành một tổng thể. Tổng thể này là dấu ấn của người chủ bút. Dấu ấn có nhiều hấp lực quyến rũ, tờ báo đông độc giả. Dấu ấn nhợt nhạt, lủng củng, độc giả ra đi, tờ báo tiêu tùng.

Tóm lại, vẫn theo ngôn ngữ Mai Thảo, một chủ bút giỏi chả khác gì một con dao pha. Dùng chặt xương cũng được, dùng thái thịt cũng xong, dùng tách mỡ cũng đặng… Hắn, chủ bút, phải trang bị cho mình thực nhiều khả năng, càng nhiều càng tốt. Từ chuyện gần gũi thiết thân như văn học, nghệ thuật, thơ ca, âm nhạc… đến chuyện "ngoại khoa" lỉnh kỉnh lủng củng như biết… nốc cognac hai chữ, bốn chữ tựa rồng cuốn nước khi gặp Kiệt Tấn, Lâm Chương, Nguyễn Trọng Khôi, Trần Vũ, Phan Huy Đường… Biết chửi thề như máy khi cụng ly cùng Cao Đồng Khánh, Tưởng Năng Tiến, Bùi Chí Vinh, Lưu Hy Lạc. Biết… phạng vỏ chai lên đầu đối phương khi đối ẩm cùng Nguyễn Tiến, và… tôi… Biết "thót" giọng Quảng Nơm trơn tru ngon lành khi đấu khẩu với Luân Hoán, Thái Tú Hạp, Hoàng Lộc, Thành Tôn, Nguyễn Hoàng Văn, Nguyễn Hưng Quốc, Phạm Phú Minh… Biết chuyển giọng vịt đực du côn du kề đá cá lăn dưa thành nỉ non nhỏ nhẹ du dương trầm buồn theo đúng thể điệu trai thời trung hiếu làm đầu, gái thời tiết hạnh làm câu trau mình khi hầu chuyện Mai Ninh, Trần Mộng Tú, Lê Quỳnh Mai, Phan Thị Trọng Tuyến, Nguyễn Thị Ngọc Nhung, Miêng, Nguyễn Thị Thanh Bình,… Biết sắm cho mình một bộ mặt luôn ở tư thế sắp cãi nhau khi đàm đạo cùng Lê Thị Thấm Vân, Dương Thu Hương, Nguyễn Thị Hoàng Bắc… Biết hò "Huệ" với các mợ và rành sáu câu cầu Tràng Tiền sáu vài mười hai "dịp" khi tranh luận với Đức Phổ, Hoàng Xuân Sơn, Trịnh Công Sơn, Hồ Đình Nghiêm, Sâm Thương, Đinh Cường, Hoàng Phủ Ngọc Tường, Nguyên Khai… Biết dẫn thơ Lý Bạch, ngâm thi Đỗ Phủ, tán chuyện "Tô Đông Pha, những phương trời viễn mộng" lúc diện kiến Nguyễn Tôn Nhan, Đào Mộng Nam, Trần Văn Giáp, Phạm

Hải Anh, Trương Huyền Khanh… Biết cả những danh thủ phá lưới, làm bàn khi ngồi trước màn hình ti vi coi thiên hạ giành nhau một quả bóng với Hoàng Ngọc Tuấn (trong nước), Huy Tưởng, Nguyễn Chí Kham, Cung Tích Biền, Nguyễn Trung, Hồ Hữu Thủ, Nguyễn Quỳnh… Biết chuyện Đinh Bộ Lĩnh, chuyện thái hậu Dương Vân Nga, chuyện đê thành Cổ Loa, chuyện đền chùa miếu mạo ông tiên này bà thánh nọ khi tham quan danh lam thắng cảnh với Nguyễn Huy Thiệp, Nguyễn Đắc Xuân… Biết vào bia ôm, ghé xóm chị em ta và tán chuyện mần tình đêm bảy ngày ba vô ra không kể với Bảo Ninh, Phạm Xuân Nguyên, Nguyễn Quang Lập, Dương Thụ, Nguyễn Trọng Tạo… Biết cả đi coi vũ cởi truồng có nhét tiền "típ" vào háng các em hẳn hoi với… (thôi, tên tuổi các vị này sống để dạ, chết mang theo, khai ra, e tan nát gia cang các điển hình đạo đức tiên tiến!) Và, dĩ nhiên, biết tán dương mùi vị thơm tho béo bổ ích thận lợi tiểu của trà đá chanh đường khi bàn luận văn học với Nguyễn Mộng Giác, Bùi Vĩnh Phúc, Nguyễn Mạnh Trinh, Lê Thọ Giáo, Võ Thắng Tiết… Biết vuốt tóc làm duyên (nhưng không vân vê tà áo) hay nhấp nháy mắt sau cặp kính cận dày như hai đít chai khi có ý đồ… "em ơi hãy ngủ, anh hầu quạt đây" với các chị xuân xanh e đã đến hồi… mãn… (chữ này, xin hiểu ngầm) cùng… (lại xin tự kiểm duyệt, kẻo không, có thể bị lôi ra tòa vì tội bôi nhọ đời tư cá nhơn!). Sau rốt, biết ngu khi diện kiến các nhà viết biên khảo, tiểu luận chữ nghĩa kinh điển đầy mình nhưng chuyện giăng gió cuộc đời thì vẫn cứ "con nai vàng ngơ ngác, đạp trên lá vàng khô"…

PN: *Tại sao Phùng Nguyễn? Hượm đã! Chọn Đặng Hiền để giao trách nhiệm trị sự của tờ báo là một điều không khó. Đặng Hiền tháo vát, vén khéo, cẩn trọng, và năng nổ. Cũng như anh, tôi hy vọng rất nhiều vào Đặng Hiền trong việc quản lý cái hầu bao lép kẹp của Hợp Lưu. Còn tôi? Xem ra công lực của tôi còn mỏng hơn giấy lụa. Tôi mới tập tành viết lách cách đây mấy năm, đóng góp cho Hợp Lưu thì cũng gần với "không có gì," vài ba truyện ngắn, một cái truyện dịch. Mối giao tình của anh và tôi, tuy thân thiết, nhưng không hẳn là vì chuyện văn chương chữ nghĩa! Chúng ta hiếm khi thảo luận về Hợp Lưu, mà nếu có, cũng chỉ để ... cãi nhau! Dù sao thì chúng ta đã có ít nhất một lần đồng ý với nhau về một điều rất quan trọng: Ở một nơi nào đó trong Tình Yêu (viết hoa đấy nhé), có chỗ cho một ... chiếc giường. Nhưng sự nhất trí của chúng ta chấm dứt ngay tại đây bởi vì anh cứ khăng khăng bê chiếc giường kê ngay ở cổng vào thiên đường tình ái! Người đi qua giường tôi, không nhớ gì sao người... Ngay cả những điều anh đề cập trong thư chủ nhiệm số trước, tài năng, kiến thức, giao thiệp rộng, những điều mà tôi sẽ vô cùng ngại ngùng chỉ để nghĩ đến, nói chi đến chuyện vơ vào mình, chưa hẳn là đủ cho công việc khó khăn này. Vậy thì, tại sao Phùng Nguyễn?*

KT: Đúng, chọn Đặng Hiền để giao trách vụ trị sự tòa soạn, quả, không khó. Tháo vát, vén khéo, cẩn trọng, và biết tổ chức mọi việc một cách khoa học, hợp lý. Tất cả các đức tính trên Đặng Hiền có đủ. Cũng có nghĩa, khi giao Đặng Hiền nắm hầu bao tờ báo, chúng ta vững bụng. Riêng Phùng Nguyễn có thể yên tâm sử dụng hết khả năng của mình vào việc kiêm toàn nội dung Hợp Lưu. Kinh nghiệm 12 năm cho tôi biết, công việc Đặng Hiền đang phụ trách có khi còn khó khăn và quan trọng nhiều lần hơn chuyện bài vở nội dung Hợp Lưu. Và tại sao Phùng Nguyễn? A, xem chừng cũng không khó trả lời lắm đâu. Không khó, như đã không khó, khi chọn Đặng Hiền làm trị sự. Thứ nhất, lời Phùng, vì "công lực của tôi còn mỏng hơn giấy lụa. Tôi mới tập tành viết lách cách đây mấy năm..." Với những ai khác, có thể đây là một nhược điểm, nhưng với tôi, lại là ưu điểm. Tôi ăn nằm trong thế giới chữ nghĩa kể cũng nhiều năm, nhờ vậy, tôi đủ kinh nghiệm để hiểu, đối với những vị "dày công lực" (hay tưởng rằng rằng mình "dày công lực"), thường, có tiếng mà chẳng có miếng. Nói, vung vít ba hoa chích chòe không ai theo kịp (tôi thường gọi những vị này là chuyên viên thuốc nổ), nhưng làm, thì ôi thôi, lam nham lở nhở, trây trét bầy hầy như gà bới rác. Tệ hại hơn nữa, vì luôn mang ảo tưởng "công lực" của mình "dày," nên, khi nắm được một diễn đàn văn học, quí vị ấy nhanh chóng hóa thân thành những người khổng lồ, để rồi lên giọng phê người này, phán kẻ kia, nay ra tuyên ngôn, mốt thảo cương lĩnh, vung vít linh tinh chuyện lấp biển vá trời. Làm được hay không chưa biết, nhưng rõ ràng là độc giả và văn hữu cộng tác sẽ rất mệt.

Do kinh nghiệm nhãn tiền ấy, dựa vào cái vốn văn học mỏng hơn giấy lụa của Phùng, tôi lạc quan tin rằng Phùng chả dại gì bày vẽ những trò vừa nêu. Nghĩa nào đó, Hợp Lưu, trong tay Phùng, sẽ tiếp tục đóng vai trò tuy khiêm nhường, nhưng vững vàng, bên cạnh những tạp chí bạn, như đã 12 năm qua.

Lý do thứ hai giúp tôi có quyết định chọn Phùng làm chủ bút Hợp Lưu, là qua các tác phẩm của Phùng, tôi rất vui khi nhận thấy tuy tuổi tác Phùng không kém tôi bao nhiêu (anh thuộc thế hệ tôi, thế hệ của chiến tranh, của hận thù Bắc Nam cốt nhục), vậy mà trên những trang chữ anh viết, gánh nặng quá khứ hầu như không có, hoặc nếu có, cũng chỉ thấp thoáng, như cơn mộng dữ cần được xóa quên. Nghĩa nào đó, qua những trang chữ này, vô hình chung anh đã bày tỏ cùng độc giả quan niệm của mình, về văn học, về thái độ chính trị. Quan niệm ấy, có thể khác tôi trong tiểu tiết, nhưng chắc chắn phù hợp với đường hướng của Hợp Lưu.

Lý do thứ ba, quan trọng không kém hai lý do đầu.

Từ lúc Hợp Lưu ra đời đến nay, một mình tôi quán xuyến mọi công việc, từ nội dung, hình thức, đến kỹ thuật. Nội dung, đã có các văn hữu trong, ngoài nước đóng góp. Tôi - như đã từng nói nhiều lần - chỉ là anh dọn bàn. Các món cao lương mỹ vị đã được chế biến sẵn, tôi chỉ việc cân nhắc, tính toán sao cho vén khéo, hợp lý. Món nào ăn trước, món nào dùng sau, món nào tráng miệng, món nào dặm thêm… Hình thức, tôi khá an tâm, để làm đẹp tờ báo, đối với một họa sĩ, không khó. Riêng phần thứ ba, kỹ thuật, là phần tôi sợ nhất. 12 năm, 65 số báo, ngày nào tôi cũng ngồi trước màn hình computer ít nhất đôi ba giờ đồng hồ. Thế mà kiến thức của tôi về "nó" vẫn không khá hơn ngày đầu bao nhiêu. Nghĩa là cũng chỉ quẩn quanh năm bảy phím chữ trên bàn chữ đã được Phan Tấn Hải và Đặng Hiền dạy "thuộc lòng" theo kiểu nhồi sọ: "Đừng hỏi tại sao, cứ bấm phím này ra cái này, bấm phím kia, ra cái nọ…" Hôm nào chẳng may gặp phải sự cố nằm ngoài bài bản, là lập tức, tôi… "ngọng." Lại hốt hoảng nhấc phone kêu cứu Hiền ơi, Phùng hỡi, Hải hời nhặng xị!

Bây giờ, hai nhân vật trực tiếp trông coi Hợp Lưu lại là Phùng Nguyễn, Đặng Hiền. Cả hai, ngoài nghiệp văn chương thi phú, còn là hai chuyên gia computer thuộc hàng cự phách. Đặng Hiền, xếp xòng đại công ty ACS, chuyên trị các bệnh ung thư, ho lao, thương hàn, cảm mạo… "còm bu tờ" mắc phải. Và Phùng Nguyễn… (vì đức khiêm cung, đã gọi phone warning tôi, ngoài chuyện văn chương thi phú, cấm tuyệt không được đụng đến nghề nghiệp, chức vụ "đời thường" của đương sự - Ấm ức lắm, song tôi đành thủ khẩu như bình!). Thời điểm bây giờ, như chúng ta đều biết, khi đã sử dụng và khai thác được hiệu năng của computer, là xem như đã điều hành và quản lý hiệu quả công việc hành chánh cùng kỹ thuật của một báo quán và một phân xưởng in ấn hiện đại. Chừng ấy yếu tố liệu đã đủ chưa, để trả lời câu hỏi: "Tại sao, Phùng Nguyễn?"

PN: *Cũng trong thư chủ nhiệm kỳ trước, anh có đề cập đến dấu hiệu "lão hóa" của Hợp Lưu trong vài năm trở lại đây. Tôi không biết chắc sự lão hóa, nếu có, là do điều kiện khách quan (người viết, người đọc, những biến động/thay đổi chính trị, văn hóa) hay chủ quan (tôn chỉ, mục tiêu của Hợp Lưu), hay cả hai. Cái tên Hợp Lưu trong 12 năm qua đã được gắn liền với nỗ lực giao lưu văn học giữa những người viết (và trong một chừng mực hạn hẹp hơn, người đọc) trong và ngoài nước. Có thể những điều Hợp Lưu đã hướng đến để "dấn thân, khai phá" nay đã trở thành lối mòn và "người khinh binh số một" không còn cần thiết ở tuyến đầu nữa. Có thể người chủ trương Hợp Lưu và bạn bè của ông đang lúng túng trong việc tìm kiếm những vùng đất mới để khai phá trong giai đoạn "hậu-Hợp Lưu." Thay vì lão hóa, có thể gọi là "bế tắc" hay không? Nếu có, đâu là những lời khuyên của anh cho tên lính mới này trong việc định hướng cho Hợp Lưu?*

KT: Ở đây, tôi xin phép được "khoanh vùng" hai chữ "lão hóa" trong giới hạn nhỏ, là cá nhân tôi, vì cá nhân tôi, từ cá nhân tôi. 12 năm dài, nhìn lại, tôi thấy đoạn đường mình đã đi qua sao mà thăm thẳm. Ngày bắt tay làm số Hợp Lưu ra mắt, tôi chỉ trên bốn mươi. Vậy mà giờ đây, chỉ vài năm nữa tôi sẽ bước vào tuổi lục thập. Thực thà thú nhận: Tôi mệt mỏi rồi. Thời gian và tuổi tác đã bào mòn trong tôi ý hướng dấn thân, khai phá mạnh mẽ một thời. Những năm gần đây, rõ ràng tôi đã "lười nhác" thái quá. Có những chuyện tôi muốn làm, có những dự tính tôi muốn thực hiện, nhưng, tôi hư đốn tự khất lần hẹn lữa, để cuối cùng, buông trôi. Ví dụ rõ ràng nhất có lẽ các văn hữu khắp nơi đều nhận thấy: Vào những năm đầu, liên hệ giữa tôi và quí vị trong, ngoài nước rất mật thiết. Hàng ngày, qua thư từ, email, điện thoại, chúng ta đã say sưa trò chuyện, bàn bạc với nhau về nhiều vấn đề liên quan đến chữ nghĩa, về nội dung của Hợp Lưu, về những số chủ đề sắp thực hiện... Nhờ đó, mỗi số báo ra đời, có mặt trên kệ sách các nhà sách, là một hiện hữu sinh động, chất chứa một dung lượng xúc tác đầy hiệu năng, giúp chúng ta tiếp tục nuôi dưỡng, vun bồi cho diễn đàn ấy mỗi ngày mỗi thêm phong phú, đa dạng.

Thế nhưng, vài năm trở lại đây sự mật thiết kia gần như bị khai tử. Tự tôi đã cắt dần mọi mối quan hệ. Cho đến hai năm sau cùng này, ngoại trừ phải trả lời khi cần trả lời, tôi không còn liên lạc với bất cứ ai. Tôi tự hỏi tôi, do đâu có tình trạng đổi thay ấy? Chả khó khăn gì, tôi nhanh chóng tìm ra lời giải: Ngoài lý do sâu kín xảy ra trong tâm thức tôi, sẽ nói sau, lý do còn lại, đúng như Phùng vừa nhận xét: "Những điều Hợp Lưu hướng đến để dấn thân, khai phá, nay đã trở thành lối mòn, và 'người khinh binh số một' không còn cần thiết ở tuyến đầu nữa." Hơn ai hết, tôi hiểu rõ điều đó, cũng hơn ai hết, tôi phải tự đặt tôi vào chọn lựa dứt khoát: Hoặc khai tử Hợp Lưu, để "giữ tròn tiết tháo," hoặc tiếp tục duy trì, nhưng nhất định phải có một cuộc hóa thân. Xin độc giả và Phùng cảm thông cho tôi, như đã nói, tôi sắp bước vào tuổi sáu mươi, ý hướng dấn thân đã tắt, chắc chắn tôi không làm nổi cuộc hóa thân ấy. Khai tử Hợp Lưu, nghĩa nào đó, là phụ lòng độc giả và văn hữu, những người đã thủy chung với tờ báo ròng rã 12 năm. Lòng tự trọng không cho phép tôi chọn quyết định ấy. Vậy, phải duy trì Hợp Lưu, và phải tìm cho ra người kế thừa tốt. May mắn cho tôi, và cho độc giả, Phùng đáp ứng được được yêu cầu đó.Vì thế, Hợp Lưu của giai đoạn mới đã chào đời.

Tôi tin nó sẽ định hình và tiếp tục lớn mạnh, trở thành một diễn đàn văn học mãi mãi ở tuổi thanh xuân, mãi mãi tự ném mình vào những khai phá. Đường đi của văn học không bao giờ là những lối mòn. Nhiều chân trời mới, các cảnh thổ lạ luôn luôn thôi thúc bước chân lên đường. Với tư cách người đã khai sinh và ăn nằm cùng Hợp Lưu ròng rã 12 năm dài, tôi chúc Phùng chân cứng đá mềm.

PN: *Có vẻ như mọi người đều tin rằng anh nhất quyết rửa tay vào chậu vàng, treo ... gươm báu, gởi mình vào chốn không môn. Liệu anh sẽ cạo đầu và khoác áo cà sa? Làm sao chúng tôi có thể hình dung ra Khánh Trường trong một phong vận bình hòa, từ ái như thế được? Điều này khiến chúng tôi, gồm có độc giả và bạn hữu xa gần vô cùng băn khoăn. Anh có lời gì để trấn an chúng tôi về điều này hay không?*

KT: Đời tư chả khác chi "một tiếng thở dài," và nhất là chẳng dính dự gì đến Hợp Lưu. Nhưng vài tháng qua, rất nhiều tin đồn về tôi đã lan truyền trong giới văn nghệ. Những tin đồn lắm khi rất kỳ cục, kỳ quặc. Gần đây nhất, có người gọi điện thoại tìm tôi, hốt hoảng: "Nghe nói anh lên cơn điên, cảnh sát phải còng tay ném lên xe cứu thương mang vào bệnh viện. Đúng không?" Đúng thế... chó nào được hở trời! Nếu đúng, thì ai đang trả lời phone đây?

Vì những tin đồn càng lúc càng lệch lạc, tôi buộc phải lên tiếng một lần, cho xong.

Dự tính thôi không làm Hợp Lưu đã manh nha trọng tôi dễ chừng đã hai năm. Hai năm trước, lúc còn ở một mình trong một nhà kho trên đường Bolsa, cạnh nghĩa trang đường Beach, nơi yên nghỉ của Mai Thảo, Lê Uyên Phương, Nguyễn Tất Nhiên, Nguyên Sa, Phạm Đình Chương, và rất nhiều văn nghệ sĩ khác. Một buổi sáng tôi thức dậy, bước chân xuống đất, bỗng hụt hẫng, mất thăng bằng té ngã. Trưa hôm ấy vợ chồng một người bạn bác sĩ đến thăm, anh khám phá ra tôi bị tai biến mạch máu não (tôi cao máu, rất cao, có lúc cao đến 235/175). Vợ chồng người bạn gọi ngay xe cấp cứu đưa tôi vào bệnh viện (nếu tôi nhớ không lầm, hôm ấy có cả Phùng và Th., một cô bạn cũng đang hành nghề y sĩ cùng đi chung với PN, thì phải).

Mấy ngày nằm viện, trở về, vẫn một mình trong khu nhà kho mênh mông lạnh lẽo. Ban đêm, trời lạnh, lại là mùa mưa, nước từ parking tràn vào, lấp xấp chân giường. Mưa quật đập trên mái tôn, luồn vào lỗ thông gió, thấm ướt một góc nệm. Lạnh, rất lạnh. Buồn tiểu, nhưng bán thân bên trái bất khiển dụng, và cột sống, vì một lần phải gánh chịu cả sức nặng toàn thân để giữ thăng bằng khi tôi cố thử đứng lên, đã trật khớp, đau buốt, chỉ có thể vào restroom bằng cách duy nhất: bò! Nhưng lênh láng thế kia, bò lối nào? Cuối cùng, tôi phải dùng chiếc bình chứa nước uống trên bàn ngủ, tiểu tiện vào đó! Ban ngày, không thể ra ngoài được, do bệnh, trời lại vẫn mưa, lạnh, nên bạn bè chả ai đến thăm. Tôi đói, thùng mì gói cũng hết. Đành uống nước mưa trừ cơm! Suốt nhiều ngày như thế, trằn trọc, quẩn quanh một mình giữa đêm ngày lê thê dằng dặc. Chung quanh không một bóng người. Không cả tiếng động, ngoại trừ tiếng gió luồn qua lỗ thông gió u u, buồn nhão ruột. Một lần nhà văn Ngô Thế Vinh tình cờ ghé thăm, anh nói ở thế này thiếu tiện nghi và buồn quá, chịu nổi không? Tôi nói chẳng những buồn, mà có khi giữa khuya thức giấc, nhìn quanh, có cảm tưởng như mình là một thứ đồ vật phế thải, đã bị vất bỏ. Ngô Thế Vinh bảo tôi hãy viết lại cảm tưởng ấy. Cảm tưởng một hình nhân bằng xương bằng thịt, có đủ linh hồn, trí tuệ, nhưng mang tâm trạng một món đồ phế thải, giữa căn nhà kho mênh mông, lạnh lẽo, với những bức tranh câm nín vây bọc ngổn ngang. Tôi nói với Ngô Thế Vinh sẽ có lúc tôi viết. Nhưng cảm tưởng ấy, may thay rồi cũng qua đi. Tôi tiếp tục sống một mình trong khu nhà kho với nửa phần thân thể bất khiển dụng, những bức tranh và xấp bản thảo Hợp Lưu số sắp mang in. Ban ngày, công việc bận rộn, tôi không nghĩ ngợi nhiều, nhưng đêm xuống, nằm trằn trọc cùng bóng tối vây quanh, đầu óc tôi ngập chìm trong hồi ức.

Ta đã làm chi đời ta? Hơn 50 năm sống và chạy đuổi mải mê theo những ảo ảnh phù du, những thúc gọi thấp hèn. Có lúc tôi quên mất mình đã từng là chồng, là cha, là rường cột chính của ít nhất một mái gia đình. Tuổi nhỏ, sớm lao vào đời, sống vất vưởng, làm du đãng. Lớn hơn, đi lính, lấy vợ, sinh con, rồi ngoại hôn, rồi tình nhớn tình bé, tình chẵn tình lẻ, con rơi con rớt. Có đứa tôi biết mặt, có đứa chỉ nghe tên, có đứa… hình như là, thực hư không rõ… Người đàn bà đầu tiên ấy đã tiêu phí cả quãng đời thanh xuân vì tôi, đã nhẫn nhục vì con suốt 20 năm làm kiếp sương phụ. Giờ đây, cũng như tôi, tóc đã điểm bạc, mắt đã kính lão, vẫn chưa, và không bao giờ, tìm thấy một ngày hạnh phúc. Tôi nhớ, và thấm thía vô vàn một nỗi đau. Tôi muốn làm điều gì đó để chuộc lại tội lỗi đã gieo. Nhưng tôi biết sẽ chẳng khi nào có được cơ hội ấy.

Ta đã làm chi đời ta? Đôi ba cuốn sách, một tờ báo, vài trăm bức tranh, một chút tên tuổi… Còn gì nữa? Bao nhiêu năm loay hoay với những cái tưởng chừng không có không được. Không có, ta chẳng phải là ta. Không có, ta chẳng nên… người! Thực tế, có phải thế chăng? Năm mươi mấy năm đã sống tận cùng cái sống. Đã thả mình nổi trôi theo bản năng. Đã thù hằn. Đã yêu thương. Đã chấp nê. Đã tha thứ. Đã buông trôi, đã vượt thắng… Năm mươi mấy năm, bây giờ nằm đây, giữa lạnh lẽo buốt xương mùa Đông quê người, ngoài trời gió mưa quật đập, bên trong bóng tối vây bủa, cùng cánh tay và cái chân bất khiển dụng, khoang bụng rỗng, và trong đầu, lùng bùng trăm vạn hồi ức đắng cay. Tôi chợt nhớ đến những người anh, người bạn đã chết. Mai Thảo, Nguyên Sa, Phạm Đình Chương, Lê Uyên Phương, Nguyễn Tất Nhiên… Giờ này, ngoài kia, chỉ cách chỗ tôi nằm vài trăm mét, mộ bia của họ hẳn đã chìm ngập trong nước. Chẳng xa xôi gì. Có người, năm bảy năm, có người chỉ mới một hai năm, nhưng tất cả hầu như đã ra khỏi trí nhớ nhân gian. Tất cả đều đã mục rữa, tất cả đều đã tan hòa cùng đất!

Hốt nhiên, tôi bừng tỉnh. Hốt nhiên, tôi cảm nhận sâu sắc lẽ vô thường, giả ảo của kiếp sống con người, Hốt nhiên, tôi hiểu ra, mấy chục năm qua tôi đã nỗ lực một cách vô vọng đuổi theo cái bóng của chính mình.

Những điều tôi vừa tỏ bày hẳn chả có chi mới lạ. Phùng từng đọc, từng biết. Tôi đã đọc, đã biết. Nhưng tôi tin rằng Phùng, bây giờ, và tôi, trước đây, chỉ biết trên chữ nghĩa, qua chữ nghĩa. Cái biết này chắn chắn cũng giả ảo, như cái bóng của chính mình.

Chỉ khi nào bị ngập chìm trong một trạng huống, hoặc trạng thái nào đó, ta mới có thể chứng ngộ được cái biết ấy thực sự. Khởi từ đó, quan niệm của ta, tương quan của ta với cuộc đời, dần dà thay đổi hẳn.

Ta đã làm chi đời ta? Tôi lại hỏi tôi. Tận đáy sâu tiềm thức, tôi lờ mờ hiểu "điều gì đó" tôi sẽ làm, phải làm, có lẽ chỉ thực hiện được khi nào tôi đủ can đảm dứt khoát từ bỏ mọi vọng động, mọi đam mê, mọi đuổi bắt mải miết ảo ảnh phù du…

Việc làm cụ thể trước tiên: hãy dứt mình ra khỏi hệ lụy bao nhiêu năm. Hợp Lưu là một trong những hệ lụy cần tước bỏ.

Hợp Lưu hoặc sẽ đóng cửa, hoặc sẽ được giao cho người khác.

Nhưng từ ấy đến nhiều tháng sau, tôi vẫn còn tiếc nuối, vẫn thấy đứa con này tôi đã sinh ra trong vô vàn khốn khó, đã khổ nhọc nuôi dưỡng suốt 12 năm dài, đã gắn liền với đời sống tôi như một phần cơ thể. Tôi không đành lòng từ bỏ. Tôi vẫn chưa biết tận cùng cái biết.

Cho đến ba tháng trước, một buổi sáng tôi đang ngồi trước giá vẽ, chuông điện thoại reo. Tôi nhấc ống nghe. Đầu dây bên kia, giọng nữ, trẻ: - Cho con gặp bác KT. - Tôi đây. Một vài giây ngập ngừng - Có biết con là ai không? - Cô là ai? Lại một vài giây ngập ngừng: - Con…. Con…. là NTKL, con má Y. Tôi sững người, sống lưng lạnh toát. Con là NTKL, con má Y. Dĩ vãng 20 năm ùa về. Một chuyện tình "bất chính." Những khổ đau người thiếu nữ ngày ấy đã hứng chịu. Những khốn khó áo cơm... Một đứa con đói sữa, thiếu ăn… Và vượt biên, và trại tị nạn, rồi định cư, rồi chồng con… Thôi thế cũng đã êm thắm cho thân phận một con người. Tôi mừng. Nhưng còn đứa con rơi rớt oan khiên kia? Mẹ vượt biên một mình, gửi lại cho ông bà ngoại. Tuổi thơ âm thầm cô đơn, thiếu cha, vắng mẹ, đã khắc sâu trong đôi mắt thiếu nữ bây giờ, sau hai mươi năm lần đầu tôi nhìn thấy, một màu xám sầu buồn rã rượi. Cái màu làm tim tôi đau nhói. Lần thứ hai trong đời, một tội lỗi cụ thể đang hiện diện trước mắt.

Tôi nhớ lại sự kiện tương tự xảy ra tám năm trước. Đó là lần đầu tiên tôi qui hồi cố hương sau 10 năm đào thoát. Suốt ba ngày - từ 8 giờ sáng đến 4 giờ chiều - tôi bị cục AR25 "làm việc" tận tình. Ngày cuối cùng, trung tá Th., một trong ba chức sắc trực tiếp "làm việc" với tôi mấy ngày qua, bỗng nói: - Anh có muốn đi thăm con anh không? - Con tôi, chúng đã theo mẹ sang Tây sau ngày tôi vượt biên một tháng. Còn đứa nào ở đây nữa? Tôi hỏi lại với sự ngạc nhiên. Th. cười: Con rơi của anh ấy mà. Và anh ta tiếp: - Anh bình tĩnh và yên trí, cháu hiện ở quận Tân Bình. Vợ anh Huỳnh Tấn Mẫm đang phụ trách ngành giáo dục ở đấy, chúng tôi đã chỉ thị cho chị ấy hãy quan tâm đến cháu…. Sau đó, Th. chở tôi bằng xe hơi của sở xuống quận Tân Bình, chạy vòng vèo trong xóm đạo Tân Việt, và, khi bước vào cửa một căn nhà, tôi cũng đã sững người, nước mắt bỗng trào ra không cầm giữ được. Trước mặt tôi, đứa con gái 13 tuổi, gầy, cao, da ngăm đen, khuôn mặt xương, miệng quai xách, mũi lớn… Đó là một bản sao không mấy trung thực lắm, nhưng làm sao nhầm lẫn được, cùng một khuôn với người cha hoang đàng, là tôi.

Chưa bao giờ một tội lỗi cụ thể như thế, hiện diện trước mắt tôi.

(Nhân đây, tôi nhận thấy cần phải mở một dấu ngoặc, để tỏ tấm lòng tri ân của tôi, với trung tá Th. Tôi không thích chủ nghĩa CS, trừ chủ nghĩa CS trên lý thuyết. Tuy nhiên, cũng có một vài chuyện tôi thực tình xin ngả mũ chào. Cụ thể ở đây là tổ chức tình báo cực kỳ hiệu quả của họ. Chuyện tình ái nhăng nhít của tôi, chuyện con rơi con rớt rất đỗi riêng tư, ngay cả vợ tôi, và chính tôi có khi còn không rõ, nhất là chuyện đã xảy ra mấy mươi năm, tít mù trong dĩ vãng, thuở quí vị còn lặn lội trên rừng Trường Sơn âm u kì bí. Thế mà quí vị biết, lại biết tường tận, chi li, như một cộng một bằng hai! Tôi phục và trân trọng cảm ơn. Dù các vị biết, cố tìm biết, vì bất cứ động cơ nào, thiết nghĩ, tôi không cần phải quan tâm. Chỉ thấy, tôi có cơ hội chuộc lại phần nào lỗi lầm đã gieo trong quá vãng). Những đứa con rơi! Tôi biết mình còn đâu đó trên mặt đất này một hai đứa con rơi! Phải làm cách nào tìm ra chúng nó. Rất nhiều đêm tôi tự hỏi tôi.

Gần một năm nay tôi chuyển cư trú đến địa chỉ mới. Cũng lạnh lẽo, tịch mịch, nhưng không đến nỗi hoang vu như nhà kho cạnh nghĩa trang. Nơi này, khi dọn vào, tôi nhanh chóng "tái cấu trúc" lại tất cả. Mua ảnh, tượng và biến hai căn phòng rộng nhất trong số bốn căn thành hai phòng Thiền. Một, cho con chiên Công giáo. Một, cho tín đồ Phật giáo. Hàng đêm, không ngủ được, tôi lần vào một trong hai phòng Thiền, ngồi quán tưởng nhiều giờ giữa vũng sáng lung linh đèn nến. Trên cao, hình ảnh Chúa dang rộng đôi tay, đầu cúi xuống hiền từ. Hoặc trước mặt, Phật ngồi bình yên trong tư thế kiết già, với đôi mắt khép hờ, nụ cười mỉm bao dung. Dần dà, tâm tôi bình lặng, mọi vọng động cũng lắng xuống. Tôi thấy rõ hơn những tội lỗi mình đã phạm, những việc mình sẽ phải làm trong tương lai, và tôi có ngay cho mình một quyết định, trước tiên, về tờ Hợp Lưu.

Phùng Nguyễn và Đặng Hiền được mời đến.

Tôi không đến với Chúa, Phật như một con chiên, một Phật tử thuần thành. Tôi không đọc được kinh, không thích hương khói, không quen quì lạy, và sẽ ngủ gục ngay nếu buộc phải ngồi hàng giờ gióng tai nghe một ông cha, một đại đức thuyết giảng giáo lý của Chúa, Phật… Tôi không cầu mong ở các ngài ấy bất cứ lợi lộc nào, tinh thần lẫn vật chất. Thiện, ác, đúng, sai, tốt, xấu, thiên đường, địa ngục không ở đâu xa, nó nằm ngay trong mỗi chúng ta. Khi ta sân hận, hằn thù, cuồng điên, nhỏ nhen, ti tiện, đó là lúc ta ngập chìm dưới đáy địa ngục. Khi ta yêu thương, bao dung, tha thứ, ta đang an lạc giữa cõi thiên đường. Chân lý vỡ lòng này, chả cần phải thông qua kinh kệ, chỉ cần lắng tâm nhìn vào bên trong, lập tức ta sẽ thấy ngay. Chỉ chừng ấy thôi, với tôi, đã đủ. Cần gì Tân Ước Cựu Ước, cần gì Trường Bộ, Trung Bộ, Lăng Nghiêm, Pháp Hoa, Bát Nhã, Lương Hoàng Sám, Đại Bảo Tích…

Vậy, tại sao tôi thôi không làm Hợp Lưu nữa. Tôi muốn gì?

Tôi không muốn gì hết. Chỉ thấy, bây giờ, rất rõ, tôi không thích làm bất cứ chuyện gì liên hệ đến những tương quan cũ. Sách vở, hội họa, văn chương, nghệ thuật, báo chí, bạn bè, những quan hệ sắc dục, những "cuộc vui suốt sáng trận cười thâu đêm," những sáng dông dài bù khú chuyện văn chương thi phú trước tách cà phê với các "thiên tài" quán cóc, những tối đàn ca hát xướng, tung hứng đầu mày cuối mắt trong các club văn nghệ bỏ túi lổn nhổn ca sĩ, nhạc sĩ thiệt, dỏm, nghiệp dư; những người đàn bà ít nhiều hệ lụy tình ái … Tất cả bỗng trở nên phù phiếm, lạ lẫm.

Thú vui của tôi hiện tại, nếu có thể xem đó như một thú vui, là ngồi lặng lẽ, một mình, nhắm mắt, nhìn vào chính mình, nhìn sâu vào mọi ngóc ngách bí ẩn trong bản thể mình. Tìm kiếm, tra vấn, khai giải…

Tôi đã tìm kiếm, khai giải được những gì?

Sẽ khó mà trả lời cụ thể câu hỏi này, nếu Phùng chưa từng ngập chìm trong tội lỗi, như tôi, mấy mươi năm qua. Chưa chạm mặt với cái chết rõ dần hình thù từng giây từng phút, như tôi, sáu năm trước (ngày ấy, gần 500 người, từ khắp nơi đổ về quận Cam để… tiễn đưa tôi, trong tương lai gần, và nơi… an nghỉ cuối cùng!). Chưa bò như một con chó trên nền xi măng sũng nước vào phòng vệ sinh giữa đêm hôm khuya khoắt, như tôi, hai năm gần đây. Chưa đối diện với sự cô đơn cùng cực trong dày vò tự hối, với cảm tưởng mình là một thứ đồ vật phế thải. Và nhất là chưa từng sững người, sống lưng lạnh toát trước những tội lỗi cụ thể, bằng xương thịt, có khả năng làm lương tâm ta chấn động tận cùng căn rễ.

Thôi thì, Phùng hãy lên đường, hãy đi tiếp quãng đường tôi đã đi. Mỗi người một định mệnh. Mỗi người, trên từng quãng ngắn của dặm trường dẫn về chung cuộc, có những việc phải làm, những chọn lựa phải quyết định, và những đổi thay tự nguyện. Tôi đã làm nhiều việc muốn làm, đã chọn lựa nhiều việc cần chọn lựa, và giờ đây, tôi tự nguyện ném mình vào thử thách mới. Tôi làm được gì cho chính bản thân? Và cho những hệ lụy? Tôi không rõ.

Chỉ cảm nhận, tâm tôi đang bình yên. Lòng tôi đang nhẹ.

Một lần nữa, tôi thành tâm chúc Phùng chân cứng, đá mềm.

số mệnh (?)

Chúng ta ai cũng hơn một lần từng nghe ví von: giày dép còn có số, huống chi người!

Hồi trẻ tôi không tin số mạng. Ngày còn ở lính tôi thích nhất được đóng quân trong các nghĩa địa. Chết là hết, là di chuyển hộ khẩu về miền hư vô, là sẽ bị vùi sâu xuống đất, là giòi bọ, là phân hủy, là chỉ còn lại những lóng xương khô sau một thời gian. Làm gì có ma. Nhảm nhí. Trong nghĩa trang tôi sẽ dễ dàng tìm được một chỗ ngã lưng thoải mái. Nghĩ mà xem, miếng "đanh" đậy trên mộ phần phẳng lì, mát lạnh vào những ngày hè, tuyệt hơn nữa nếu phía trên có mái, không thì căng phoncho che nắng sương, thế là có được một giường ngủ tuyệt vời . Giữa đất trời lồng lộng, tiếng dế râm rang, gió hiu hiu mát lạnh và những giấc mơ hoa. Còn gì bằng.

Một hôm về thành phố sau 3 tháng lặn lội miệt mài trên cao nguyên, tôi cùng 2 người bạn vào Chợ Lớn nhậu thịt chó hầm thuốc Bắc. Khi đã no say, cả ba chân nam đá chân xiêu, lang thang tìm… động hoa vàng (bọn lính tráng chỉ có 2 món tối cần khi may mắn trở dìa mà chưa hui nhị tì hay "trên đôi nạng gỗ" là "rịu" và "ghế"). Ngang qua một khu phố, nay không còn nhớ tên gì, chúng tôi thấy tấm bảng nhỏ gắn vào vách tường trước một căn nhà: Chiêm tinh gia Công Tích, xem tử vi, bói bài, chỉ tay, tướng số… Tôi nói với 2 người bạn: "Mình vào phá tên thầy bói này chơi.". Hai người bạn tán thành.

Chúng tôi đẩy cửa bước vào.

Căn phòng nhỏ, tối mù, giữa phòng một trang thờ (chả biết thờ gì) với hai cây nến giả đỏ cạch hai bóng đèn sáng tù mù trên ngọn. Trước trang thờ kê một bàn lớn phủ vải đỏ, trên mặt bàn nhiều thứ lỉnh kỉnh, ngồi sau mặt bàn là một ông già mặt gầy, mai mái, vận bà ba trắng, ngước nhìn chúng tôi.

"Ông thầy, coi giùm xem trong ba đứa tui, đứa nào đứt bóng trước."

Tôi nói với ông già, giọng giễu cợt. Ông già nhìn xoáy vào tôi hồi lâu, bỗng phán.

"Nay mai cậu sẽ xuất ngoại, sẽ sống suốt đời ở xứ khác, sẽ nổi tiếng khắp thế giới."

Đó là đầu năm 1972, chiến tranh đang trong giai đoạn khốc liệt, bọn tổng trừ bị Nhảy Dù chúng tôi hành quân liên miên, hết cao nguyên Đắc Tô Đắc Sút đến miền Đông, rồi địa đầu giới tuyến. Quân số không ngừng hao hụt. Nghĩa là cái chết với chúng tôi thuở đó gần như… đương nhiên, sớm muộn thôi. Nhất là đối với loại lính lác như tôi, không lon lá, trần xì dầu, đơ dem cùi bắp. Nên lời phán của ông thầy bói chả khác gì chuyện giả tưởng, chuyện tấm cám. Tôi bật cười,

"Nè ông thầy, thấy tui mặc đồ rằn ri sợ hả, muốn lấy lòng hả. Yên trí, bọn này không làm gì ông đâu."

Chuyện nhanh chóng trôi vào quên lãng.

Tôi bị thương ở A Lưới, Hạ Lào giữa năm 1972, cuối

1973 giải ngủ. Tháng 8 năm 1986, một buổi tối đang chén anh chén chú quanh lẩu thịt cầy ở Nguyễn Tri Phương cùng vài anh em văn nghệ thì một cậu học trò (học vẽ) đi tìm, gặp tôi, nói,

"Khuya nay có một chuyến, thầy muốn đi thì cho em biết ngay để sắp xếp."

Cậu này chuyên làm nghề tổ chức vượt biên, đã vài lần, trót lọt. Tôi, thuở đó có một xưởng vẽ khá vững vàng, đông thân chủ, đông học trò, tiền bạc sung túc, lại chả có "nợ máu" với chế độ mới (tôi giải ngủ trước ngày ký hiệp định Paris nên hồ sơ xem như "sạch"). Không đói, không bị hành, vậy không lý do gì trốn thoát. Vượt biên, tôi chưa nghĩ đến. Nhưng trong cơn say, tôi bốc sảng,

"Đi chứ. Chú xếp cho anh một chỗ."

Câu học trò chào ra về. Chúng tôi tiếp tục cuộc nhậu. Đêm đó hình như có Nguyễn Tiến Văn, Hoàng Ngọc Tuấn, Nguyễn Tôn Nhan.

3 giờ sáng hôm sau, cậu học trò đập cửa,

"Đi"

Cơn say vẫn còn, tôi lè nhè,

"Đi đâu?"

"Ơ hay, tối qua, thầy quên rồi à?"

Vợ tôi hỏi,

"Đi đâu dậy?"

"Ờ... ờ... thì đi."

Bọn đàn ông vào những thập niên 70 ở về trước ở Việt Nam thực tồi tệ. Nhậu nhẹt tối ngày sáng đêm, về nhà là ói mửa lê lết, khoe khỏe lại đi, lại nhậu... Coi vợ con không hơn củ khoai lang. Tôi cũng cá mé một lứa, nghĩa là chả thèm giải thích dài dòng. Muốn đi là đi. hạch hỏi lôi thôi, đàn ba!!!

Nhìn quanh tìm cái cặp; khoác lên vai,

"Anh đi."

Rồi theo cậu học trò ra khỏi cửa, leo lên yên sau chiếc honda 67, gục đầu vào vai cậu học trò gà gật ngủ, mặc cậu ta chạy một lèo xuống… Rạch Giá.

"Tới rồi."

Tôi mở mắt nhìn quanh. Đêm chưa tan hẳn, trời đất còn mù mờ.

Sau đó cậu học trò đưa tôi xuống "taxi" (một loại xuồng nhỏ) chở ra "cá lớn" (chỉ là một giang thuyền của sông rạch miền Tây). Tuy gọi là "cá lớn" nhưng chỉ chở được 22 người đã đầy cứng.

Vậy đấy, tôi "xuất ngoại" một cách hết sức tình cờ, hoàn toàn không định trước trên một giang thuyền ọp ẹp, khi cơn say còn váng vất. Thế mà cũng đến. Cũng trở thành thuyền nhân. Và rồi bỗng viết văn làm báo, bỗng nổi tiếng khắp thế giới (dù chỉ trong cộng đồng người Việt).

Nhớ lại lời "phán" của ông thầy bói năm xưa tôi phân vân, có không cái gọi là số mệnh?

uyên ương gãy cánh, nguyễn ngọc minh

Lục tủ sách tìm những tác phẩm của Võ Phiến, dư, để gửi cho nhà phê bình văn học Đặng Tiến, theo yêu cầu của anh ấy. Tình cờ bắt gặp cuốn Uyên Ương Gãy Cánh của Kahlil Gibran, Nguyễn Ngọc Minh dịch từ bản tiếng Anh, The Broken Wings do Anthony R. Ferris dịch từ nguyên tác tiếng Á Rập.

Cuốn sách do Nguồn Sáng xuất bản tháng 12 năm 1970, tại Sài Gòn, VN. Nguyễn Ngọc Minh đã tặng tôi trên dưới 30 năm trước. Cuốn sách mỏng, chỉ 136 trang, font chữ lớn, 14. Bìa của hs Đinh Cường.

Ngày xưa, thuở còn trẻ, tôi đã bồi hồi khi đọc Uyên Ương Gãy Cánh, bây giờ, sau 47 năm, đọc lại, cảm giác bồi hồi vẫn nguyên vẹn.

Trong "Khai Từ Bản Việt Ngữ" Nguyễn Ngọc Minh viết:

"… đã ngẫu cảm chuyển tựa đề Việt ngữ thành Uyên Ương Gãy Cánh vì thấy nó rất phù hợp với những trang tình sử này.

"Người Đông phương đã đem vào huyền thoại loài chim Uyên Ương sống từng đôi trống mái, mỗi con chỉ còn một cánh, phải chập nhau mà bay cùng. Chúng ăn ở với nhau tình thâm nghĩa trọng đến nỗi nếu một trong đôi lứa có mệnh hệ nào thì con kia đành xếp cánh tuyệt vọng trước những từng trời thăm thẳm.

"Chim Uyên Ương Kahlil Gibran đã nhỏ từng giọt máu trong tim chép lại chuyện tình của chính mình như một chúc thư cho những tình nhân mai sau. Mối tình đầu của con người tài hoa đa cảm đó cũng là mối tình không-thể-thay-thế của ông; sau khi bị quê hương hất hủi lưu đày biệt xứ, tác giả suốt đời lang thang phiêu bạt và không bao giờ lập gia đình. Để thấy ở tim tác giả còn đau buốt mãi cho đến lúc vĩnh viễn nhắm mắt."

Cuốn sách như một bản tình ca, chất ngất đam mê, đẫm ướt sầu thảm. Và đẹp. Trích một đoạn:

" … sẽ lấy hồn anh phong kín hồn em, tim anh làm nơi cư ngụ của nhan sắc em, và buồng ngực anh làm nấm mồ chôn của em. Selma, anh sẽ yêu em như cánh đồng cỏ yêu mùa xuân, và anh sẽ sống trong em cuộc sống của một đóa hoa dưới ánh nắng mặt trời. Anh sẽ hát tên em như thung lũng ca hát tiếng vọng của chuông thôn dã, anh sẽ lắng nghe thứ ngôn ngữ của hồn em như bờ biển lắng nghe các lược sóng kể lể. Anh sẽ nhớ em như một khách tha phương nhớ quê nhà yêu dấu, như một người đói nhớ một bữa tiệc, như một ông vua mất ngôi nhớ những ngày vàng son, như một tù nhân nhớ những giờ khắc tự do thoải mái. Anh sẽ nhớ em như người gieo hạt nhớ bó lúa nằm trên sàn đập, như một mục tử nhớ những cánh đồng cỏ xanh tươi và những dòng suối ngọt ngào."

Ngót 60 năm đọc sách, dễ chừng hàng nghìn cuốn, đông tây kim cổ, nhưng rất hiếm khi tôi gặp những dòng mê đắm như thế.

Cảm giác bồi hồi một phần do nội dung tác phẩm. Phần khác, do dịch giả Nguyễn Ngọc Minh.

Hơn 30 năm tôi không gặp, chả hiểu anh ở đâu, sống chết thế nào?

Con người nhỏ bé và cô đơn ấy thỉnh thoảng vẫn hiện về trong tâm trí tôi với một nỗi trắc ẩn bùi ngùi. Có thể tôi đã cường điệu cảm giác này. Nhưng cái hình ảnh của NNM ngồi lặng lẽ trong chỗ ngồi của mình ở tòa soạn nhật báo Người Việt thuở nào vẫn rõ mồn một mỗi khi tôi nhớ đến anh.

Ngày ấy NNM dịch tin cho tờ NV. Anh bị khiếm thính. Chả hiểu do bẩm sinh hay vì một nguyên cớ khác. Anh không bao giờ tâm sự về khuyết tật này, của mình. Những người quen biết anh, có tôi, vì tôn trọng anh, cũng chả ai dò hỏi.

Không biết do mặc cảm hay do bản tính, NNM sống rất cô đơn. Hàng ngày anh đến tòa sọa, sà ngay vào chỗ ngồi của mình, lặng lẽ làm việc. Hết giờ, ra về. Gần như chả đối thoại với ai nếu không do công việc. Quen anh đã lâu, dù tình cảm anh dành cho tôi khá đặc biệt, nhưng chưa bao giờ rủ tôi về nhà anh. Nói là "nhà anh", nhưng tôi đoán anh chỉ share phòng ở đâu đó. Vì cho đến ngày ấy, NNM dễ chừng cũng đã trên dưới 50, vẫn độc thân. Có lẽ thú vui và bầu bạn duy nhất của anh chỉ là sách vở, tôi nghĩ thế.

Thỉnh thoảng anh rủ tôi đi nhậu. Có lẽ đây là trường hợp hiếm có, gần như duy nhất. Bởi lẽ, như đã nói, NNM sống rất cô đơn, anh không muốn giao du với bất cứ ai.

NNM kiệm lời, có lẽ do bị khiếm thính, không nghe tiếng nói của ai, kể cả của chính mình, nên không quen đối thoại, thường phát ngôn lúng túng, vụng về. Cho nên nhiều khi suốt cuộc nhậu, vài ba tiếng đồng hồ, chúng tôi chỉ trao đổi với nhau năm mười câu. Thói thường rượu vào lời ra. Ăn nhậu mà không bốc phét vung vít thì chán kể gì. Ngoài những tay bợm nhậu, đệ tử trung thành của thần lưu linh, loại như tôi, nhậu, vì mê bạn bè, vì khoái không khí hàng quán, vì được dịp tha hồ lảm nhảm chuyện trên trời dưới đất. Nhậu mà câm như thóc, Quá chán! Nhưng tôi không bao giờ từ chối lời rủ rê của NNM, có lẽ tôi sợ làm buồn lòng anh ấy. NNM không giao du với ai, vậy mà lại rủ tôi đi nhậu. Bấy giờ tôi nghĩ NNM quí tôi vì có lần tôi nói hồi còn trẻ tôi rất mê Uyên Ương Gãy Cánh do anh dịch. NNM ra vẻ thích thú. Hôm sau, anh mang tặng tôi một cuốn (tôi post kèm bài viết này), bản in đầu tiên của nhà xuất bản Nguồn Sáng. Nhưng vài lần nhậu với anh, tôi ngờ ngợ có điều gì khang khác trong cách đối đãi của anh, với tôi. NNM thường rót rượu, gắp thức ăn cho tôi, cử chỉ ân cần như… một người tình! Sau này, một người bạn cười cười nói với tôi: Thằng M nó yêu mày đấy.

Tôi không gặp NNM đã ngót 30 năm. Chả biết anh còn sống hay đã chết. Và cái "giới tính" của anh là gì, tôi cũng không rõ.

Nhưng dù thế nào thì bản dịch rất thơ mộng UƯGC của NNM vẫn làm tôi bồi hồi mỗi lần nhớ lại.

vô thường

Đến một tuổi nào đó sẽ thấy mọi chuyện, mọi điều, mọi thứ trở nên nhẹ tênh.

Ngày mới lớn mơ sẽ thành họa sĩ, nhà văn. Để vun bồi nuôi dưỡng ước mơ đó, tên thiếu niên là tôi không ngừng đọc, viết, tập luyện. Một bản văn, một bức tranh được lên báo, được khen ngợi, là mừng còn hơn trúng số, là đêm ngủ không được vì… phê, là khue vung thiên địa với bè bạn, với các "nàng". Khi đã thành họa sĩ, nhà văn thực sự, niềm hưng phấn nguội dần theo thời gian. Tháng năm chất chồng, viết lách vẽ vời trở nên bình thường, những bản văn, những cuốn sách ra đời, những cuộc triển lãm đây đó tuy có vui, nhưng không "dữ dội" như những ngày đầu. Rồi tuổi già ập đến, cánh cửa hư vô mở rộng, ngày lên đường mỗi lúc một gần, thấy con đường mấy mươi năm đã đi cũng như hàng nghìn con đường khác, chung qui cũng đổ về một hướng: nghĩa trang. Chết, là hạ màn, là chấm dứt. Để làm gì những lời khen? Mang theo được không mọi tán dương? Cái chết sẽ xóa sạch. Còn chăng chỉ nấm mồ, tấm bia đá. Anh Mai Thảo, người bạn vong niên tôi vô cùng yêu quí, bởi nhân cách và phong thái sống, nhà văn lẫy lừng của một thời, chỉ vài năm sau ngày ra đi, trong trí của người ở lại, dù thân thiết, tên tuổi anh cũng chỉ như đám mây xa, lãng đãng cuối trời, nhanh chóng tan loãng vào bóng tối nhá nhem chiều tà. Thảng hoặc đâu đó, trên một tờ báo, một chương trình truyền thanh hoặc truyền hình, tên anh, chân dung anh sẽ được nhắc đến, đưa lên, nhanh, vài ba phút, chậm, nửa tiếng, một giờ. Với những tụng ca sáo rỗng, rồi thôi. Phải nhường đất cho những mục khác, hấp dẫn hơn, thiết thực hơn, câu like nhiều hơn (nhờ vậy quảng cáo hiệu quả hơn). Cô ca sĩ A vừa gào vừa múa may quay cuồng một chuyện tình trắc trở (nhưng trông cách ăn mặc sexy, thiếu vải, và mặt mày tươi rói cùng vũ đạo dậm dật, khó liên tưởng bài hát và cô có quan hệ họ hàng!), được hàng nghìn người nghe; Chàng trẻ tuổi đẹp giai huyên thuyên thần dược Tứ quí đại bổ mua bốn tặng ba, bonus thêm mặt na dưỡng da Hàn quốc, cũng được hàng nghìn các cô các bà tích cực ủng hộ. Còn trăm nghìn chuyện khác cần nói, cần quan tâm hơn. Nhà văn từng làm ra gió, tạo nên bão trong thế giới chữ nghĩa ít nhất 4 thập niên, đã gần như ra khỏi trí nhớ nhân gian. Cuộc sống bây giờ chuyển động nhanh như tên bắn, lượng thông tin thuộc mọi lĩnh vực nhiều như cát sa mạc. Người ta dung nạp, tiêu hóa, đào thải để cập nhật cái mới, dễ dàng, chóng vánh; Người ta lao về phía trước. Không đủ thì giờ quay lui, nhìn lại. Mai Thảo ư? Nhà văn hàng đầu ư? Đã thành đất từ khuya rồi. Những cái đã qua cho qua luôn. Thời ôm và đọc không sót trang nào một bộ sách vài nghìn trang - Chiến tranh và hòa bình của Tolstoi chả hạn - đã thuộc về dĩ vãng. Ngày nay không mấy ai đủ thì giờ và say mê đọc như thế. Người ta lướt web, người ta ngốn vội chuyện ông bô nhốt con gái dưới hầm suốt 40 năm, cưỡng bức, chuyện ông tây bà đầm cưới nhau bỏ nhau; Người ta bấm like những bài thơ mọc như nấm dại mùa mưa tràn lan trên hàng hà sa số trang nhà (có khi chả cần đọc, bấm like vì kèm theo bài thơ là hình một em bé tóc dài, mắt nhung, môi mọng, áo dài yểu điệu thục nữ). Thời bức bối, trăn trở, tư duy (rất ư sâu thẳm!!!) với những "Giải trừ kiến thức", Ngộ nhận", "Hiện sinh", "Mặt trời không bao giờ có thực"... có vẻ trí tuệ đã như chuyện cổ tích. Văn chương, trò xa xỉ. Ông Tolstoi còn chẳng ra gì, huống gì ông Mai Thảo!

Tôi đã già hay văn chương chữ nghĩa bây giờ không hợp tạng với quần chúng?

Có lẽ cả hai.

Có quá nhiều thú vui hấp dẫn thập phần hơn nằm gặm nhấm một cuốn sách vài trăm trang đen nghịt chữ. Cần một vài kiến thức về khảo cổ? Ví dụ ngôi chùa nào lâu đời nhất thế giới? Xưa kia muốn biết phải vào thư viện, lục tìm hàng trăm cuốn sách chưa chắc đã tường. Nay chỉ cần gõ vài chữ, bấm vài cái là thấy ngay ngôi chùa muốn biết, với màu mè tỏ tường, với information cặn kẽ. William Faulkner đoạt giải Nobel năm nào? The sound and the fury có phải là tác phẩm tiêu biểu của ông ta? Chuyện nhỏ, chỉ cần 30 giây gõ, bấm. Xong ngay.

Bốn mươi năm trước, hồi còn ở VN, tôi đọc một mẫu tin trong mục Xe cán chó của một nhật báo: bà mẹ cho con gái uống thuốc ngủ rồi ném xuống giếng phi tang, chỉ vì ghen. Cô con gái chanh cốm đã ngủ với anh dượng trẻ (nhân tình của mẹ). Mẩu tin theo tôi suốt nhiều thập niên. Hơn một năm trước tôi đã làm dàn bài, dựng ra ba nhân vật chính cùng vài nhân vật phụ, với những phân tích tâm lý rất chi... trí tuệ (của bà mẹ, ông dượng trẻ và cô con gái chanh cốm), cùng những pha tình dục rất nóng cho thêm phần hấp dẫn, lôi cuốn. Và thay vì bà mẹ cho con gái uống thuốc ngủ, ném xuống giếng, tôi sắp đặt, dàn dựng để bà mẹ tạo ra màn kịch: cô bé nhảy lầu quyên sinh, cho thêm phần... hiện đại. Cuốn truyện đã viết được gần trăm trang. Để có 300 trang sách, không khó, nhẩn nha mỗi ngày một trang thôi, chỉ một năm đã có hơn số trang mong muốn. Easy.

Nhưng bỗng nhiên tôi chán, không muốn tiếp tục.

Bởi, như đã nói từ đầu, tôi thấy mọi sự trở nên nhẹ tênh.

Viết thêm môt cuốn sách. Để làm gì?

Lúc trẻ, những mong được "nàng" khen: Anh tài quá. Em yêu anh! Bây giờ già cốc đế, lại què. Ai khen? Mấy lão trượng và lão bà bà!

Đùa cho vui thôi.

Thực ra tôi thấy cái viết của mình rồi cũng tầm thường, chả có gì mới lạ, ghê gớm. Mỗi tuần, mỗi tháng đã và sẽ có hàng chục hàng trăm những cuốn sách đại loại như thế ra đời. Có tôi hay không chả ảnh hưởng gì. Không mợ chợ vẫn đông. Quan trọng hơn: tôi hết còn ham muốn, đam mê. Tác phẩm không làm thành bởi đam mê, chắc chắn sẽ nhạt nhẽo, vô hồn. Viết thêm làm gì với tâm thế đó?

Mới đây cùng hai bạn văn, chúng tôi thực hiện bộ sách 44 Năm VHVNHN khá "hoành tráng", 7 tập, mỗi tập dày trên dưới 700 trang. Ban bè hỏi tôi, vui không? Có. Nhưng niềm vui chỉ như cơn gió trưa hè. Thoáng qua rồi tan biến. Nhìn bộ sách dày những hai gang tay trên kệ, tôi tự hỏi: Để làm gì nhỉ? Vài mươi năm nữa, thậm chí một niên kỷ nữa, tôi đã vĩnh viễn biến vào hư vô, hay đầu thai thành một con người khác, bộ sách, nếu còn, sẽ nằm đâu đó trong hóc kẹt thư viện, hay đã thành tro bụi, như tôi?

Hơn bao giờ hết tôi thấy rõ lẽ vô thường!

vương ngọc minh

Thuở còn trẻ và khỏe tôi rất thích giang hồ vặt. Vặt thôi, chỉ loanh quanh trong nước. Vì công việc báo bổ, áo cơm không cho phép tôi vắng nhà lâu. Vài ba năm, thèm lắm, tôi gắng thu xếp công việc để rảnh rang chừng hai mươi ngày đến một tháng, vát ba lô lên phi cơ vù đến bất cứ quốc gia nào tôi thích. Âu châu, Á châu, Phi châu… Đi giang hồ, tuyệt. Vốn ngu, nhờ đi giang hồ, tầm mắt có cơ hội mở rộng, bớt ngu. Vả, ngủ mãi trên chiếc giường ở nhà, quen quá, nhàm. Một căn phòng lạ, một bầu khí khác, tất nhiên sẽ có những trải nghiệm mới. Còn nhớ có lần tôi đến một địa danh cách nơi tôi cư ngụ khoảng 7 giờ lái xe. Buổi sáng thức dậy, đất trời còn nhá nhem, vừa vén màn cửa sổ nhìn ra, tôi bị choáng ngợp ngay bởi cảnh tượng bày ra trước mắt. Phía xa là chập chùng những vách núi sừng sững. Xa hơn nữa, chân mây ửng sáng. Mặt trời sắp lên, đêm sắp tàn. Cảnh tượng quá đỗi hung vĩ khiến tôi cảm thấy mình nhỏ bé đến vô nghĩa trước thiên nhiên. Không đi giang hồ, ở mãi một chỗ, làm sao có được những trải nghiệm như thế.

Lại nữa, giang hồ vặt cũng thấy được nhiều điều mới, lạ.

Một trong những địa danh tôi thích đến là San Fransisco. Thành phố này, theo tôi, là nơi tiêu biểu nhất cho đất nước Hiệp Chủng Quốc bao la, đa dạng cực kỳ tôi đang sống. San Fransico có đủ mọi cung bậc, giai tầng xã hội. Từ những tay đại tư bản tiền muôn bạc tỉ đến bọn cùng đinh đầu đường xó chợ. Từ những tu viện thâm nghiêm kín cổng cao tường đến những "phim trường" chuyên sản xuất "phim nhà nghèo". Từ những thư viện mênh mông, những đại học danh tiếng đến những sex shop bán đủ mọi dụng cụ trợ dâm, mọi loại dầu "bôi trơn", mọi loại thuốc "hung phấn". Từ khu phố Tàu ồn ào, chan chát tiếng dao thớt đến những góc đường nhởn nhơ chị em ta phơi ngực khoe mông. Ấn tượng nhất là phố "đồng tính luyến ái". Đó là một đoạn đường, ngắn thôi, chỉ trên dưới một cây số, nhưng rất sạch sẽ, ngăn nắp. Những lá cờ phướng hai màu vàng, xanh lá cây treo rũ dọc hai bên vỉa hè, trên các trụ đèn đường. Những quán ăn, quán cà phê đông đảo những cặp vợ chồng hay tình nhân đồng tính tay trong tay âu yếm, hoặc hôn nhau đắm đuối giữa thanh thiên bạch nhật, mọi nơi. Cảnh một đôi trai hay gái công khai phô diễn tình cảm của mình cho đối tác "cùng hệ" làm tôi, kẻ "ngoại đạo", cảm thấy bị "sốc" khi lần đầu nhìn thấy.

Thành phố này cũng là nơi ngụ cư của một nhân vật khá đặc biệt: thi sĩ Vương Ngọc Minh.

Tôi biết nhân vật này dễ chừng đã trên dưới 30 năm. Ngày ấn chàng còn khá trẻ, và không bụi bặm quá thể như bây giờ. Một lần tôi lên S. F., VNM (lúc bấy giờ còn ký tên Lưu Hy Lạc dưới những sáng tác) đưa tôi về nơi chàng đang cư trú. Đó là một căn phòng nhỏ hơn bất cứ căn phòng nhỏ nào tôi từng thấy. Tôi đã đọc cũng như nghe nói về chuyện nhà cửa ở S. F.. Để có được một chỗ ở tương đối tạm được, có khi người ta phải trả hàng tháng một số tiền trị giá gần bằng lương tháng một công nhân, nên tôi sẽ không ngạc nhiên nếu Lưu Hy Lạc đưa tôi về một "ổ chuột" nào đó. Nhưng quả thật tôi chưa hình dung được sẽ phải thấy một căn phòng nhỏ như thế. Chỉ vỏn vẹn chừng 2m vuông. Lúc bấy giờ VNM đang sống với mẹ con một thiếu phụ, già nhân ngải non vợ chồng. Tôi không biết họ ngủ nghê nấu nướng làm sao trong cái diện tích "bao la" đó. Tối hôm ấy tôi ngủ trong chỗ tiền thân là... tủ quần áo. Bên ngoài, sát cạnh chân tôi, dưới thảm, là chàng và mẹ con thiếu phụ nằm sắp lớp như cá mòi.

Bẵng đi một thời gian dài tôi không gặp VNM., nghe nói chàng thôi không còn ở với mẹ con thiếu phụ kia nữa, và đã chuyển về chỗ ở mới, trong... dưỡng trí viện dành cho người bị bệnh tâm thần!

Suốt 30 năm quen biết, tôi chưa từng thấy VNM đi làm. Chàng sống bất cần mọi thứ, xem sự đời như con số dê rô. Chỉ có một điều duy nhất chàng quan tâm là.... thơ. Gần trọn cuộc đời chung đụng với giới văn nghệ sĩ, thuộc mọi lĩnh vực, từ viết lách, vẽ vời đến ca cẩm..., từ tiền chiến, đang chiến, đến hậu chiến, từ trong nước ra hải ngoại... Tôi có cơ hội quen biết rất nhiều thi sĩ, nhưng VNM có lẽ là người đặc biệt nhất. Chàng làm thơ toàn thời gian. Nghĩa là VNM tuyệt đối không làm gì cả ngoài làm thơ! Cứ nhìn số lượng thơ chàng cho ra lò đại trà trên fb hẳn biết. Ngày nào cũng có thơ, không trên đất của chàng thì cũng "ăn nhờ ở đậu" trên lãnh địa của bạn bè. Và vẽ nữa chứ.

Trong tư thế của một khách xem, tôi thưởng ngoạn tranh VNM với nhiều thiện cảm. Tuy về mặt chuyên môn VNM không vững về hình họa, màu sắc và bố cục, nhưng tranh lại rất có hồn. Trong mọi bộ môn nghệ thuật, "cái hồn" là quan trọng nhất. Giống nhan sắc một thiếu nữ, nhiều cô đẹp, nhưng vô duyên, cứng đờ như tượng sáp, nhìn lâu… muốn chửi thề! Ngược lại có những cô không chim sa cá lặn, nhưng chỉ tiếp xúc một lần là vương vấn mãi. Cái này người ta gọi là có duyên ngầm. Tranh VNM cũng thế, có duyên ngầm.

Tôi có nhiều kỷ niệm với chàng thi sĩ này. Kỷ niệm nào cũng "xứng đáng đồng tiền bát gạo", khó quên.

Một lần tôi đến tìm VNM ở dưỡng trí viện. Nơi này muốn vào cửa, gặp ai, phải trình giấy tờ, ghi tên hẳn hòi. VNM ở một mình một phòng. Phòng khá bừa bộn. Sách vở, báo chí, và nhiều nhất là tạp chí Thơ của Khế Iêm. Đặc biệt, trên gờ cửa sổ là một chậu cây xanh. Tôi hỏi:

"Cây gì vậy?"

"Cần sa."

Tôi chưa kịp ngạc nhiên VNM đã nhanh nhẹn giải thích, mỗi phòng được phép trồng một cây cần sa, để giải trí, đồng thời cũng để chữa bệnh. Đến trưa, VNM hùng hổ:

"Hôm nay tôi mời anh ăn trưa."

"Chuyện lạ, trúng mánh à?."

"Cần gì trúng mánh."

VNM cười toe, dẫn tôi xuống phố, đi loanh quanh, đến một địa điểm, sắp hàng, lấy khay, và chờ đến lượt nhận phần. Thì ra địa điểm này là nơi… phát chẩn thức ăn cho những người vô gia cư.

Ở SF., nói riêng, và cả nước Mỹ, nói chung, rất nghiêm

ngặc chuyện vệ sinh thực phẩm. Mọi nhà hàng lớn bé đều phải đổ bỏ những thực phẩm không bán hết trong ngày. Thấy phí quá các nhà hàng bèn chở đến các trung tâm xã hội. Những nơi này chất hết vào tủ lạnh sau khi đã kiểm nghiệm thức ăn vẫn còn tốt, chưa hư hại. Để ngày hôm sau phát cho người vô gia cư. Tuy là đồ phát chẩn nhưng thường rất ngon, béo bổ.

Bữa ăn trưa tôi được VNM đãi như vậy đấy.

Quần áo VNM dùng cũng rất sang. Không bao giờ chàng mặc lần thứ 2 một bộ quần áo. Vài ngày, bộ đang mặc bẩn, chàng đến kho chứa đồ cũ vất bộ cũ, tìm bộ mới vừa ý, thay vào, không cần giặt giũ phơi sấy lôi thôi. Nói là đồ phát chẩn nhưng nhiều khi mới toanh. Một trong những thú vui của dân Mỹ là đi shopping vào cuối tuần, họ mua sắm đủ mọi thứ, không phải vì cần mà đa phần để tiêu khiển. Mua về, không xài, vất vào garage, lâu lâu bề bộn quá, soạn ra, mang đến các trung tâm xã hội, cho không biếu không. Cuộc đời thật bất công, nước Mỹ giàu có quá, thừa ăn dư mặc, trong khi nhiều nơi khác chết đói, chết lạnh vì thiếu ăn, thiếu mặc!

VNM còn có một thói quen bất trị là… chửi thề. Một câu chỉ 10 từ, chàng đã đệm vào ít nhất 4 tiếng chửi thề. Chửi thề, không vì bực bỏ chuyện gì, người nào. Chửi thề, vô thưởng vô phạt, "cho tròn câu", thế thôi.

Vậy mà có lần VNM suýt bị đánh vì chửi thề nếu không được bà xã tôi "hóa giải".

Lần đó tại nhà tôi. VNM từ SF xuống, nhằm lúc tôi có khách, đang thù tiếp vợ chồng một người bạn. Hai vợ chồng này du học trước 75, lành như đất, nói năng từ tốn, thưa gửi rất mực "con nhà."

Mới uống vài chai, VNM đã xổ nho vung vít:

"Đụ mẹ, anh… anh… uống đi."

VNM nâng ly bia mời bạn tôi, nhưng anh này nghe VNM chửi thề, nóng mặt, ngồi im.

"Đụ mẹ… tôi… tôi… mời anh,… cạn ly."

Ngoài chửi thề VNM còn bị thêm bệnh nói lắp, thành ra câu mời vốn chả lịch sự gì càng tăng thêm phần bất lịch sự.

Người bạn không nhịn được:

"Này, anh chửi ai thế?"

"Đụ mẹ, tôi… chửi ai đâu, đụ... đụ mẹ… tôi…. tôi… chỉ mời anh… anh… đụ mẹ… cạn ly… thôi mà?

Người bạn đứng bật dậy:

"Anh chửi nữa, tôi không nhịn đâu."

"Đụ mẹ… Anh không hiểu… Đụ mẹ… anh…"

Người bạn đập bàn hét lớn:

"Anh im đi, tôi đập bây giờ."

"Đụ mẹ, cha này… dữ… dữ… quá. Đụ mẹ…, chị Oanh, nói cho… cho… thằng chả hiểu, … tôi… tôi có chửi… thằng chả… đâu."

Vợ tôi kéo người bạn ngồi xuống:

"Cậu ấy mắc bệnh chửi thề, anh nghe không quen, tưởng lầm. Thôi bỏ qua đi, anh em cả mà."

Thế đấy, tính cách của Vương Ngọc Minh. Một người làm thơ, sống như… thơ.

cõi tịnh (pureland) 2015

Trong tiếng Anh có từ PURELAND, tạm hiểu qua ngôn ngữ Việt: đất tinh khiết. Đó là chốn tinh sạch, bình yên, không đua chen, không tranh dành, không thù hận, không tội lỗi... Có thể ví nơi này gần giống THIÊN ĐƯỜNG (Paradise), hiểu theo nghĩa Thiên Chúa giáo... Chữ này Phật giáo dịch là CÕI TỊNH ĐỘ. Phật tử Đại Thừa tin rằng nếu hàng ngày tụng lạy danh hiệu Phật A Di Đà, đồng thời nghiêm cẩn thực thi những giáo điều của Phật giáo (và cũng của mọi tôn giáo khác - không trộm cắp, không tham lam, không sát sinh, không tà dâm, không rượu chè, không bài bạc...) thì khi lìa trần sẽ được vãng sanh vào CÕI TỊNH ĐỘ.

Tôi không phải tín đồ Thiên Chúa giáo hay Phật tử, nhưng thấy chữ PURELAND thật hay, nhất là hơn ba lần chân trong chân ngoài trước cửa tử trong suốt 13 năm bệnh tật, ngồi xe lăn. CÕI TỊNH! Đó là vùng ước mơ, là nơi chốn của những cá thể muốn hướng thiện, muốn xa lìa, buông bỏ mọi triền phược, nhơ bẩn đời thường. Chữ PURELAND ám ảnh tôi nhiều tháng, nhiều năm. Cho đến một hôm tôi chợt tự hỏi:

- Vẽ được chăng ý niệm này?

Vẽ được, cũng có nghĩa nhích lại gần hơn, dù chỉ một vài thước, trên con đường thăm thẳm vạn dặm dẫn về CÕI TỊNH. Một vài thước, tất nhiên sẽ chả là gì cả. Nhưng đó là ý hướng tốt lành. Với tuổi đời hiện tại, và bệnh tật mỗi ngày thêm trầm trọng, tôi hiểu rất rõ, sẽ không còn xa nữa điểm đến chung cuộc, cho nên tôi luôn nhủ lòng, nếu nuôi trồng được những ý hướng tốt lành ngày nào còn thở, thì một cách nào đó, đã tìm được cho bản thân một nơi cư trú an bình, một CÕI TỊNH ĐỘ, ngay trong hiện kiếp.

Tôi bắt đầu thực hiện loạt tranh mang chủ đề CÕI TỊNH. Đồng thời tôi cũng chợt nhận ra, vẽ về chủ đề này không khó như tôi tưởng. Bởi chưng, mọi sự vật, mọi ý tưởng trong cuộc đời này, trong tâm hồn ta, đều do chính ta phóng chiếu, soi rọi, tạo tác. Đục, trong, sạch, bẩn đều do chính ta chọn lựa cách nhìn ngắm, tư duy, hành động. Mọi chuyện trên thế gian luôn có hai mặt. Phải và trái, đen và trắng, tốt và xấu, tích cực và tiêu cực. Hãy vẽ bất cứ cái gì, điều gì, ý tưởng nào, cho dù dung tục, tầm thường đến đâu, vẫn sẽ dẫn về CÕI TỊNH, nếu ta tuân thủ một điều kiện, và chỉ một điều kiện duy nhất, đó là hãy nhìn và vẽ những mặt tích cực, sáng trong, tinh khiết. Hãy xa lìa mọi hôn ám trong đề tài, trong cách xử lý màu sắc, đường nét.

Chỉ giản dị thế thôi.

Cách nào đó, tôi đã tạo được thuận duyên, để dễ dàng hơn cho những bước chân đầu tiên trên con đường dẫn về CÕI TỊNH.

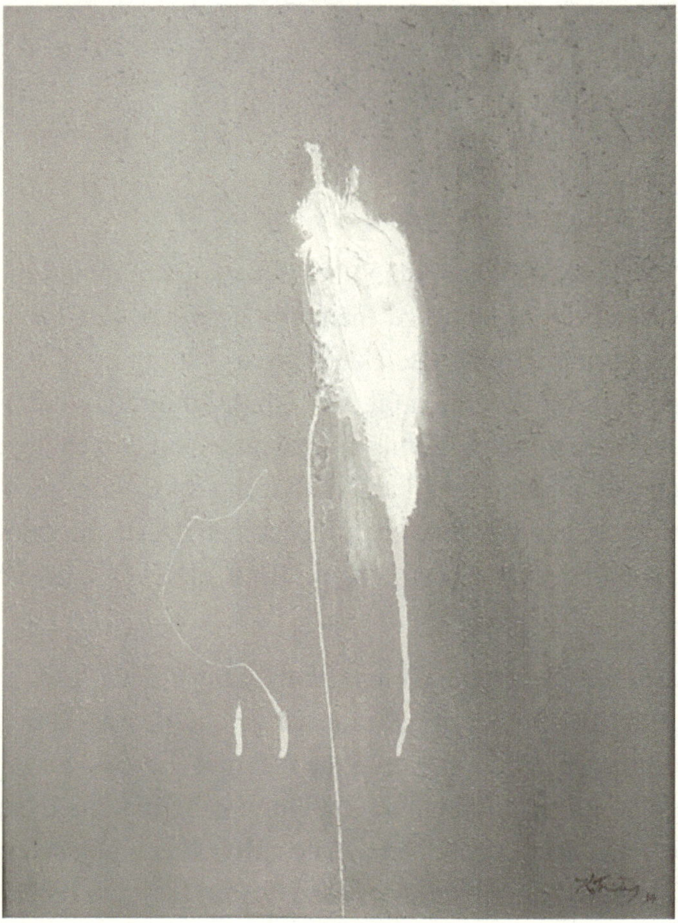

huỳnh hữu ủy
khánh trường: từ figurative đến abstract, tại sao?

Xin hỏi anh một câu theo thông lệ: con đường nào đã đưa anh đến với hội họa. Xin cho biết qua một chút về tiểu sử của anh?

Trong các buổi nói chuyện với vài tạp chí và đài phát thanh ở Mỹ, Pháp, Đức… tôi có nói văn chương, báo chí đến với tôi do tình cờ. Riêng hội họa, có lẽ ít nhiều do "nếp nhà". Bố tôi là một họa sĩ – cùng thời với Nguyễn Đỗ Cung, Lương Xuân Nhị… - nhưng không thành danh. Thời tuổi trẻ, tại quê hương gốc của tôi – Nam Định, miền Bắc Việt Nam – bố tôi từng vài lần triển lãm, và thất bại. Chán nản, ông bỏ vẽ, giang hồ, lưu lạc khắp nơi, lên tận miền cao nguyên Bắc Lạng, gặp và yêu một thiếu nữ Thái trắng, lấy làm vợ, rồi đưa bà tiếp tục lãng du, qua Miên, Lào, Thái… Năm bố tôi hơn ba mươi tuổi, ông đưa vợ trở lại Việt Nam, đến miền Trung và… sinh rơi ra tôi trong một lớp học bỏ trống tại trường tiểu học xã Khánh Thọ, quận Tam Kỳ, tỉnh Quảng Nam. Sở dĩ tôi bị "sinh rơi" vì đó là thời kháng chiến tiêu thổ, bố mẹ tôi nổi trôi theo bước chân của đoàn người tản cư, hết vùng này đến tỉnh nọ, có lúc lên tận các quận cao nguyên Trung phần như Trà Mi, Bồng Miêu, Tiên Phước... Tên tôi – Khánh Trường – được ghép bởi địa danh xã **Khánh** Thọ và ngôi **Trường** tiểu học, nơi tôi cất tiếng khóc đầu tiên. Có lẽ sự ra đời không mấy bình thường này là điềm báo cuộc đời tôi rồi sẽ chả khác gì một dề lục bình, nổi trôi, lênh đênh, xiêu dạt, rất phù hợp với hình ảnh đứa trẻ sơ sinh ra đời "rơi rớt" giữa bối cảnh loạn ly của đất nước những năm sau cùng của cuộc kháng chiến dành độc lập.

Năm tôi lên sáu, mẹ tôi qua đời vì bạo bệnh, nghe nói bệnh sản hậu, di chứng của những tháng ngày chạy giặc, bụng mang dạ chửa, sinh rơi sinh rớt. Bảy năm sau thân phụ tôi tục huyền. Giai đoạn này tình hình miền Nam VN rất rối ren. Chế độ mất lòng dân, bên ngoài chiến sự leo thang, bên trong các thành phố sinh viên học sinh biểu tình liên miên. Bố tôi có một học trò cũng nằm trong phong trào đấu tranh. Cậu học trò bị chính quyền phát hiện là người của Mặt Trận Giải Phóng, nhưng không hiểu tại sao cậu ta biết, nên đã nhanh chân trốn thoát. Vì là thầy dạy, bố tôi bị ghép tội dung chứa "VC nằm vùng". Ông bị bắt, bị tra tấn gãy một xương vai và mù một mắt. Bố tù tội, người mẹ kế tuy rất hiền nhưng tôi lại lại không "chịu". Vì vậy tôi bỏ nhà ra đi. Tuổi nhỏ cùng những lầm lỡ càng lúc càng đẩy tôi rời xa mái ấm gia đình. Nhất là sau này nhiều sự cố bi kịch xảy đến cho bố, khiến cho tôi không thôi ân hận. Ngày tôi sống ở trại Pulau Bidong chờ Cao Ủy Liên Hiệp Quốc phân loại, thì được tin từ quê nhà bố tôi từ trần. Đêm ấy tôi leo lên ngọn đồi cao sau khu trại, ngồi nhìn và nghe sóng biển dội đập ì ầm dưới sâu, suốt đêm. Không khóc được, nhưng lòng tôi tan nát, có một nỗi gì cứ quặn thắt bên trong, chực trào lên cổ. Tôi nghĩ đến những cực hình bố phải chịu. Tôi nghĩ đến khoảng thời gian hơn bốn năm trời bố lây lất trong bốn vách tường giam, tim tôi như bị bóp nghẹt.Và tôi nghĩ đến cuộc đời tôi, nghĩ đến hành trình gian nan đã trải suốt 30 năm lưu lạc. Nghĩ đến những khốn khổ tưởng không cách gì vượt qua nổi những lúc kiếm tìm miếng cơm, manh áo nuôi thân và học hành hầu đẩy lui sự dốt nát. Và nhất là nghĩ đến lá thư của đứa em trai vừa đến chiều hôm ấy: *"Nghe tin anh vượt biên, ba buồn, lo, khiến bệnh trở nặng* (bố tôi bị bệnh phổi, hậu quả của những trận đòn tra tấn khi xưa), *và đã từ trần..."*. Tôi nghĩ đến những lầm lỡ, những tội lỗi của mình: dù viện bất cứ lý do gì, tôi vẫn không chạy được cái tội đã gián tiếp đưa đến cái chết của bố…

Xin lỗi anh Huỳnh Hữu Ủy và độc giả, thay vì trả lời cụ thể, tôi đã để cảm xúc dẫn đi quá xa.

Trở lại với câu hỏi của anh. Tôi đến với hội họa một phần do di truyền, một phần có lẽ cũng do… định mệnh. Năm 13 tuổi tôi lưu lạc đến Qui Nhơn. Một đêm quá đói, và lạnh. Tôi ngồi bó gối khóc trước một mái hiên… Chủ nhà nghe, mở cửa bước ra, hỏi duyên cớ, tôi thật thà kể lại chuyện bỏ nhà ra đi của mình. Ông ta cho tôi ăn, uống, rồi hỏi tôi có thể làm được

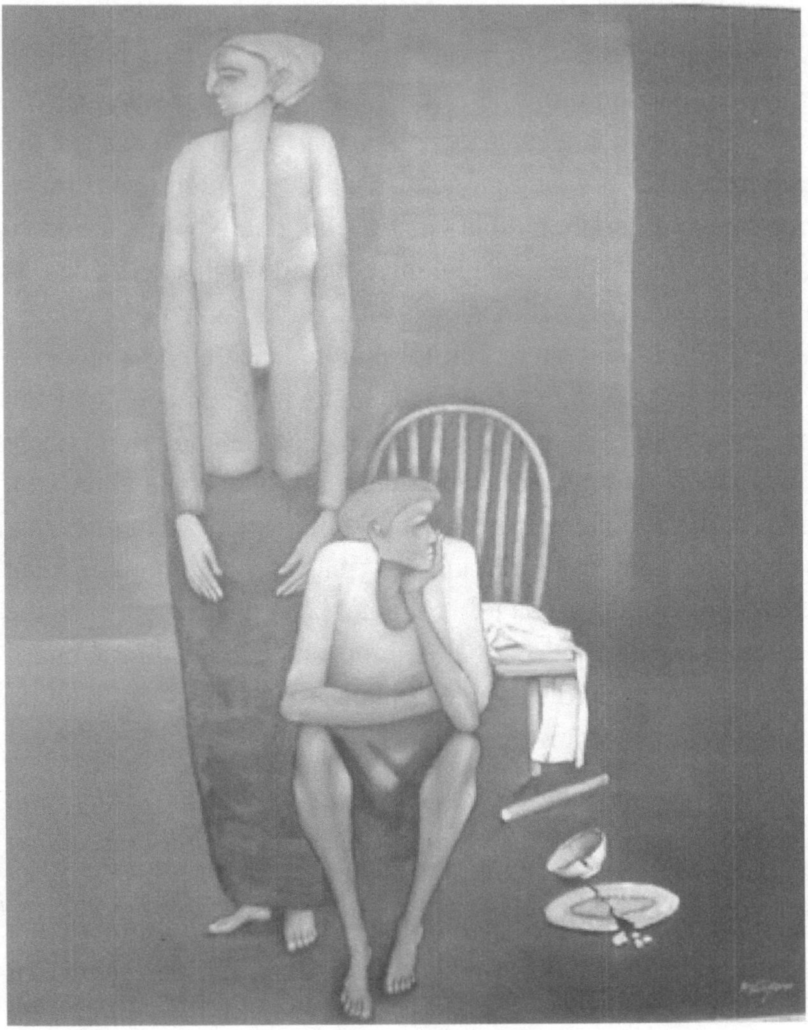

những gì? Tôi lúng túng, cuối cùng nói liều tôi có năng khiếu hội họa. Ông ta đưa cho tôi một tờ giấy và một cây bút chì bảo tôi thử vẽ ông coi thế nào. Tôi vẽ. Mươi phút sau tôi đưa bản vẽ cho ông xem. Ông ngắm một lúc rồi mỉm cười, gục gặc đầu kết luận: Em có thể sống bằng nghề này được. Sáng hôm sau ông mua cho tôi một tập giấy vẽ, một bút chì đen, mềm, bảo tôi đi vào những bar rượu. (Lúc ấy là thời chiến, các tỉnh duyên hải Trung phần – Qui Nhơn, Nha Trang, Chu Lai, Đà Nẵng… - đầy nhóc những Snack bar.). Trong khung cảnh ngập ngụa trụy lạc, với nhong nhóc bọn lính viễn chinh sống nay chết mai và lũ gái điếm bất cần tương lai, thì những tấm ký họa vụng về của một thằng oắt con, nếu so với những bản vẽ tài tình của các tay nhà nghề, thật… chẳng giống ai. Tuy nhiên, giữa men rượu và dục lạc, một hai đồng đô la nào có đáng chi. Nhờ đó, tôi đã có cho mình một "nghề", để giải quyết vấn đề sinh kế, và cũng để luyện tay bút. Ông chủ nhà ấy là ân nhân lớn nhất trong đời tôi. Chẳng những ông chỉ lo cho tôi phương cách kiếm sống trong lúc tuyệt vọng nhất, mà còn vạch cho tôi một hướng đi, mãi đến bây giờ, sau hơn 35 năm, tôi vẫn còn đeo đuổi, như một nghiệp dĩ. Hơn thế, như một cứu cánh giúp tôi vượt qua khá nhiều cám dỗ tội lỗi. Từ đó, từng bước một (dĩ nhiên không kém gian nan, vì tự học), ngày nay, như anh thấy, một trong những khả năng tương đối tạm được của tôi, trong hội họa, là ký họa. Tôi có thể vẽ giống bất cứ ai, và có thể lột được cái phần inside của người mẫu, nếu tôi đã có dịp gặp họ đôi lần. Khả năng này giúp tôi rất nhiều, khi đi vào sáng tác.

Tôi có xem một vài tấm tranh của anh hồi còn ở Việt Nam khoảng đầu thập niên 80. Tôi rất thích bức tranh anh vẽ một người đàn ông đội mũ phớt, đang đứng và xóc mấy cây bài ba lá trong tay. Cách nhìn của người vẽ về nhân vật rất mãnh liệt và sắc sảo, bố cục tranh chặt chẽ, màu sắc hài hòa. Qua một giai đoạn mới ở nước ngoài, anh vẽ toàn tranh khỏa thân. Và cho đến hiện nay thì chủ yếu là giai đoạn trừu tượng. Không biết nhận xét đó có đúng với biến chuyển và nhu cầu sáng tác của anh không?

Anh nhắc, tôi mới nhớ. Bức tranh này gắn với tôi bằng một kỷ niệm buồn, và chính nó đã làm lệch cả hướng đời.

Năm 1984, tôi và gia đình (gồm một vợ ba con) được bố mẹ vợ (đã sống ở Pháp tính đến nay gần 50 năm) bảo lãnh sang

Pháp. Trong lúc chờ chính phủ Pháp cấp giấy nhập cảnh thì xảy ra sự cố. Giai đoạn đó tôi chơi khá thân với một người cũng thuộc giới văn nghệ sĩ. Anh ấy vượt biên, bị bắt. Ở tù một thời gian, được thả, với điều kiện hàng tuần phải đến sở công an báo cáo những hoạt động của bản thân và của anh em văn nghệ sĩ quen biết. Báo cáo một thời gian, bí quá, anh bèn lôi tôi ra làm "dê tế thần". Đại khái tôi "vẽ tranh phản động". Bức tranh có kích thước lớn đang treo ở nhà tôi mô tả một người đàn ông đội mũ phớt, hơi lệch, không che kín hết mái tóc đỏ. Người đàn ông có khuôn mặt nhọn, loại mặt chuột gian hùng. Mắt lươn, nhìn xéo giảo hoạt. Giữa hai vành môi mỏng dưới cái mũi diều hâu, ngậm trễ một điếu thuốc sâu kèn. Người đàn ông đang xòe trong tay ba con bài, toàn là xì chuồn. Bàn tay xương xẩu được tôi vẽ ở vị trí thấp hơn túi áo sơ mi một chút, nhằm tăng thêm hiệu quả cho ý đồ được tôi "gửi gấm" qua hình ảnh hai cây bút bi, một cây màu đen, một cây màu đỏ, gắn trên nắp túi. Ý tôi muốn nói, rằng ở mọi nơi và mọi thời, luôn luôn hiện diện những loại "Xuân Tóc Đỏ" (một nhân vật tiêu biểu của Vũ Trọng Phụng), gian hùng, giảo hoạt, chỉ tôn thờ đồng tiền.Với hạng người này, tiền bạc trên hết. Có tiền, mọi cái đều có thể bị tô đen hay bôi đỏ, dễ dàng. Thật tình mà nói, khi vẽ bức tranh ấy tôi không có ý nhắm vào chế độ, mà chỉ cốt mô tả một hiện tượng xã hội. Tuy nhiên, đã sống dưới chế độ CS ở quê nhà trong những năm ngột ngạt ấy, anh hẳn không lạ gì lối suy diễn "tùy tiện" của "công an văn hóa". Cũng may, do tình cờ, tôi biết trước được bản "báo cáo" của anh bạn quí, nên giấu kịp bức tranh. Tuy thế, vẫn bị mời lên sở công an, bị ghép tội "có biểu hiện tiêu cực trong sáng tác". Và tuy không bị tù nhưng cũng phải hàng tuần "báo cáo" mọi hoạt động của mình và của những anh em văn nghệ sĩ quen biết. Điều khổ tâm là phải tuyệt đối bí mật, không được thổ lộ cho ai biết "công tác" của mình, kể cả vợ con! Nhận thấy trạng huống quá nguy ngập, không khéo rồi sẽ có lúc, túng quá, tôi đem anh em ra bán đứng, như người bạn của tôi đã làm. Tôi bèn tâm sự với một học trò (học vẽ) rất thân thiết, chuyên "tổ chức vượt biên", đã từng thực hiện thành công năm ba chuyến. Vỡ chuyện, cậu ta liền sắp xếp cho tôi một chỗ trên chuyến kế. Thế là vài hôm sau tôi lên đường. Tôi trốn, nhằm tránh cho bản thân sự phiền phức, và tránh cho gia đình khỏi bị liên lụy hầu có thể ra đi chính thức một ngày nào đó. Chuyện ra đi đột ngột của tôi khiến một số bạn bè, anh em văn nghệ sĩ, đồng nghiệp – như họa sĩ Rừng, nhà văn Hoàng Ngọc Tuấn, nhà thơ Huy Tưởng, nhà thơ và dịch giả Hán học Nguyễn Tôn Nhan, điêu khắc gia Trương Đình Quế, nhà biên khảo Nguyễn Tiến Văn… - khá ngạc nhiên, vì ai cũng biết gia đình tôi đã có passport, ngày xuất ngoại hợp pháp không xa. Quả vậy, đến đảo chưa tròn hai tháng, vì là cựu quân nhân, tôi được định cư ở Mỹ, thì tin gia đình tôi đã có giấy nhập cảnh, đang trên đường sang Pháp cũng vừa đến. Thế rồi định mệnh đẩy đưa, tôi thả đời mình trôi theo một hướng khác, tách lìa càng lúc càng xa bến bờ cũ, nơi có người vợ đã già theo tuổi tác và những đứa con ngày nay đã trưởng thành, có đứa đã vào đời… Từ ấy đến nay thế mà thoáng chốc đã 11 năm… Anh nghĩ xem, chỉ vì một bức tranh!

Bức tranh ấy ngày vợ con tôi lên đường không mang theo được, đã tặng cho điêu khắc gia/ họa sĩ Trương Đình Quế. Hiện nay nó vẫn còn nằm ở một vị trí trang trọng trong phòng khách của ông Quế. Tôi nghĩ anh đã thấy bức tranh này ở nhà ông ta.

Đúng rồi, ở nhà Trương Đình Quế. Không ngờ lai lịch của nó nghe cũng ly kỳ đấy chứ. Sao anh không tiếp tục con đường "biểu hiện" ấy, mà chuyển qua vẽ khỏa thân, rồi trừu tượng như hiện nay?

Năm 1990, sau một thời gian dài cố ổn định cuộc sống bằng nhiều nghề ngỗng chẳng liên quan gì đến nghệ thuật, hay chỉ liên quan một cách "phi nghệ thuật": lay-out, cắt dán cho những tờ báo lá cải; trình bày bìa băng nhạc; vẽ tranh sơn mài "dỏm" cho một tổ hợp thủ công Mỹ Nghệ, chuyên sản xuất những loại tranh Mai lan cúc trúc; sen hồng, lá xanh, cá vàng bụng to mắt lồi nhởn nhơ bơi lội. Hay con trâu trước cái cày có bác nông phu cầm roi "dí, thá", có lũy tre xanh lả ngọn, xa xa có núi đồi chập chùng, có dòng sông xanh uốn khúc, có mái chùa đo đỏ phủ rêu. Hay phổ thông hơn, chùa Một Cột, gác chuông Thiên Mụ, Hồ Gươm với tháp Rùa soi bóng, Lăng Ông Bà Chiểu tấp nập thiện nam tín nữ giữa mịt mờ khói hương nghi ngút…

như anh thường thấy trong rất nhiều hàng quán của người Việt tại quận Cam… Đến một lúc tôi cảm thấy hình như mình bị những cái "phi nghệ thuật" ấy ám nặng, đến có thể trở thành quán tính, hết sáng tác được. Nên tôi cố tình thử lại tay nghề bằng cách, trong ba tháng, thực hiện bốn mươi bức tranh sơn dầu, chỉ với một chủ đề duy nhất: khỏa thân. Có cái to bằng bức tường trước mặt chúng ta. Mục đích gần nhất của loạt tranh ấy là tôi muốn chứng tỏ mình vẫn nắm khá vững hình họa, nhất là anatomy. Ai cũng biết, cái khó nhất đối với một họa sĩ là vẽ con người, khỏa thân, trong mọi tư thế. Từng bắp thịt, từng đường gân, từng lóng xương, từng bàn tay, bàn chân, ngang, dọc, trên nhìn xuống, dưới nhìn lên, rồi chính diện, trắc diện…,nếu không học hỏi và tập luyện khổ công, khi lên tranh, sẽ vụng về, giả tạo và "rất chướng". Từ lâu, tôi vẫn cho rằng căn bản là cái tối cần thiết ở một họa sĩ. Muốn vo tròn bóp méo cách nào cũng được, nhưng đó là chuyện sau này, còn trước tiên, phải vẽ cho được mọi cái. Picasso, Matisse, Chagall trước khi chẻ vụn sự vật, con người thành nhiều mảnh, hay nguệch ngoạc ngây ngô như trẻ nít, đã từng là những bậc thầy về dessin. Vì thế, trong cái "vụng về", "ngây ngô", "nguệch ngoạc" của họ, ta thấy rất rõ một nội lực tạo hình vững chãi.

Sau loạt tranh ấy, tôi chuyển dần sang hội họa trừu tượng. Cho đến bây giờ thì bỏ hẳn lối vẽ "có hình". Thay đổi này là một chuyển động nội tâm khá tế nhị. Ngày trước, tôi rất sôi nổi, và khá cực đoan trong mọi chuyện. Thương, yêu, buồn giận rất minh bạch và quyết liệt. Tranh vẽ của tôi trong thời kỳ ấy có khá nhiều màu đỏ và cam (đã có hai cuộc triển lãm nằm trong giai đoạn này được tổ chức tại Mã Lai và Phi Luật Tân). Đó là một bảng màu rực nóng. Hình thể biểu hiện trên mặt bố cũng thế: méo mó, lệch lạc, xanh xám, dữ dằn, với những mắt nhìn trợn ngược chì toàn lòng trắng, những bàn tay cào cấu bằng những đốt ngón tay như củi khô, những mái tóc mọc rễ hay ngoằn ngoèo rắn rít. Tất cả mọi cái thái quá ấy được tạo nên bằng những nhát cọ mạnh, những tảng sơn gồ ghề, như ném, như dằn lên mặt bố. Đó là thời kỳ tôi vừa thoát ra khỏi nước, với những tin buồn lớn: Bố từ trần. Vợ con lên đường qua Pháp, trong lúc tôi lại đi Mỹ. Và giai đoạn mới nhập cư vào đất nước này. Hoàn cảnh cá nhân vốn không vui, lại phải chung đụng hàng ngày với một tầng lớp quần chúng quá hỗn tạp, với tất cả mọi nhố nhăng, từ chính trị đến văn hóa, thương mại, vui chơi, giải trí. Những bức tranh, như những ống bô thoát khói ra ngoài, nếu không, sẽ phát nổ.

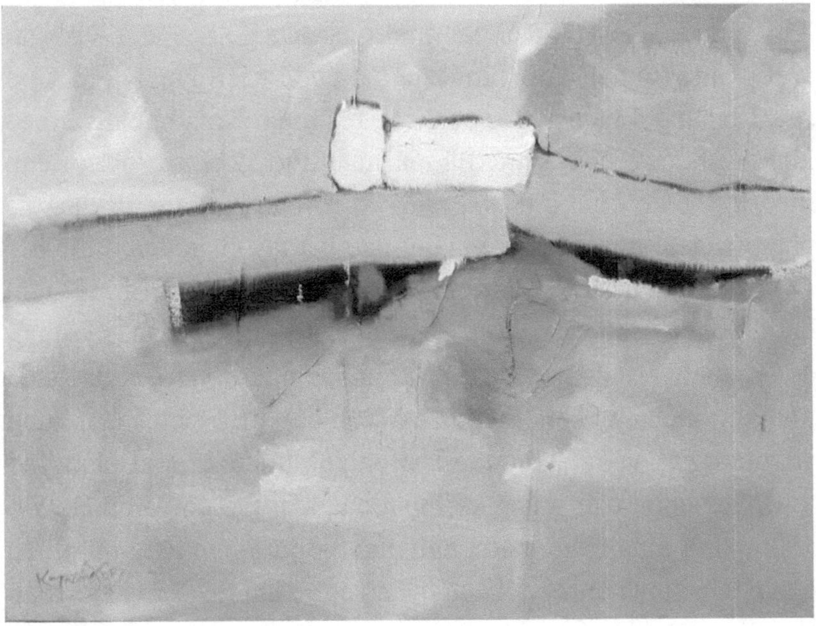

Nhưng rồi dần dần tháng ngày và tuổi tác giúp tôi nguội lại, cộng thêm sức khỏe không mấy tốt hai năm gần đây, tôi bỗng thấy rất rõ một điều mà triết học và đạo học Đông phương đã nói đến, từ lâu: đó là sự vô thường và giới hạn của mọi thứ, kể cả con người, trong cuộc tồn sinh. Vì thế, khi vẽ, tôi không nhắm mục đích mô tả hiện tượng, sự kiện, sự vật, nhân vật… mà chỉ cốt biểu tỏ những biến động nội tâm, qua hình thể và màu.

Có những biểu tỏ chính tôi cũng không nắm bắt được ý nghĩa một cách rõ ràng. Chỉ biết nó đã đến trong đầu, và bật ra thành tranh. Tranh ấy có thể đẹp, có thể xấu, còn tùy thuộc ở người xem, nhưng một điều tôi biết chắc: đó là cái được tôi vẽ ra bằng rung động của chính trái tim mình.

Từ figurative art chuyển qua abstract art, anh thấy như thế nào? Anh có thể cho biết đôi chút về kinh nghiệm vẽ tranh trừu tượng của anh? Và giữa hai loại tranh này, anh thấy tranh trừu tượng hay có hình dễ vẽ hơn?

Vẽ tranh theo khuynh hướng figurative tuy khó mà dễ. Khó, nếu họa sĩ yếu căn bản hình họa. Đa số họa sĩ Việt Nam vấp phải trở ngại này. Trong nhiều cuộc triển lãm ở Sài Gòn sau 30 tháng 4 năm 1975, nhiều họa sĩ miền Nam bị bắt vẽ theo khuynh hướng hiện thực, đã rất "đau khổ" khi vẽ "người cho ra người". Có không ít họa sĩ đã lộ rõ nhược điểm ấy qua tác phẩm của họ một cách thê thảm: hầu hết tay chân đều được các vị này "giấu" nơi nào đó: phía sau một cỗ máy, dưới một mặt bàn… hoặc "cao cấp" hơn, dùng chất liệu, xảo thuật, kỹ thuật để tạo matière, nhằm mục đích đánh lạc người xem. Như tôi đã nói, khi thiếu căn bản, thì mọi vo tròn bóp méo sẽ trở nên vụng về, gượng ép và rất "chướng". Giống như những người làm thơ tự do mà chưa nắm vững kỹ thuật của loại thơ có vần điệu. Họ không biết rằng trong ngôn ngữ của thơ tự do ẩn tàng rất nhiều nhạc tính. Nhạc tính ấy chỉ có thể có được khi thi sĩ đã hoàn toàn làm chủ hiệu năng âm nhạc của từng con chữ. Cũng thế, khi đã thủ đắc được kỹ thuật căn bản thì vẽ tranh theo khuynh hướng figurative trở nên khá dễ dàng. Yếu tố tiền định, rủi may rất ít. Nghĩa là họa sĩ dự định vẽ cái gì, sẽ ra cái ấy. Tranh lúc bấy giờ đẹp hoặc xấu sẽ tùy thuộc vào tài năng của họa sĩ.

Ngược lại, vẽ tranh theo khuynh hướng trừu tượng, dễ mà khó. Dễ, vì một bức tranh, sau khi xong giai đoạn "làm bố" (tạo matière) có lúc họa sĩ chỉ giải quyết trong … 15 phút. Nhưng vấn đề không phải ở đó. Dù chỉ 15 phút phù du, họ đã phải "ôm ấp" nó nhiều đêm, tự vẽ bằng tưởng tượng trong đầu hàng nghìn lần. Chưa hết, sau khi ném những vệt sơn lên mặt bố, nếu nhận thấy không được, họa sĩ phải xóa đi. Rất nhiều khi chỉ 15 phút phù du ấy họ đã tái tạo hàng chục lần, mệt ngất ngư, mà vẫn chưa "tới" được cái mình mong muốn.

Trường hợp tôi vừa trình bày bên trên chỉ dành cho những họa sĩ thưc sự vẽ tranh trừu tượng. Nghĩa là vẽ một cách có ý thức với đầy đủ tư duy thấu đáo, chứ không phải bằng cách dập màu, đổ màu lênh láng lên mặt bố, rồi búng dầu, búng xăng cho loang lổ, nhăn nhúm, co cụm, sau đó lật ngang lật dọc tìm bố cục thuận mắt rồi thêm bớt chút đỉnh. Xong, ký tên, đặt nhan cho thật kêu, thật bí hiểm, cốt hù dọa khách thưởng ngoạn. Cái cách "vẽ" tranh trừu tượng như thế không phải không hay, đẹp trong một số trường hợp. Nhưng theo tôi, yếu tố may rủi và vay mượn tính chất biến hóa không cùng của các chất liệu khi tình cờ chung đụng với nhau, chiếm quá nhiều phần trăm trong quá trình hình thành tác phẩm. Loại tranh thực hiện theo kiểu cách ấy không khác bao nhiêu với lối làm tranh cắt dán (collage): màu sắc, matière hoàn toàn tùy thuộc vào màu in của báo chí và giấy dán. Tôi đã thấy khá nhiều họa sĩ đi theo khuynh hướng này, khi hữu sự, đã không thể pha nổi một bảng màu giản dị nhất, bằng các chất liệu khác như sơn, màu nước…

Anh có nghĩ rằng người xem tranh có thể chia sẻ với hội họa trừu tượng của anh không?

Tôi không biết. Chỉ thấy những bìa sách trong hai năm gần đây tôi thực hiện cho nhà Văn Nghệ, và một số nhà xuất bản khác, hầu hết đều là tranh trừu tượng của tôi, đã được nhiều độc giả, văn hữu… thích. Anh đừng cho "mèo khen mèo dài đuôi" nhé. Tôi chỉ lặp lại điều nghe được từ dư luận. Có lẽ nhờ dư luận này mà các ông giám đốc của các nhà xuất bản còn tiếp tục đặt hàng. Nếu không, đã thôi, không thuê tôi làm bìa từ lâu.

Anh có thể cắt nghĩa về khoảng trống mênh mông và những vệt màu đơn giản táo bạo đã tạo thành cấu trúc và sắc thái của trừu tượng Khánh Trường?

Lúc nãy tôi vừa nói, do tuổi tác và sức khỏe, lòng tôi bỗng nguội lại. Do đó tôi cảm thấy gần gũi hơn với nền triết học Đông phương, mà điển hình là Thiền học của Phật giáo và yếu chỉ uyên áo của học thuyết Lão Trang. Ảnh hưởng của hai dòng tư tưởng vừa nêu khắc một dấu ấn sâu đậm vào sáng tác của tôi giai đoạn hiện tại. Nếu để ý, anh sẽ thấy tôi đã cố giản lược đường nét cùng màu sắc đến mức tối đa có thể. Còn những khoảng trống mênh mông trên mặt tranh, là kết quả của một quá trình chiêm nghiệm khá lâu. Anh có đồng ý với tôi không về nhận xét sau đây: một số họa sĩ Việt Nam đã quá tham lam, khiến yếu tố chính của tranh bị chìm ngập giữa "rừng" chi tiết tủn mủn, gây cho khách thưởng ngoạn cảm giác "no cứng", như ăn phải một món ăn khó tiêu, lại bị ép ăn nhiều. Nói cách khác, họ đã không chịu sử dụng, khai thác khoảng trống; không dành cho những chi tiết do họ đã khai sinh một không gian để chúng "thở". Chi tiết, một khi được họa sĩ sinh nở, thì tự thân, chúng đã có một sinh mệnh, một đời sống riêng. Chẳng khác gì những nhân vật trong văn chương. Hy sinh mọi yếu tố khác, dồn mọi nỗ lực để làm bật rõ vai trò của chủ đề chính. Những ai từng có kinh nghiệm trong lãnh vực cầm bút đều hiểu rõ điều ấy. Cấu trúc hội họa, trên bình diện nào đó, không khác gì cấu trúc của văn chương, thi ca, hay các ngành nghệ thuật khác. Đó là về mặt kỹ thuật. Mặt tư tưởng, những khoảng trống là phần vô ngôn trong thi ca, là "ý tại ngôn ngoại" trong ngôn ngữ văn học, là tiếng đập vô âm của cánh bướm Trang Tử. Thực và mộng, có và không, đúng và sai, tất cả hình như chỉ là những câu hỏi mơ hồ giữa mênh mông tạo vật. Hãy thuận theo chuyển động của vũ trụ và nội tâm mà sống. Đó là cội nguồn, là uyên nguyên hạnh phúc.

Riêng những vệt màu mà anh gọi là đơn giản mà táo bạo thì về mặt kỹ thuật, là những điểm động trong một không gian tĩnh. Có khả năng phả vào tranh hơi nóng của sinh khí, giúp chúng sống. Mặt tư tưởng, chúng giống như tiếng vang khô khốc của cây gậy trúc các Thiền sư gõ lên mặt đá nhằm khai ngộ công án cho các môn đồ. Nó là hồng tâm (target), là điểm tụ của mọi yếu tố hiện diện trên mặt tranh, có chức năng giúp khách thưởng ngoạn tập trung được suy nghĩ của mình, hầu phát hiện ra cái phần "vô ngôn", hay "ý tại ngôn ngoại" vừa nói ở trên, mà tôi đã cố gắng diễn tả qua những ký hiệu riêng.

Anh thấy thế nào về nền hội họa hiện đại trên thế giới ngày nay? Anh tiếp thu được điều gì ở đó?

Nhân loại trong hậu bán thế kỷ 20 này đã có những tiến bộ nhảy vọt về mọi mặt. Hội họa cũng nằm trong nhịp tiết chung ấy. Tôi và các đồng nghiệp ở hải ngoại đã thủ đắc được một may mắn "trời cho": có cơ hội tiếp cận với rất nhiều khai phá ngoạn mục và mới lạ trong lãnh vực tạo hình của nhân loại. Như tôi từng trình bày trong buổi nói chuyện với nhà thơ Nguyễn Mạnh Trinh cách đây hơn hai năm: càng đi nhiều, xem nhiều, tôi càng sợ. Tôi luôn luôn tự hỏi: làm sao thế giới có thể khai sinh được lắm tài năng siêu việt đến thế, với những sáng tạo lạ lùng kỳ vĩ đến thế. Qua họ, tôi nghiệm được một điều: ngoài sự can đảm dám nghĩ, dám làm, khi đã dấn thân vào con đường nghệ thuật, thì hầu như tất cả những con người "ngoại khổ" ấy đã buông bỏ tất cả để hòa nhập, hít thở, ăn nằm trong không gian, khí hậu của cái thế giới mà họ khai sinh, tạo dựng. Họ làm việc kiên trì và nhẫn nại ngày đêm, họ khai phá đến tận cùng khi đã chụp bắt được một tư duy sáng tạo nào đó. Họ chết sống cho ý đồ của mình. Nói tóm lại, họ đồng hóa bản thân với nghệ thuật. Họ và nghệ thuật là một khối nhất quán, bát khả phân ly. Thành công, được đời công nhận và tụng ca, điều ấy đến sau, không mấy ai đặt nó thành cứu cánh trong lúc sáng tạo. Nói cách khác, cứu cánh, nếu có, là sự làm việc, làm việc, và làm việc… Tôi rất yêu và rất nể trọng tinh thần đắm say tuyệt vời ấy. Đó là cái tôi tiếp thu được ở họ.

Anh vừa viết văn, làm thơ, làm báo, vẽ tranh. Công việc nào là chủ yếu của anh hiện nay? Anh có thấy nếu không tập trung toàn phần vào một công việc thì khó mà đạt được hiệu quả cao?

Như tôi vừa trình bày. Tuy tiếp thu được tinh thần làm việc "hết mình" của các tài năng lớn trên thế giới, nhưng tôi lại chẳng thực hiện được bao nhiêu kinh nghiệm quý báu ấy. Chỉ vì cái số lận đận , tính tham lam của mình. Tôi đến với thơ do một duyên cớ rất phi thi ca: lúc mới đến Mỹ, được nhà thơ Du Tử Lê rủ về làm báo chợ với ông ấy. Thời kỳ này thi sĩ của chúng ta đang lao đao vì chuyện ái tình, tờ báo bị bỏ bê, xuống dốc thê thảm. Nhiều bữa hai anh em phải gậm hamburger thay cơm.

Nhận thấy tình hình khó khá, tôi đi tìm thêm job hầu cứu vãn cái bao tử sắp đấu tranh đòi quyền sống. Xin được chân lay-out cho một nhà in, thì nhà in cũng ế dài. Máy ngưng, thợ thầy ngồi ngáp ruồi. Chủ nhân thấy khó coi quá, bèn bảo tôi: nghe nói anh đang làm báo, chắc cũng viết lách. Vậy có cái gì in không? Chỉ tốn trên trăm bạc giấy, lên khuôn, chạy, cho đỡ chướng. In, cái gì nhỉ? Ngồi nhớ lại những bài thơ ngắn vỏ vẻ từ những năm mười sáu, đôi mươi, bèn ghi ra giấy, rồi đánh máy, lay-out, và in. Thế là dưng không thành… thi sĩ! Còn văn xuôi? Nghỉ làm báo với Du Tử Lê, nghỉ luôn công việc lay-out ở nhà in (ế quá, chủ nhân đành chọn giải pháp… dẹp tiệm!), một thời gian dài tôi sống bằng những nghề ngỗng đã kể ở trên, sau đó tham gia vào tạp chí Văn Học do nhà văn Nguyễn Mộng Giác bàn giao, vì ông phải dành thì giờ lo cho gia đình từ Việt Nam mới sang. Ban biên tập lúc ấy gồm ba người: nhà thơ Trịnh Y Thư (Chủ bút – sau này được thay thế bởi nhà văn Hoàng Khởi Phong), nhà văn Cao Xuân Huy (Tổng thư ký, và tôi (Mỹ thuật). Những lúc túng bài, các vị chủ bút, tổng thư ký đã "phó thác" cho tôi nhiệm vụ "trám chỗ" bằng những truyện ngắn viết " theo nhu cầu số trang còn dư". Riết, một ngày bỗng trở thành… nhà văn! Sau cùng, báo chí. Cũng trong thời gian làm tờ Văn Học, tôi đã có chủ trương nên đăng các sáng tác có giá trị văn chương của các nhà văn, nhà thơ trong nước, vì theo quan niệm của tôi, chính trị chỉ là giai đoạn. Mọi chế độ rồi sẽ tàn lụi. Chỉ có văn học nghệ thuật là sẽ còn tồn tại dài lâu với thời gian. Nhưng nhà văn Cao Xuân Huy không đồng ý. Trịnh Y Thư và Hoàng Khởi Phong thì chọn thái độ "dĩ hòa vi quí". Bực quá tôi nẩy sinh ý định làm riêng một tờ báo. Tôi đem ý kiến này bàn với một số anh em cùng khuynh hướng. Họ đồng ý. Thế là kẻ góp công người góp của, tạp chí Hợp Lưu ra đời từ đó, trải qua 7 năm với nhiều sóng gió, nhưng "nhờ trời", nó vẫn còn tồn tại đến ngày hôm nay.

Anh thấy chưa, đúng là những tình cờ… định mệnh?

Và như anh biết, khi đã lỡ vướng vào những nghiệp dĩ trên, thì khó mà thoát ra, nếu không muốn nói ngược lại, càng lúc càng bị cuốn sâu vào, vô phương tháo gỡ. Cho nên thì giờ của tôi cho hội họa rất ít. Tôi chỉ vẽ được giữa những khoảng trống thời gian khi đã lo xong bài vở cho một số báo và khi đã đưa báo đến nhà in, chờ in xong lấy về. Đó là chưa kể phải lo sinh kế…. nữa chứ: bìa sách, bìa băng nhạc, logo, poster, chân dung… Do đó, đúng như anh nói, nếu không tập trung toàn phần vào một công việc thì khó mà đạt được hiệu quả cao. Biết làm sao bây giờ? Tôi còn rất nhiều ước mơ muốn thực hiện. Nhưng vẫn đành để đó, và chờ…

Có người nói anh không phải là một họa sĩ chuyên nghiệp. Tôi thì khác, tôi thấy anh là một họa sĩ chuyên nghiệp, cả tay nghề lẫn sinh sống. Anh có ý kiến gì về việc này?

Do những công việc linh tinh, thượng vàng hạ cám tôi đã và đang làm, mà nhiều người cho rằng tôi không phải là một họa sĩ chuyên nghiệp. Nếu phải giới hạn hai chữ "họa sĩ" trong một công việc duy nhất là "vẽ tranh" thì quả tôi không phải là một họa sĩ chuyên nghiệp thật, và nhiều phần chỉ là một anh "thợ", "thợ viết", "thợ vẽ". Như thợ nề, thợ mộc, thợ sơn, thợ hàn, thợ tiện... Cũng được. Có sao đâu. Nghề nào cũng là nghề, miễn lương thiện, tận tâm, hết lòng với công việc được giao phó, để đêm ngủ không bị lương tâm cấu xé. Như thế, với tôi, đã tốt lắm rồi, sá gì những danh xưng. Cụ Nghiêm Xuân Hồng, một trí-thức-hành-động khi xưa, nay, là một cư sĩ Phật Giáo uyên thâm đạo học, thường giảng kinh ở các chùa, và thường ghé thăm tôi. Đã dạy cho tôi nhiều điều tưởng như tầm thường, cũ kỹ, nhưng lại hết sức vi diệu mà hầu hết chúng ta, vì mải mê với những chuyện "lớn", đã quên, hoặc không lưu tâm. Có lần ông nói với tôi: danh vọng là cái phù du, nhỏ nhoi khôn cùng trong cõi bao la của vũ trụ và thời gian. Hãy thử nghĩ mà xem, dù anh có nổi tiếng khắp thế giới, thì bao nhiêu người biết đến anh, trong số sáu tỷ người không ngừng chết đi cũng như khai sanh từng giây, hàng phút trên trái đất. Mặt khác, danh vọng ấy để làm gì, có mang theo được không khi xuôi tay nhắm mắt? Và danh vọng ấy tồn tại bao lâu so với chuyển động vô tình của thời gian. Một trăm năm, một nghìn năm, dài đấy nếu lấy đời người làm thước đo, nhưng so với tuổi già hàng triệu triệu thiên niên kỷ của các thiên thể trong vũ trụ này, chỉ là một sát na!

Trở lại với nền hội họa Việt Nam, anh nghĩ gì về con đường trở thành và tương lai của nó?

So với các dân tộc khác, không kể suốt thời gian 1000 năm ta bị Tàu đô hộ và vẽ như Tàu, thì ngoài tranh dân gian mang nhiều bản sắc dân tộc, nhưng cũng chỉ đẹp và giá trị trong bối cảnh mái tranh vách đất của thôn làng Việt Nam xưa kia, nền hội họa của ta còn rất non trẻ, chỉ thực sự tiếp cận với hội họa Tây phương và nẩy nở từ những năm 30 của thế kỷ này.

Nhưng điều khiến chúng ta không thể không vui là ngay từ lúc mới chập chững ấy, nhiều tài năng của Việt Nam đã hội nhập và sánh vai được cùng với những dân tộc khác, đã có một quá khứ tạo hình sâu, dày hàng nghìn năm, như những danh tài tốt nghiệp khóa đầu tiên của trường Mỹ Thuật Đông Dương, hoặc xuất ngoại vào những thập niên đó: Mai Trung Thứ, Lê Phổ, Phạm Tăng, Điềm Phùng Thị, Lê Bá Đảng…

Từ ấy đến nay, nhiều thế hệ họa sĩ đã kế thừa, nối tiếp và càng lúc càng làm phong phú thêm cho gia tài hội họa Việt Nam. Tôi đã được xem khá nhiều tác phẩm nghệ thuật của các tài năng mới trong nước lẫn hải ngoại, và tôi lạc quan tin tưởng sẽ có một ngày Hội Họa Việt Nam được thế giới biết đến, nhiều hơn, trân trọng hơn.

Tuy nhiên, tôi cũng đồng ý với họa sĩ Trịnh Cung đã phát biểu trong một bài phỏng vấn cũng của anh, rằng có hai yếu tố quan trọng, nếu muốn thế giới biết đến nền Nghệ Thuật Tạo Hình của chúng ta. Đó là "sức mạnh kinh tế của quốc gia và một công chúng yêu thích và có trình độ thưởng ngoạn các tác phẩm Mỹ Thuật".

Một tầng lớp họa sĩ Việt Nam do những xô dạt và biến chuyển của lịch sử hiện đang lưu vong tứ xứ trên khắp thế giới. Anh nghĩ gì về sự hội nhập và tiếng nói của họ trong các trào lưu văn hóa nghệ thuật hiện đại ngày nay?

Ngoài một số họa sĩ (rất ít, đếm chưa đủ trên đầu năm ngón tay) đã thành danh, đã được thế giới biết đến, có người đã được xếp hạng như là những bậc thầy của hội họa nhân loại, đa số còn lại dù rất yêu nghề, và nhiều người đã cố khắc phục những khó khăn trong đời sống riêng để có thể tiếp tục cầm cọ, nhưng kết quả khá khiêm nhường. Nói khác hơn, hầu hết họa sĩ Việt Nam ở nước ngoài vẫn chưa thoát khỏi sinh hoạt cục bộ của cộng đồng mình. Sự thất bại trong việc hội nhập ấy có khá nhiều lý do. Một trong những lý do dễ hiểu và giản dị nhất là thời gian và tuổi tác đã cướp đi của họ sự nhạy bén và lòng can đảm, dám nghĩ, dám làm, dám phủ nhận chính mình để dấn thân vào những con đường mới. Chưa kể, tính tự tôn mù quáng (căn bệnh bất trị của đa số nghệ sĩ trong mọi lãnh vực, không riêng gì hội họa, thường mắc phải) đã giữ chân họ lại trong vòng tù hãm của dĩ vãng (một thời vang bóng), với một cái "ngã" bao trùm lên tất cả. "Sự học như thuyền chèo ngược nước, không tiến tất lùi". Làm nghệ thuật, hiểu theo nghĩa nào đó, là một cách học, học ở chính bản thân, học ở ngoại giới, học ở thiên nhiên, học ở nhân loại… Học suốt đời. Chỉ cần một khoảng thời gian ngắn đứng lại, là sự đào thải sẽ đến ngay.

Từ những lý do đó, tôi thú thật đã đặt rất ít kỳ vọng ở lớp họa sĩ này.

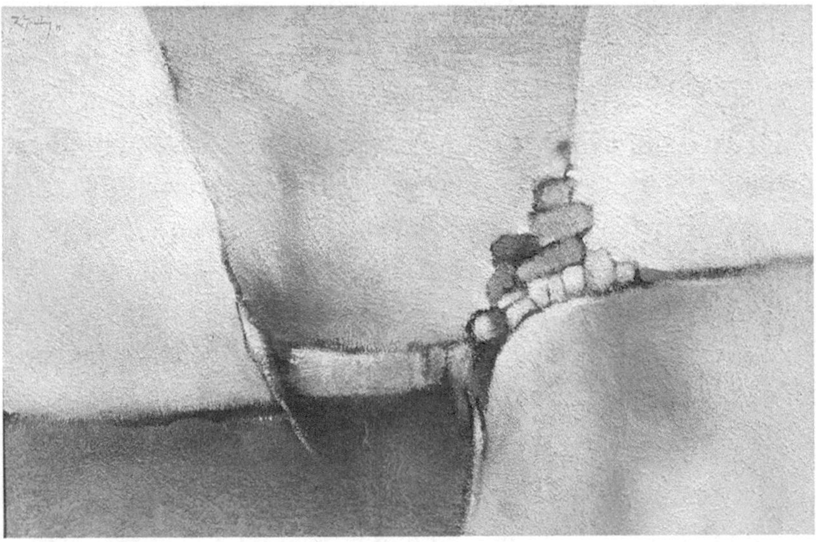

Riêng các họa sĩ thuộc thế hệ thứ hai, tốt nghiệp từ những trường Đại học Mỹ, Pháp… thì họ lại khác. Họ có căn bản, có kiến thức về những thành tựu của Nghệ Thuật đương đại, và có thêm một lợi khí vô giá: đó là tuổi trẻ của họ. Vì thế họ có rất nhiều cơ hội và triển vọng. Tôi đã được xem một số sáng tác của các họa sĩ trẻ này, và không thể không thán phục. Tôi hy vọng chính họ, chỉ có họ, mới đủ khả năng đưa nghệ thuật Việt Nam hội nhập thật sự vào nền nghệ thuật thế giới, trong một tương lai không xa.

Xin hỏi anh thêm một câu nữa. Chỉ riêng trong phạm vi hội họa, anh có dự tính gì cho những năm sắp tới?

Sẽ vẽ thêm một số tranh trừu tượng nữa, đủ cho một cuộc triển lãm mới, rồi chấm dứt loạt tranh theo khuynh hướng này. Sau đó, nếu sức khỏe và thời gian cho phép, tôi sẽ cố gắng thực hiện một ước mơ đã ôm ấp từ nhiều năm: trở về với hiện thực. Một thứ tân cổ điển (Neo-Classic). Gần giống như Salvador Dali, nhưng không dữ dội và "bất bình thường" như Dali. Thế giới của người họa sĩ lừng danh này là thế giới của những cơn ác mộng. Với những đồ vật, sự vật, súc vật và con người dị dạng, bị bóp méo, biến hình không khác gì những quái thai. Và những thứ dị dạng ấy được (hoặc bị) Dali cho hiện diện, chuyển động trong một "khí hậu" lạnh lẽo đầy ma thuật.

Tôi nghĩ đến một không gian tĩnh lặng và yên bình hơn. Là nơi ngụ cư của những giấc mơ tốt lành. Nơi con người sẽ tiếp cận với cái mênh mông, bí nhiệm của vũ trụ và vạn vật. Nơi mỗi chiếc lá, mỗi ngọn cỏ, mỗi giọt sương đều có một linh hồn. Nơi mọi sự, mọi điều sẽ nhịp nhàng hòa điệu trong một trật tự được khai sinh, gần với nhiều điều đã được đặt ra từ nền tảng đạo học Đông phương uyên áo.

Dĩ nhiên từ ước mơ đến hiện thực là một khoảng cách rộng mênh mông. Nhưng anh nghĩ mà xem, có phải con người sẽ cảm thấy cuộc sống này vô nghĩa biết chừng nào nếu không có những ước mơ?

Cảm ơn anh Khánh Trường.

Huỳnh Hữu Ủy

deepa bharath
(for the register jan 26, 2-12)
his need to paint is stronger than any stroke

Only his hands move.

As Khanh Truong Nguyen sits in his garage, his wheelchair parked in front of a square piece of canvas, the artist paints in brisk, bold strokes. But as Nguyen paints his body remains utterly still except for his hands; first his right then, as he tires, his left.

His concentration is absolute. He stares at his work, not glancing away even as he dips the brush into his palette.

After about 10 minutes he is done. What was once only a hint of a grin blossoms into a radiant smile, which remains for several minutes.

"Nothing makes me happier than to finish a painting," Nguyen says. "It's the feeling I most cherish in this world."

Nguyen knows what it's like to be deprived of that feeling. Five years ago he could not hold a paint brush in his hand. Between 2001 and 2005, he suffered three strokes, limiting his mobility. He also has suffered kidney failure and was diagnosed with cancer of the vocal cords.

For Nguyen, living - let alone painting - seemed like a distant dream.

Nguyen was born in 1948 in Quang Nam, Vietnam. As a boy, he drew caricatures and sketches, and at 16 he started painting.

"I (am) completely self-taught," he says. "Never took one art class in my life."

Despite his strong anti-war sentiments he was, at 18, forced to join the South Vietnamese army. He was a paratrooper, and he stayed in the army for seven years.

Nguyen doesn't like to talk about his time in the war, except to describe what he describes as a spiritual experience he had 40 years ago during a military operation in Khe Sanh.

Nguyen, then in his early 20s, was hiking at dawn in Vietnam's foggy, rugged mountains. He was lugging more than 100 pounds of equipment - an M16 rifle, 450 bullets, an M72 grenade launcher, a Claymore mine, six grenades, food, water, blankets and clothes - and he was tired.

Then he saw a branch of "mai" flowers creeping out of a crack in a mountain wall. The flowers dangled before his weary eyes in a milky white cluster.

"The white 'mai' flower had a supernatural power," he says.

The sight of those flowers gave Nguyen strength, he says. His gear felt light and the hardships faded from his mind.

It was, he says now, a miracle.

Forty years later the "mai" flowers still appear in his mind's eye - when he goes into a Buddhist temple, a Christian church; or when he hears a gong, a bell or soothing chants.

In times of chaos and turbulence, the “mai” flowers were Nguyen’s solace - his happy place.

After leaving the army, Nguyen continued to paint. He worked for advertising agencies and magazines. In Saigon, in 1976 - a year after the communist government took over South Vietnam - he started his own art school.

But during the decade that followed, Nguyen felt his creativity being stifled by an oppressive regime. His work increasingly was perceived as anti-communist, and his security was threatened. In 1987 he faced a decision - flee by boat, as millions of other Vietnamese refugees had done, or get thrown in jail.

He paid for a spot in a little riverboat that was headed for Malaysia. Despite being robbed by pirates twice, Nguyen and 20 others made it to Malaysia. After spending about nine months in refugee camps in Malaysia and the Philippines, Nguyen came to California as a refugee.

Here, Nguyen says, his creativity soared. He married Josephine Oanh Thach whom he had met and fallen in love with at a refugee camp in the Philippines and, in 1989, they had a baby girl.

The first stroke came in 2001, and it paralyzed the left side of Nguyen's body. The second stroke left him paralyzed from the neck down. The third put him in a coma for two months.

He was then diagnosed with cancer. His kidneys failed. Then radiation and chemotherapy left him with stomach ulcers. He was unable to eat or maintain his strength.

For five years, Nguyen fought to stay alive. He was unable to paint.

"But all I thought about was how much I wanted to paint," he says. "Even when I slept, I dreamed about painting."

His vision was blurred. Nguyen, who was used to painting with his left hand, could not even hold a brush as it slipped through his trembling fingers.

Nguyen was in a nursing home when the Venerable Chan Dieu, a Buddhist nun from the Sung Nghiem Zen Center in Garden Grove came to see him. Recognizing Nguyen's talent, she asked if he could design a brochure and CD for the temple when his health improved.

And that, Chan Dieu says, was the beginning of Nguyen's relationship with the Zen temple.

Nguyen believes that the practice of Zen meditation, and finding what he terms his "Buddha nature", or his true nature, has helped him regain some of his previous.

Nguyen first returned to painting by tying a brush to his fingers. His vision was blurry, and he couldn't recognize the colors on the palette, but he could work from memory.

"That was when I realized that I could transcend my physical limitations and paint," he says.

"I stopped thinking about it. I just did it."

His wife, Thach, says Nguyen's progress over the last three years has been "miraculous."

She's had a key role in his recovery. Thach helps Nguyen bathe, eat and dress. And she serves as an artistic assistant, prepping his canvases and mixing paints.

They even work as a team as he paints. When Nguyen's art requires a large canvas, he paints the bottom first and, because he can't stand up to reach the top of the painting, he asks Thath to flip the canvas. Then he completes his work by painting upside down.

Nguyen also has become ambidextrous. He learned to paint with both hands so he doesn't get tired just using one.

In three years, he's gone from being unable to hold a brush steadily to being able to paint all day. He credits his connection with Zen meditation, and his work now has a Zen theme.

As if to make up for lost time Nguyen produced more than

30 paintings in the last six months. Most are on display at the Sung Nghiem Zen Center. The exhibit is titled "Crossing to the Other Shore."

Nguyen says he now paints with a "Zen mind."

"Everything, from the lines to colors, were so simple," he says. "I did not experiment or explore. I did what came naturally. It was uncomplicated."

Prominently displayed among those paintings is one striking piece. It is the image of a dark, rugged mountain with a single, delicate branch of dazzling white "mai" flowers dangling from its side.

Deepa Bharath

deepa bharath
(nhật báo register)

khánh trường *chuyển ngữ*

khát vọng sáng tạo mạnh hơn tai biến đột quỵ

Chỉ duy nhất bàn tay của anh ta chuyển động.

Khánh Trường Nguyễn ngồi trong *garage*, trên chiếc xe lăn, trước khung bố, Nguyễn vẽ nhanh, bằng những nét đậm. Chỉ bàn tay linh hoạt, riêng cơ thể vẫn hoàn toàn bất động.

Nguyễn tập trung tuyệt đối vào công việc, luôn hướng tia nhìn vào khung bố, không đảo mắt qua nơi khác, ngay cả lúc Nguyễn nhúng cọ sơn vào bảng màu của mình.

Sau khoảng 10 phút, bức tranh hoàn tất. Nguyễn cười rạng rỡ.

“Không có gì làm cho tôi hạnh phúc hơn khi hoàn thành một bức tranh”, Nguyễn nói. ”Đó cũng là cách biểu tỏ sự yêu mến của tôi với thế giới này.”

Năm năm trước đây Nguyễn luôn có cảm giác tuyệt vọng vì không thể tiếp tục công việc của mình. Từ năm 2001 đến 2005 Nguyễn bị đột quỵ 3 lần, khiến tứ chi ảnh hưởng trầm trọng. Sau đó không lâu Nguyễn còn bị suy thận và ung thư thanh quản.

Một thời gian dài, đối với Nguyễn, sống cho đam mê của mình, hội họa, đã trở thành một giấc mơ .

Nguyễn sinh năm 1948 tại Quảng Nam, Việt Nam. Thời niên thiếu đã tập tành vẽ qua những phác thảo, năm 16 tuổi Nguyễn thực sự đi sâu vào hội họa. "Tôi tự học", "không qua bất kỳ một lớp nghệ thuật nào trong suốt cuộc đời."

Mặc dù là người có quan điểm chống chiến tranh mạnh mẽ, Nguyễn buộc phải tham gia quân đội miền Nam Việt Nam, trong binh chủng nhảy dù, vào năm 18 tuổi, và Nguyễn đã ở trong quân ngũ bảy năm. Năm 1973 Nguyễn giải ngũ vì bị thương ở mặt trận Hạ Lào.

Nguyễn không muốn nói về thời gian của mình trong chiến tranh. Tuy nhiên, qua lời giải thích một bức tranh trong loạt sáng tác này, Nguyễn có nhắc đến một kinh nghiệm tâm linh trong cuộc hành quân tại Khe Sanh 40 năm trước.

Lúc bấy giờ Nguyễn còn rất trẻ, chỉ khoảng 20 tuổi. Nguyễn nhớ lại, một buổi sáng, khi leo lên đỉnh một ngọn đồi cao, giữa trùng điệp núi non đậm đặc sương mù. Nguyễn rất mệt vì sức nặng của gần 60kg thiết bị quân sự lỉnh kỉnh đeo dắt quanh người: một khẩu súng M16, 450 viên đạn, một ống phóng M72, một trái mìn *Claymore*, sáu lựu đạn… Cùng vật dụng vệ sinh cá nhân, quần áo, mùng mền và lương thực, nước uống… Bất chợt Nguyễn nhìn thấy một nhánh mai trắng vươn ra từ vết nứt của vách đá.

Những bông hoa màu trắng sữa run run trước mắt như "có một sức mạnh siêu nhiên", Nguyễn nói, khiến mọi mệt nhọc nhẹ dần đi. "Như phép lạ".

Bốn mươi năm sau, cành mai trắng xưa kia vẫn luôn xuất hiện trong tâm hồn mỗi khi ông bước vào một ngôi đền Phật giáo, một nhà thờ Thiên chúa giáo, hoặc vẳng nghe đâu đó tiếng tụng niệm hay tiếng chuông âm vang nhẹ nhàng.

Cành mai trắng mang đến cho Nguyễn niềm hạnh phúc, sự an ủi mỗi khi Nguyễn rơi vào bất ổn.

Sau khi rời quân ngũ, Nguyễn vẫn tiếp tục vẽ. Nguyễn làm việc cho các cơ sở quảng cáo và tạp chí. Tại Sài Gòn, vào năm 1976 - một năm sau khi chính phủ Cộng Sản làm chủ miền Nam Việt Nam - ông bắt đầu đi sâu vào hội họa. Nhưng trong suốt thập kỷ sau đó, Nguyễn cảm thấy sự sáng tạo của mình bị giới hạn. Công việc của Nguyễn ngày càng bị nhìn bằng thái độ thiếu thiện cảm của nhà cầm quyền, và an ninh bản thân cũng bị đe dọa. Năm 1987, Nguyễn quyết định vượt biển, như hàng triệu người Việt Nam khác đã làm.

Trên một con thuyền nhỏ mỏng manh vốn chỉ sử dụng trong các sông rạch, Nguyễn ném đời mình cho số phận. May mắn thay, dù bị cướp biển hai lần, Nguyễn và 20 người khác cuối cùng cũng đến được Malaysia. Sau chín tháng trong các trại tị nạn ở Malaysia và Philippine Nguyễn đến California với tư cách là người tị nạn.

Ở đây, Nguyễn nói, sáng tạo của ông thăng hoa. Cũng thời gian này ông kết hôn với Josephine Oanh Thạch mà ông đã gặp và đem lòng yêu tại một trại tị nạn ở Philippines. Năm 1989, họ có với nhau một bé gái.

Cơn đột quỵ đầu tiên đến với Nguyễn vào năm 2001, khiến nửa phần bên trái của cơ thể tê liệt. Một năm sau cơn đột quỵ thứ hai ảnh hưởng toàn thân, từ cổ trở xuống. Hai năm sau nữa, cơn đột quỵ lần thứ 3 đưa Nguyễn vào tình trạng hôn mê suốt hai tháng.

Sức đề kháng của cơ thể suy yếu sau những cơn đột quỵ, do vậy, mầm ung thư (thanh quản) có lẽ đã tiềm ẩn trong người bột phát. Thận cũng suy trầm trọng. Nguyễn được chữa bằng xạ và hóa trị. Bệnh ung thư bị khống chế, nhưng tác dụng phụ của phương pháp xạ trị khiến dạ dày Nguyễn viêm loét và xuất huyết. Nguyễn kiệt sức vì không thể ăn bằng miệng suốt nhiều tháng do ung thư làm cho thanh quản tổn thương. Người ta phải khoét một lỗ nhỏ ở bụng thông với bao tử để chuyền sữa dinh dưỡng vào qua một ống nhựa.

Năm năm qua, Nguyễn đã chiến đấu để sống còn. Nguyễn không thể vẽ. "Nhưng mọi suy nghĩ của tôi đều hướng về hội họa", ông nói. "Ngay cả trong giấc ngủ, tôi cũng mơ về bức tranh."

Hậu quả của đột quỵ làm mắt Nguyễn mờ; chân yếu đi đứng không vững phải ngồi xe lăn; tay lọng cọng, vụng về, cọ sơn trượt qua những ngón tay run run khi Nguyễn cố cầm nắm.

Tình cờ ni sư Chân Diệu, một nữ tu sĩ Phật giáo từ Thiền viện Sùng Nghiêm, thuộc thành phố Garden Grove, đến thăm Nguyễn ở một nhà dưỡng bệnh. Nhận biết tài năng của Nguyễn qua báo chí và dư luận trước kia, sư cô đã nhờ Nguyễn trình bày một một tờ rơi và đĩa CD cho chùa khi sức khỏe của Nguyễn phần nào cải thiện.

Chân Diệu nói, "Đó là sự khởi đầu của mối quan hệ giữa Nguyễn với Thiền viện."

Nguyễn khởi sự thực tập Thiền. Dần dần nhận ra thực tướng của mình, nói riêng, của tất cả mọi người, nói chung. Đó là "Phật tánh" luôn tiềm ẩn trong mỗi chúng sinh. Khám phá này giúp Nguyễn lấy lại niềm tin và nghị lực.

Nguyễn bắt đầu vẽ lại bằng cách buộc cọ sơn vào bàn tay. Thị lực quá kém, Nguyễn không thể nhận ra một cách chuẩn xác các màu sắc trên bảng màu, và nét vẽ vụng về, không còn linh hoạt như trước. Nhưng nhờ kinh nghiệm, kiên nhẫn Nguyễn cũng vẽ được. "Tôi nhận ra rằng tôi có thể vượt qua giới hạn vật lý", Nguyễn nói, bằng cách "không ngừng suy nghĩ về công việc của mình, và nỗ lực tối đa để biến nó thành hiện thực."

Vợ ông, Oanh Thạch cho rằng, sự tiến bộ của Nguyễn trong ba năm qua được xem là "kỳ diệu". Cô ấy giữ một vai trò quan trọng giúp Nguyễn phục hồi. Giúp Nguyễn tắm, ăn, mặc quần áo, lấy hẹn và đưa Nguyễn đến bệnh viện, gặp bác sĩ nhiều lần mỗi tháng. Cô còn phục vụ như là một trợ lý nghệ thuật, sơn lót mặt bố, mua sơn cọ, đóng khung khi tranh hoàn tất…

Họ thậm chí còn làm việc như một đội bóng khi Nguyễn vẽ. Lúc nhu cầu của bức tranh đòi hỏi một tấm bố lớn, Nguyễn bắt đầu vẽ phần dưới vì anh ta không thể đứng lên vẽ phần cao quá tầm với, Oanh Thạch giúp Nguyễn lật ngược tấm bố, để anh ta có thể vẽ ngược hầu hoàn tất bức tranh.

Nguyễn thuận cả tay trái. Anh ta đã học vẽ bằng cả hai tay, nhờ vậy Nguyễn vẽ bằng tay này khi tay kia mỏi.

Trong ba năm, Nguyễn không thể cầm cọ sơn đều đặn, vì chưa tìm ra phương hướng.

Nhưng từ lúc chứng ngộ sự màu nhiệm của Thiền, hoạt động nghệ thuật của Nguyễn hướng tất cả vào chủ đề Thiền.

Như để bù cho thời gian đã mất, Nguyễn sáng tác hơn 30 bức tranh trong sáu tháng qua. Những bức tranh này sẽ được trưng bày tại Thiền viện Sùng Nghiêm. Cuộc triển lãm mang tên Đáo Bỉ Ngạn. (Crossing to the other shore).

Nguyễn tâm sự, anh ta vẽ với một "tâm Thiền".

"Tất cả mọi thứ, từ đường nét, màu sắc, chủ đề… đều đơn giản", Nguyễn nói. "Tôi đã không để mình bị rơi vào những thử nghiệm hoặc khám phá mới mà hầu hết các họa sĩ đều muốn. Ngược lại, tôi cố tình sử dụng một bút pháp rất chân phương, mộc mạc, với hy vọng mọi người có thể tiếp cận một cách dễ dàng giáo lý cơ bản của Phật giáo."

Hiển thị nổi bật trong số những bức tranh là hình ảnh của một ngọn núi gồ ghề tối, với một cành hoa mai duy nhất màu trắng vươn ra từ vách đá.

Deepa Bharath

(Khánh Trường chuyển ngữ)

phục sinh
resurrection (1996)

Lần thứ ba tôi bị tai biến mạch máu não, đưa đến hậu quả: tay, chân gần như bất khiển dụng. Chân, đi đứng nghiêng ngả, phải ngồi xe lăn. Tay, vụng về, viết khó khăn, chữ được chữ mất, cua còng như trẻ con; cầm, nắm vật dụng nếu thiếu chú tâm, sẽ rơi, đổ. Giọng nói ngọng nghịu và không kiểm soát được âm độ. Mắt trở nên tệ hại, nhìn bất cứ vật gì cũng thành hai, phải luôn vận dụng đầu óc, kinh nghiệm để nhận định, phân biệt đâu là vật thực, đâu là ảnh ảo. Tệ hơn, không còn khả năng đọc sách, báo, thèm lắm, chỉ có thể đọc một cách vất vả trên màn hình *computer* với điều kiện phải phóng lớn chữ, và không đọc được lâu, vì phải điều tiết nhãn giới tối đa, gây chóng mặt, chảy nước mắt. Là một họa sĩ, đồng thời cũng là nhà văn, nhà báo, cuộc đời gắn liền với chữ nghĩa, sách vở cùng cọ sơn, màu sắc, thì hậu quả trên còn bất hạnh hơn cái chết. Chết, là lìa bỏ thế giới này, là tan nhòa vào hư vô, là vĩnh viễn không còn nghe, nhìn, biết. Mặt nào đó, chết, là dứt nợ, là thôi ngụp lặn trong cõi nhân sinh. Thế mà tôi vẫn phải tiếp tục sống, với một trí tuệ còn nguyên vẹn trong một bình thịt xương đã hư hại. Điều này quả thực kinh khủng.

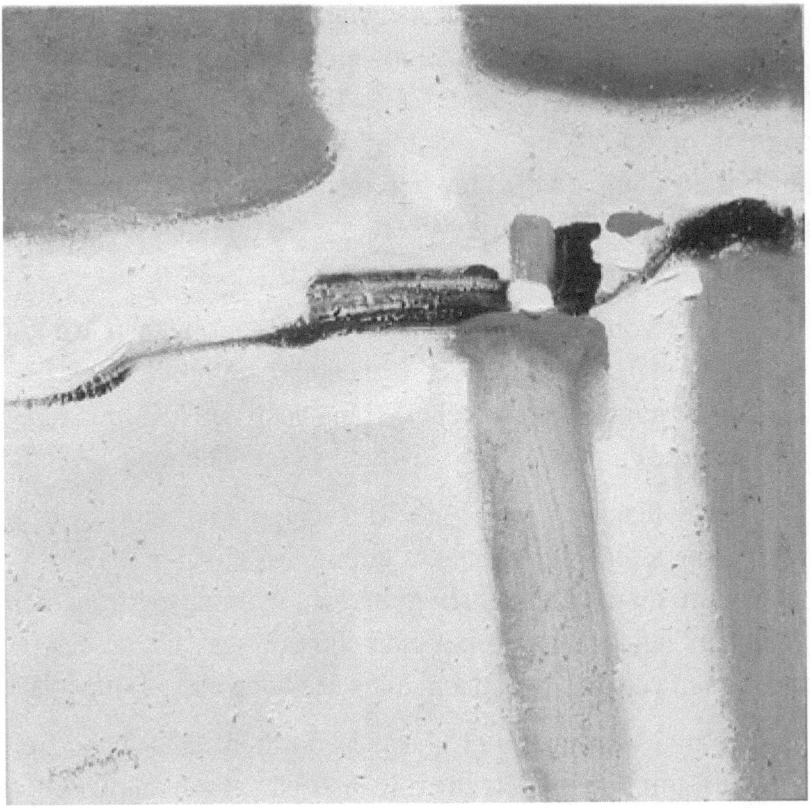

Nhưng tai ách chưa dừng lại ở đó, tai ách còn đẩy tôi đến đáy cùng thống khổ. Hơn năm trước tôi lại bị thêm bệnh ung thư thanh quản, cùng lúc với chứng loét bao tử. Ung thư, bản án tử hình đã tuyên đọc, chờ ngày thi hành. Một nghịch lý đến vô lý: khi biết mình bị ung thư, dù vẫn tuân thủ mọi phương pháp chữa trị, nhưng trong sâu thẳm lòng mình, tôi không mong cầu bệnh sẽ hết, trái lại, nếu phải ra đi, tôi mong được ra đi sớm, chấm dứt càng nhanh càng tốt cuộc sống vô bổ, vô vị và tràn ứ buồn đau này. Thế nhưng sau nhiều tháng chịu đựng những phản ứng cực cùng dữ dội qua phương pháp điều trị bằng phóng xạ và hóa chất (*radiation & chemotherapy*), cộng với phẫu thuật bộ phận tiêu hóa, ung thư cùng loét bao tử tạm thời chấm dứt, để lại thêm cho tôi vài di chứng nữa: tuyến nước bọt bị hỏng vĩnh viễn do phóng xạ, khiến vòm họng lúc nào cũng khô đắng, ăn không còn biết ngon, phải thường xuyên uống nước mỗi vài ba phút; giọng nói đã ngọng còn tệ hại hơn nữa do thanh quản, nơi mọc bướu ung thư, bị tổn thương. Về chứng loét bao tử, sau hai lần xuất huyết trầm trọng, dù đã được tiếp huyết, bây giờ vẫn rất chóng mặt do thiếu máu, cũng như không thể ăn no, khó tiêu, luôn ợ chua, đôi lúc trào ra miệng, làm sặc.

Tuyệt vọng và cô quạnh. Hầu như bất cứ lúc nào, trừ khi ngủ, tôi luôn nghĩ đến cái chết. Chỉ có chết mới thoát được khổ đau dai dẳng này. Làm sao chết? Bằng cách nào? Khi mà ngay cả đi đứng, cầm nắm, tôi còn không thể chủ động.

Ngày tháng trở nên lê thê. Mỗi sáng ra khỏi giường, ngồi trong chiếc xe lăn hướng mặt ra đường, hoặc dán mắt vào TV, nghe, nhìn, nhưng không hiểu gì hết, chỉ ngổn ngang trong đầu những suy nghĩ trầm uất, mỏi mòn chờ đợi ngày tắt, để may ra có thể chìm vào giấc ngủ, thầm mong sẽ không bao giờ thức dậy.

Gần 12 tháng trôi đi như thế, một hôm lang thang trên mạng, tôi tìm đọc lại tiểu sử và thành quả cống hiến cho khoa học của Stephen Hawking. Chúng ta đều biết ông bị bệnh, liệt toàn thân, tứ chi bất khiển dụng 100%, kể cả tiếng nói. Nếu không còn bộ não và đôi mắt hoạt động bình thường, thì ông chả khác gì loài thảo mộc. Thế mà với nghị lực phi thường, ông đã "viết" được vài cuốn khảo cứu về vật lý. Công ty IBM chế tạo riêng cho ông một *computer*. Qua tia nhìn, máy có thể nhận tín hiệu, nhảy ra mẫu tự, tạo thành chữ. Sự nỗ lực gần như phép lạ của nhà vật lý là tấm gương, là nguồn an ủi, khích lệ mạnh mẽ vực tôi dậy. So với nhà vật lý, tôi còn may mắn hơn nhiều. Dù khá vất vả, tôi vẫn có thể đọc báo trên các trang *web*, và vẫn có thể gõ chữ trên bàn phím bằng một ngón duy nhất của bàn tay phải, chữ được chữ mất. Định tâm gõ chữ A, ngón tay lại rơi vào chữ S bên cạnh, hoặc chỉ gõ vào... hư vô vì không ước lượng được khoảng cách từ ngón tay đến phím chữ. Về màu sắc, tuy không bén nhạy như xưa, nhưng dẫu sao tôi vẫn có thể phân biệt một cách tương đối sắc độ của từng màu, qua một... màn sương. Nghĩa là tôi vẫn còn có thể vẽ được, viết được nếu nỗ lực, kiên trì và nhất là tìm ra một cách thể hiện nào đó, phù hợp với những điều kiện giới hạn của thể xác.

Nhưng ý nghĩ vẽ lại, viết lại chỉ mới manh nha, chưa trở thành thúc hối mạnh mẽ. Bởi lẽ tôi đoán biết sẽ vô cùng khó khăn. Sự khó khăn làm tôi nhụt chí. Vả lại, vẽ thêm, viết thêm để làm gì? Tên tuổi, tiếng tăm, nếu có, đã có. Thêm hay bớt một cuốn sách, một cuộc triển lãm thì cũng không vì thế tôi sẽ lớn hơn hoặc nhỏ đi.

Vài tháng trước, nhà văn Ngô Tự Lập từ miền Đông, nơi anh sắp hoàn tất học vị Ph. D, cùng với nhà thơ Phan Nhiên Hạo đến thăm tôi, trước khi Lập trở về VN. Hai anh nhìn thấy tình cảnh tôi, khuyên tôi viết hồi ký, để giải trí và cũng để ghi lại một chứng từ văn học hữu ích. Trải qua bao nhiêu sóng gió, cùng vô số những "bí mật hậu trường" suốt 15 năm qua. Với văn hữu khắp nơi, từ thế hệ tiền chiến, đang chiến đến hậu chiến của cả trong và ngoài nước. Với cá tính, bản chất cũng như khuynh hướng văn học của từng người. Với nghi kỵ, qui chụp phe phái, chính kiến của chính phủ Việt Nam, và của những tờ báo, người chống đối hải ngoại, chắc chắn hồi ký sẽ được trong, ngoài nước chú ý. Dù bênh vực hay phản bác, vẫn không thể phủ nhận 15 năm qua Hợp Lưu, tờ tạp chí văn học nghệ thuật biên khảo do tôi chủ trương, đã là một cột mốc quan trọng trong bối cảnh đầy biến cố của văn học Việt Nam hậu bán thế kỷ 20, đầu thế kỷ 21.

Lời khuyên của hai người bạn trẻ, cùng nhà văn / bs Ngô Thế Vinh vẫn thường ghé thăm, như giọt nước cuối cùng làm tràn ly, tôi quyết định tập viết lại.

Tôi có thói quen đã trở thành quán tính suốt mấy mươi

năm nay, chỉ vẽ được khi viết, và ngược lại. Đó là hai thành tố bổ sung cho nhau. Đó cũng là lý do tôi vẫn luôn đặt computer bên cạnh giá vẽ. Khi viết, nếu bế tắc, tôi vẽ. Mùi sơn, màu sắc giúp tôi phấn chấn, đầu óc, suy tư trở nên dễ dàng, thông thoáng. Vẽ chán, lại viết. Viết chán, lại vẽ. Với nhịp điệu ấy tôi thường hoàn tất cùng lúc một tác phẩm văn học và một loạt tranh đủ cho một lần triển lãm. Trong dĩ vãng, trước năm 2001, nhiều cuộc triển lãm cũng đã được khai sinh như thế.

Từ lúc trưởng thành đến hôm nay, hội họa là nghiệp dĩ duy nhất giúp tôi tạo ra của cải, để nuôi thân và cưu mang gia đình. Vấn đề còn lại: nỗ lực và quyết tâm, nhất là, như đã nói, phải tìm ra một cách thể hiện mới, phù hợp với tình trạng thể chất hiện tại của tôi.

Tôi may mắn có thể vẽ được bất cứ loại tranh nào, chi li từng cọng tóc, hay vờn bay phóng khoáng vài nhát cọ... Đẹp, xấu chưa vội bàn đến, chỉ biết chắc tôi sẽ tạo ra tranh không mấy khó khăn. Tôi là một họa sĩ, vì thế, tôi vẽ. Bình thường thôi. Gần

40 năm trước, khi trả lời câu hỏi "Ông sáng tác như thế nào?" Nhạc sĩ Phạm Duy cười: "Như... đi đái ấy mà." Phạm Duy muốn nói ông sáng tác dễ dàng, tự nhiên như qui trình vận hành sinh lý, có ăn có uống tất phải bài tiết. Một nghệ sĩ thực sự sống trong cuộc đời, tiếp cận từng phút từng giây với mọi tình huống của con người, hiểu theo nghĩa nào đó, những buồn vui ấy không khác gì lương thực giúp người nghệ sĩ nuôi dưỡng, vun bồi cây sáng tạo. Bài tiết, được hiểu như thành quả xuyên qua quá trình hấp thụ, dung nạp dưỡng chất trần gian (mọi buồn vui sướng khổ.... của cuộc đời...)

Là một họa sĩ, theo cách ví von của nhạc sĩ Phạm Duy, tôi đang sống, đang hệ lụy với cuộc đời, đang, dù muốn dù không, nhận vào. Vậy, tôi phải bài tiết, phải vẽ. Giản dị vậy thôi.

Nhưng ngày nay, với đôi bàn tay vụng về, tôi phải vẽ cách nào đây?

Tôi không ngừng tìm kiếm một phương pháp khả thi cho điều kiện giới hạn của thể xác. Dần dần tôi nhận ra, mọi vật thể trên trần gian đều được cấu tạo (do con người hay... thượng đế) bằng các khối hình học cơ bản: vuông, tròn, chữ nhật... Cũng chả mới mẻ gì phát kiến này. Điều quan trọng là tôi đã tìm ra cho cái vẽ của mình một hướng giải quyết: bằng những khối vuông, chữ nhật, tròn... cộng với cảm quan, kinh nghiệm, kỹ thuật, màu sắc, bố cục, ánh sáng... tranh hình thành.

Nhưng khi bắt tay vào công việc, tôi mới thực sự đối diện với rất nhiều khó khăn. Khó khăn đầu tiên, không thể ngồi trên ghế, có thể té ngã nếu vì mải mê với công việc, quên cảnh giác, xoay trở bất cẩn. Cho nên tôi buộc phải ngồi xe lăn, diện tích lòng xe hẹp, bị giới hạn bởi hai chỗ tựa tay, khá bất tiện khi vẽ. Khó khăn tiếp theo, những ngày đầu tôi chỉ có thể vẽ được tối đa chừng 20 phút, tay mỏi nhừ. Muốn tiếp tục, phải dưỡng sức bằng một thời lượng tương đương. Tệ hơn, cọ thường rơi, sơn bắn vung vãi, và những đường ngang nét dọc ngày xưa vẽ dễ dàng bao nhiêu bây giờ vất vả bấy nhiêu. Do không ước lượng được khoảng cách, tôi thường vẽ vào... khoảng không hoặc nhấn quá mạnh tay ở những nơi lẽ ra chỉ nên vờn cọ thật nhẹ. Chưa hết, vì mắt lưỡng thị và không làm chủ được tay nên khó khăn lắm nếu muốn một mảng màu, một đường nét có được sự chính xác như ý. Còn bao nhiêu gian nan khác, chả hạn cần lấy tranh ra khỏi giá vẽ để thay một khung bố khác, hoặc mang thùng cọ bẩn đi đổ, rửa... Tôi đành chịu chết nếu vợ con vắng nhà, không thể nhờ cậy ai.

Thế nhưng, bằng cố gắng không ngưng nghỉ, từng phút, từng giờ, dần dà, song song với việc viết hồi ký, tôi đã thực hiện được hơn 40 bức tranh dự trù.

Loạt tranh lần này khác hẳn những lần trước, từ màu sắc đến phong cách. Về phong cách, tôi chọn lĩnh vực trừu tượng. Tranh trừu tượng không đòi hỏi chi tiết, sự chuẩn xác tuyệt đối, cho nên những vệt màu, đường cọ sai trật, có khi lại hay. Về tư tưởng, đây là lĩnh vực mênh mông nhất, giúp tôi đi sâu được vào những vùng khuất chìm dưới bề mặt ý thức, đó là lãnh địa của tiềm thức, nơi ẩn tàng, cất dấu, ngụy trang tâm trạng, bản chất, cá tính một con người. Về màu sắc, tôi sử dụng thực nhẹ các gam màu, cũng như cố tình để ngỏ nhiều khoảng trống nhằm tạo ra những không gian mở, giúp khách thưởng ngoạn có được cảm giác nhẹ nhàng, bình yên khi xem tranh. Ngót một năm đắm chìm trong trầm uất, cuối cùng tôi buộc phải đối diện với hiện thực, tôi chưa thể chết ngay được, dù muốn dù không cũng phải sống nốt khoảng thời gian định mệnh đã vạch. Nhưng nếu chấp nhận sống thì bằng cách này, cách khác, phải vượt thoát khỏi tâm trạng tiêu cực kia. Khổ thân đã đành, khổ cả những người hệ lụy.

Khi vẽ, tôi luôn tâm niệm thế, trong suy nghĩ, qua cách thể hiện. Nếu tôi tạo được cảm giác lạc quan cho tranh, cũng có nghĩa tôi trừ khử được sự tuyệt vọng từng chiếm ngự tâm hồn tôi nhiều năm tháng qua.

Do vậy, loạt tranh không có tên riêng cho mỗi bức, tất cả hướng đến một chủ đề: PHỤC SINH.

Phục Sinh, là sống lại, từ cõi chết, về thể chất. Quan trọng hơn, mặt nội tâm, nghề nghiệp. Như đã nói, dù định tâm sẽ vẽ lại, viết lại sau khi chiêm nghiệm gương phấn đấu gần như phép lạ của nhà vật lý Stephen Hawking, nhưng tôi chưa làm, vì chưa có nhu cầu thúc bách, chưa hội đủ... cơ duyên. Chuyện hồi ký là giọt nước cuối cùng làm tràn ly. Nếu không vì muốn viết hồi ký, có lẽ tôi đã buông trôi. Càng vẽ tôi càng nhận ra sự nhiệm màu của hội họa. Càng vẽ tôi càng xác quyết người ta có thể thù ghét, cay độc, thậm chí truy hại, giết tróc nhau vì tham vọng, u tối. Hội họa thì không. Hội họa xiển dương cái đẹp. Đứng trước cái đẹp, mọi vọng động lắng xuống.

Nhưng như thế nào được xem là đẹp?

Họa sĩ Nguyễn Trọng Khôi có lần nói: Màu vốn dĩ đẹp, chỉ cần bôi màu lên khung bố là đã thấy đẹp. Văn vẻ hơn, chúng ta có thể hiểu, tự thân của màu đã mang trong nó yếu tính của cái đẹp. Vấn đề là biết cách sử dụng cái đẹp ấy, của màu, bằng một qui luật nào đó có tính sáng tạo và đặc thù, làm nên phong cách của mỗi họa sĩ.

Trên dưới 30 năm sống với hội họa, tôi từng tìm đến nhiều phong cách vẽ, từ hiện thực đến siêu thực, từ biểu hiện đến trừu tượng; và nhiều chủ đề, đa phần rất... nặng ký, những mong tiếp cận được với cái đẹp. Thời trai trẻ, cọ xát trực diện với nhiều vấn đề lớn của xã hội vào giai đoạn ấy như chiến tranh, chủ nghĩa, cái chết, tương lai đầy bất trắc của mỗi cá nhân, và của quê hương, tôi đã mượn hội họa như một phương tiện để mang vác những trăn trở. Chiến tranh chấm dứt, lại có những thảm kịch của thời hậu chiến như kẻ thắng, người bại, tù đày, cải tạo, vượt biên, hải tặc, hãm hiếp, chết chóc, lưu vong... cũng là nguồn cảm hứng cho sáng tác. Năm tháng qua đi, hoàn cảnh sống của cá nhân tôi và của dân tộc, trong lẫn ngoài, không ngừng biến động, song song với tuổi tác mỗi ngày mỗi cao, những sôi nổi của thời tuổi trẻ nhạt đi, tôi dần hiểu ra giới hạn của hội họa, chính xác hơn, chức năng đích thực của hội họa. Đó không phải, không thể là vũ khí, công cụ đấu tranh, cải tạo xã hội, nhất là trong thời đại bùng nổ thông tin hiện nay. Điện ảnh và *internet* chả hạn, thừa khả năng thể hiện được tất cả mọi vấn nạn thuộc mọi lĩnh vực liên quan đến nhân loại một cách sống động, đầy tính thuyết phục. Người ta đã mặc cho hội họa những sứ mạng quá lớn. Một thời văn chương, triết học, đạo học, chiến tranh, hòa bình... đã khiến tôi, như hầu hết mọi người trẻ khác, vô hình chung, bị chìm ngập, bị điều kiện hóa bởi lối tư duy tiền chế, sản sinh từ sách vở, được dung nạp một cách vội vã, hăm hở, và dĩ nhiên, hời hợt! Chúng tôi, bọn trai trẻ vào giai đoạn ấy, đã bị những "vấn đề lớn" che chắn, bưng bít tầm nhìn, khiến không còn nhận ra yếu tính cơ bản của hội họa trước hết và trên hết là biểu trưng cho cái đẹp. Mặt phong cách cũng thế, bao nhiêu năm mải mê đuổi theo cái bóng của "những người khổng lồ", vô tình biến mình thành bản sao vụng về, nhếch nhác của "những người khổng lồ" ấy. Tôi không là tôi, chưa từng là tôi. Nói cách khác, tôi quên mất điều vô cùng giản dị này: cái đẹp sẽ trở nên vĩ đại và chỉ có thể vĩ đại nếu nó mang nhân tố khai phá, độc đáo. Bức Guernica bất hủ không phải vì Picasso mô tả cuộc nội chiến Tây Ban Nha, dù nhiều nhà phê bình hội họa đã tụng ca bức tranh như một vũ khí chống chiến tranh mạnh mẽ, mà vì phong cách diễn tả đặc thù Picasso, một phong cách độc nhất vô nhị, trước đó chưa ai từng biết. Ở hầu hết các tuyệt tác của "những người khổng lồ" khác trong lĩnh vực hội họa cũng thế, thường là những đề tài rất tầm thường, quen thuộc hiện diện khắp nơi quanh ta. Van Gogh với lọ hoa hướng dương, đôi giày rách, những cây bạch dương, những người đàn bà ăn khoai tây, cánh đồng lúa vàng, quán cà phê đêm lộ thiên... Những đề tài này có hàng nghìn họa sĩ trên khắp địa cầu, ở mọi thời điểm, đã vẽ, nhưng để trở thành kiệt tác như của Van Gogh, rất hiếm. Chúng ta có thể lầm đóa hướng dương của họa sĩ này với họa sĩ kia, đẹp đấy, nhưng chung chung, bất cứ họa sĩ nào cũng có thể vẽ được, nếu có tí tài hoa. Ở Van Gogh thì không. Những đóa hướng dương quằn quại rất Van Gogh, một mình một cõi. Chính cái riêng này làm nên sự độc đáo. Chúng tồn tại vì thế chứ không phải vì những sứ mệnh chúng phải chuyên chở.

Gần chúng ta hơn, và biểu tỏ mạnh mẽ nhất cho cái nhìn thoải mái, nhẹ nhàng này của hội họa là Mask Rothko. Tranh *abstract* Mark Rothko gần như không có gì cả. Chỉ quẩn quanh một mảng màu vàng, hoặc nâu, hoặc xanh... nhỏ, nằm trên một mảng khác chiếm toàn thể diện tích mặt tranh cùng màu, với sắc độ khác, đậm hay nhạt hơn. Vậy thôi, cực kỳ giản dị. Đừng mất công tìm kiếm trong tranh của Mark Rothko những trăn trở, những "vấn đề lớn". Bởi lẽ ngay cả một vấn đề nhỏ còn không tìm thấy, huống là! Nhưng cũng giống các danh họa khác, trước, chưa ai từng vẽ như thế, sau, nếu có người vẽ như thế, sẽ chỉ là bản sao Mark Rothko. Vì vậy, Mark Rothko tồn tại.

Từ suy niệm này, khi vẽ, tôi thoải mái thả mình trôi theo cảm xúc, thứ cảm xúc của chính tôi, phát sinh từ nội tâm, cộng với màu sắc, bố cục, đường nét. Những yếu tính làm nên cái đẹp. Chủ đề không còn là yêu cầu trọng tâm.

Cảm hứng sáng tác cũng mở rộng biên cương, trở thành bao la. Tôi có thể vẽ bất cứ lúc nào. Nhiều khi chỉ một vệt màu lóe sáng trong đầu, tôi đưa ngay lên khung bố, thế là tranh thành hình. Có khi tư duy trắng xóa, tôi vu vơ bôi màu không chủ đích, và rồi, màu gọi màu, dần dà tranh xuất hiện

Thời gian không còn lê thê nữa, suốt ngày loay hoay trước giá vẽ, tôi quên hẳn bước đi của nó. Cũng có nghĩa chứng trầm cảm có cơ nguy dìm chết mầm sống hầu như đã ra khỏi tâm, thân tôi.

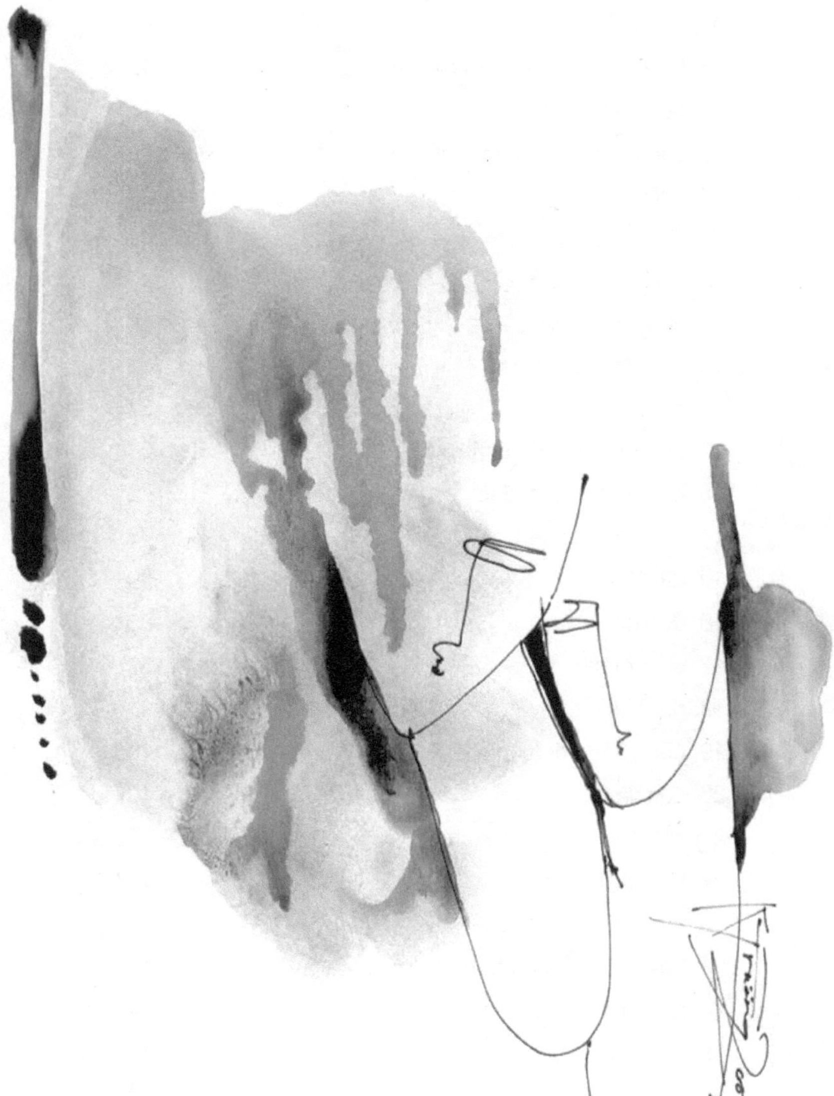

mục lục

MỞ NGUỒN

Liên lạc Tác giả
Khánh Trường
alexkhtruong@yahoo.com

Liên lạc Nhà xuất bản
Mở Nguồn
han.le3359@gmail.com
(408) 722-5626

www.ingramcontent.com/pod-product-compliance
Lightning Source LLC
LaVergne TN
LVHW040048051026
849525LV00002B/614